SPEAK VIETNAMESE

SPEAK VIETNAMESE

Nguyen-Dinh-Hoa, University of Saigon

REVISED EDITION

CHARLES E. TUTTLE CO.: PUBLISHERS
Rutland, Vermont & Tokyo, Japan

Representatives
Continental Europe: BOXERBOOKS, INC., *Zurich*
British Isles: PRENTICE-HALL INTERNATIONAL, INC., *London*
Australasia: PAUL FLESCH & CO., PTY. LTD., *Melbourne*
Canada: M. G. HURTIG LTD., *Edmonton*

Published by the Charles E. Tuttle Company, Inc.,
of Rutland, Vermont & Tokyo, Japan
with editorial offices at
Suido 1-chome, 2-6, Bunkyo-ku, Tokyo

Library of Congress Catalog Card No. 66-17774

Standard Book No. 8048 0538-5

First printing, 1966
Ninth printing, 1970

PRINTED IN JAPAN

PREFACE

TO THE FIRST EDITION

Until recently Vietnamese grammars have always stressed the literary language, using as illustrative examples sentences taken from classical works of literature, and not colloquial utterances. This was certainly a deplorable vestige of the old type of learning, which consisted in memorizing as many literary allusions as possible and imitating the written style of the great masters of Chinese literature. Perhaps the normative approach was also partly due to the dogmatic and rationalistic concept of grammar, long held so dearly by Greek and Latin scholars, and subsequently by French grammarians from the sixteenth century until the beginning of the last century.

At the present time, however, an intelligent student of language as well as a sophisticated language student is concerned only with describing the facts — rather than prescribing the rules — and with learning the «how» instead of the « why » of a tongue. Dr. Nguyên Dinh Hoa most certainly represents this trend which has been apparent for several decades in linguistic circles both in Europe and in the United States. He has merely endeavored to show the true visage of the everyday language of Vietnam as it is actually structured in the spoken chain.

Despite the author's modesty, this is more than a textbook with graded units to teach foreign students some elementary sentences. We should indeed deem it fortunate to have available now this methodically written manual, which will be found both rewarding and entertaining and which will greatly enliven the interest of English speakers in the beautiful language of Vietnam.

NGUYEN-KHAC-KHAM
Director of Cultural Affairs

FOREWORD
TO THE SECOND EDITION

This is the revised edition of *Speak Vietnamese*, a course designed as a general introduction to the Vietnamese language, and offering all the essential grammatical materials and a vocabulary built around the most useful common situations.

It aims at developing the ability to recognize by ear, then reproduce intelligibly all Vietnamese phonemes.

In this revised edition, an introductory chapter on the sound system of Vietnamese has been added. Each of the fifteen lessons that follow contains seven parts — pretty much similar to those in the first edition :

    I. Conversation
    II. Vocabulary
    III. Pattern Drill (previously called Pattern Sentences)
    IV. Grammar Notes
    V. Pronunciation
    VI. Translation (previously called Model Sentences)
    VII. « What would you say » test.

Changes and additions have been made to enable more efficient use of the lesson materials by a Vietnamese tutor, to whom instructions should be as specific as possible. New features, introduced on the basis of experience with the classroom situation in Vietnam for the past five years, with the printing industry in Saigon, etc..., include the numbering of the basic sentences in each conversation, the use of different type faces for Vietnamese and English, the indication of build-up order (See instructions preceding the Conversation part of Lesson 1), the rearranging of items in substitution drills, etc...

Statements on pronunciation and on sentence structure have been improved in the light of Laurence C. Thompson's much appreciated review of the first edition in the *Journal of the American Oriental Society*, Vol. 78,

FOREWORD

No. 1 (January – March 1958), pp. 322 – 327. Model sentences are now used as control exercises in listening, writing and translation.

The author is very thankful to various members of the Summer Institute of Linguistics team in Saigon, Vietnam, especially to Dr. Richard Pittman, Director, Mr. David Thomas, Associate Director, and Mr. Milton Barker, for invaluable comments which led to whatever improvements over the 1957 edition this new one has been able to incorporate.

The author owes a particular debt of gratitude to the Textbook Publication Service of the Department of National Education, whose past and present directors, Dr. Tran Sy Don, Mr. Nguyen Khac Kham, and Mr. Ly Chanh Duc have successively and continually shown an interest in this type of intercultural textbook.

This edition is again dedicated to all our friends whose native language can be English or any other non-Vietnamese tongue but who consistently and patiently have labored remarkably well over the intricacies of Vietnamese.

NGUYEN-ĐINH-HOA

CONTENTS

CONTENTS

CONTENTS

INTRODUCTORY CHAPTER
ON SPOKEN VIETNAMESE

I. THE SOUND SYSTEM OF VIETNAMESE

In this groundwork section, we will first get acquainted with the phonological system of Vietnamese, then proceed to drill on individual syllables with their tones. Complete utterances will be introduced in the conversation part of the lessons proper.

A. Tones. Native speakers of English use different pitch levels : a Vietnamese hearer, or any other hearer, will notice that there is a kind of tune to what you say. This sing-song contour is meaningful. When you say «ma» (meaning 'mother'), for instance, that word may be said with different tunes. Your voice may start at a high level, then fall all the way to the lowest level of your (normal) speaking voice range : when you respond, « It's Mother » to a question by, say, your brother or sister who wants to know who mixed that nice salad, that's what you say — « Ma ». Or you may start rather high, then drop your voice a little, as when you call your mother when she is in the next room. On some other occasion, when you want to know if someone is talking about your mother, you'll likely say « Ma ? », letting your voice start quite high on the scale and rise gradually to the top of it.

In all three cases, the word *ma* means the same thing, and the tune to which it is sung is something extra and has been called *intonation*. Intonation may extend over a whole sentence, that is, you will recognize the same tune going with the words « It's Ma. » or « Ma mixed it. » as you did in the first example above (« Ma »). The intonation curve can be drawn as follows :

Vietnamese differs from your mother tongue since each syllable has a tune of its own : the tune going with the Vietnamese syllable *ma* is as much a part of it as the consonant *m* and the vowel *a*. The syllable *ma* may be said in six different tunes and mean six different things : the six resulting syllables are as different as *ma, me, moo* and *maw* in English. The tunes, each of which is an integral part of a Vietnamese syllable, are called *tones*.

Here is a brief description of the tones, in the frequently followed order : *ma, má, mà, mả, mã, mạ*.

The vertical line represents the range of the variation of pitch : it is divided into six equal intervals with seven points, numbered 1 (lowest level) to 7 (highest level).

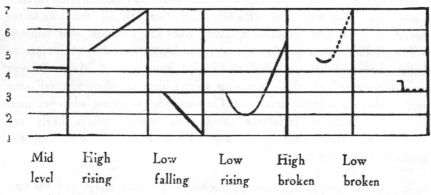

| Mid level | High rising | Low falling | Low rising | High broken | Low broken |

(1) *Mid level tone* (no mark used) : the voice begins at about the middle of the normal speaking voice range (pitch level 4) and remains at approximately the same level except before a pause, when it falls slightly.

ma	' ghost '	*ba*	' three '
tôi	' I '	*năm*	' five '
hai	' two '	*ai*	' who '

(2) *High rising tone* (in Vietnam *sắc* ' sharp ') (indicated by an acute accent over the main vowel) : the voice starts high (about level 5) and rises sharply (to 7).

má	' cheek '	*bá*	' to hug '
tối	' dark '	*nắm*	' fist '
hái	' to pick [fruit]'	*ái*	' ouch '

(3) *Low falling tone* (in Vietnamese *huyền* ' hanging ') (indicated by a grave accent over the main vowel) : the voice starts at a fairly low level (3 or 2) and falls gradually to the lowest level of the normal speaking voice range.

mà	' but '	*bà*	' grandmother '
tồi	' mediocre '	*nằm*	' to lie down '
hài	' shoe '	*ài*	[no meaning]

(4) *Low rising tone* (in Vietnamese *hỏi* ' questioning ') (indicated by the upper part of a question mark ? over the main vowel) : the voice starts quite low, dips slightly and then rises rather slowly to a somewhat higher level.

mả	' tomb '	*bả*	' bane '
tổi	[no meaning]	*nẳm*	[no meaning]
hải	' marinus '	*ải*	' frontier post '

(5) *High broken tone* (in Vietnamese *ngã* ' falling ') (indicated by a tilde ∼ over the main vowel) : the voice starts just a little above the middle of the normal speaking voice range, dips down a very little, then rises abruptly ; during the rise the throat is constricted so that the voice is interrupted or is given a strained or creaky quality ; the syllable usually terminates with full voice near the top of the voice range.

XV

mã	' equus '	*bã*	' residue, dregs '
tỗi	[no meaning]	*năm*	[no meaning]
hãi	' afraid '	*ãi*	[no meaning]

(6) *Low broken tone* (in Vietnamese, *nặng* ' heavy ') (indicated by a dot beneath the main vowel) : the voice starts a little below the middle of the voice range, falls immediately and very abruptly to a lower level where it is cut off by a constriction called glottal stop. Occasionally, in slow careful speech, or when the syllable is especially emphasized, the voice is restored at the end of the syllable, as in the high broken tone.

mạ	' rice seedling '	*bạ*	' haphazardly '
tội	' sin, crime '	*nặm*	[no meaning]
hại	' harm '	*ại*	[no meaning]

B. Stress. The tones, discussed in A, are important constituents of Vietnamese syllables — as important as the consonants or vowels, which we will get to know in D and E. Right now we want to examine two equally important features — stress in this section and intonation in the next — which operate *over and above* those three categories of sound units.

In an English utterance, such as *I know it*, either the syllable *I* or the syllable *know* may be louder than the others. Normally you would say *I knów it*, with the heavy stress on *know*. But if you want to affirm emphatically that you do know about whatever matter is being talked about, you will stress the first syllable; thus : *Í know it*.

Like the last syllable (*it*) of the above example, the first syllable of word *today* in the sentence *I know it today*, for example, is heard as very weak, especially in comparison with the syllable *day*, which receives the heaviest stress : indeed, you hear /tədéy/ where /ə/ represents the slurred value of /u/ in *to*.

This factor of relative loudness which is known as *accent* in everyday parlance but as *stress* in technical language also operates in Vietnamese, where it is easily noticeable. The only trouble is that the conventional orthography of Vietnamese does not indicate stress. So you will have to listen for it and mark it with some system of your own, possibly a tick before a stressed syllable and a degree-sign before a weak syllable. Thus :

° *Chào 'ông.*	'Greetings to you, Sir '
° *Chào 'bà.*	'Greetings to you, Madam.'
° *Chào 'cô.*	'Greetings to you, Miss.'
° *Cô 'mạnh không?*	'Are you well ?'
° *Tôi 'mạnh.*	'I'm well'.

C. Intonation. In every language, together with stress, *intonation* affects a whole utterance, which could be broken down into units of tones if any, units of consonants and units of vowels. In A, you have seen that each English sentence whether it is short or long has its own melody or tune : this is obvious if you compare :

(1) He knows it.

(2) He knows it ?

(3) Does he know it ?

(4) How does he know it ?

(5) Does he know it !

Sentences (2) and (3) are both questions that expect a yes-or-no answer because they have rising intonation.

Sentence (1), which has the same words and the same word order as Sentence (2), is nevertheless an affirmative statement, because it has another intonation pattern — a rising then falling contour.

The intonational pattern of Sentence (4) is also rising-falling : it is a question, beginning with the question-word *how*, but it seeks some information and *not* a yes-or-no answer.

Sentences (5) differs from the preceding four—despite the fact that its words are arranged just as in Sentence (3) : the intonation also rises, then falls before fading out, with the syllable *he* said at the highest pitch level and stressed most heavily.

If we consider that the loudest syllable is now not *know*, but *he*, we can say that the two phenomena of stress and intonation in the English language complement each other in revealing something about the general content of an utterance, especially the attitude of the speaker, be it affirmation, negation, doubt, surprise, sarcasm, or what not.

Well, the intonational pattern of a Vietnamese sentence also gives its speaker away that way : how he stresses which words, how he sings his utterance, from what pitch level he goes to what other pitch level, how fast and at what rhythm and cadence his words come out, would provide helpful hints as to his attitude toward his hearer :

(1) *Anh ấy không ăn.*   'He's not eating'.   (affirmation)

(2) *Anh ấy không ăn ?*   'He's not eating ?'   (question, doubt)

(3) *Anh ấy không ăn !*   'He's not eating !'.   (exclamation)

The syllable *ăn* with the level tone is lower than usual in Sentence (1) but higher than usual in Sentence (2).

In Sentence (3), the same level tone spreads over a wider span of the voice range.

D. Consonants. As far as Vietnamese consonants go, we will distinguish those which are very much like English ones, those which are similar to English ones and those which are different from English ones.

(1) Vietnamese has some sounds that very much resemble English sounds, but they sometimes occur in positions different from English (e. g., the *ng* occurs also at the beginning of a word whereas in English it only occurs in final or medial position).

Sound	Spelling (s)	As in English	Examples	
/f/	ph-	phone	pha	'to mix'
			phải	'right'
/v/	v-	vote	và	'and'
			Việt	'Vietnamese'
/s/	s-	son	sa	'to fall'
	x-		xa	'far'
/z/	d-	zero	da	'skin'
	gi-		gia	'family'
	r-		ra	'to exit'

/h/	h-	how	há	'to open [mouth]'
/m/	m-,	man	ma	'ghost'
	-m	am	am	'Buddhist temple'
/n/	n-,	no	na	'custard apple'
	-n	in	an	'peaceful, secure'
/ŋ/	ng (h)-,	[none]	Nga	'Russia'
	-ng	long	ang	'bowl'
	-ng	[none]	cung	'bow'
		[none]	ông	'grandfather'
		[none]	ong	'bee'

In final position and after /u/ , /ʌw/ , or /aw/ , the consonant /ŋ/ has a special formation. The lips are first rounded and almost closed, then they close completely just as the back of your tongue touches the soft palate and cuts off the air : the double closure at that point accounts for the puffing out of the cheeks.

(2) The second group of Vietnamese consonants are quite similar to their English counterparts.

Sound	Spelling	As in English		Examples
/b/	b-	bad	ba	'three'
/d/	đ-	do	đa	'banyan'
/l/	l-	love	la	'to shout, yell'

(3) The consonants which differ from English consonants are the following :

Sound	Spellings	As in English		Examples
/p/	-p	spy	áp	'to apply pressure'
/t/	t-	sty	ta	'we'
	-t		át	'to drown out [a voice].'
/k/	c-,	sky	ca	'cantare'
	k-		kẻ	'to draw'
	-c		ác	'cruel'
			éc	'to squeal'

The three Vietnamese consonants / p, t and k / are unaspirated in initial position. They differ from English / p t k / which are always aspirated when occurring at the beginning of a stressed syllable — as in *pie, tie kite*. You should try, therefore, to pronounce the sounds *p, t* and *k* as in English *spy, sty,* and *sky,* that is without that puff of breath. /p/ occurs at the beginning of a syllable only in rare loan-words from French.

The same three consonants /p, t, k/ are unreleased in final position : you don't release or explode them until you are ready to pronounce the following syllable : *áp, át, ác ; úp, út, úc.*

Sound	Spelling	As in English	Examples	
/-k/	-c	[none]	húc	'to strike, collide'
			ỡc	'snail'
			óc	'brain'

Final /k/ has the same special pronunciation as final /-ŋ/ after the vowel nucleus /u-/, /ʌw-/or/aw-/. You have the same double closure or stoppage — at the lip level and at the velum level.

Sound	Spelling	As in English	Examples	
/c/	ch-	[none]	cha	'father'
	tr-		tra	'to question'

The tip of your tongue should touch the back of your lower teeth, with the middle of it touching the palate, that is the roof of your mouth.

Sound	Spelling	As in English	Examples	
/th/	th-	tie	tha	'to set free'

This Vietnamese consonant is aspirated, that is, followed by a puff of air, as English /t/ is at the beginning of a stressed syllable. It is weaker than Vietnamese /t/ or English /t/.

Sound	Spelling	As in English	Examples	
/ñ/	nh-	[none]	nha	'dentist'

This single nasal consonant in Vietnamese sounds much like the sequence -*ny*- of *canyon* or -*ni*-of *onion*. As in the production of /c-/ (written *ch*-

or *tr-*), the tongue-tip is against the back of your lower teeth with the middle of your tongue touching your hard palate immediately above it.

Sound	Spelling	As in English	Examples
/x/	kh-	[none]	khá 'pretty good'

This Vietnamese sound may remind you of English *h-*, because you perceive the same turbulence or friction caused by the rushing of air through a narrow opening. But unlike /h-/, when the air squeezes itself through between the vocal bands in your larynx (or Adam's apple), /x-/ is formed by the speedy forcing of your breath past the slit between the back of your tongue and the velum or soft palate).

Sound	Spelling	As in English	Examples
/ɤ-/	g-, gh-	[none]	ga 'station'
		go	xuống ga 'to get off at a station'
			trước ga 'in front of the station'

This is the voiced counterpart of /x/ : your vocal bands do vibrate.

As in /x-/ , written *kh-* , the back of your tongue comes close to your soft palate, but does not touch it : ga, ghi, ghế, ghe, gù, gồ, gổ, gỡ, etc. (However, when the immediately preceding syllable ends in /-ŋ/ or /-k/, for instance, *xuống* or *trước*, then the variant of /ɤ/ is [g], just like the inital consonant of English *go*).

E. Vowels. We will successively examine the eleven simple vowels, then the vowel clusters.

Simple vowels

(1) The vowel /i/ (written sometimes *i* and sometimes *y*) is similar to that of the English word *bit* when it occurs before /-k/ as in *ích* or /-ŋ/ as in *inh*; elsewhere, it is similar to the vowel of *bee*: *thích* 'to like'; *sinh* 'cute' ; *ít* 'a little' ; *in* 'to print'.

(2) The vowel /e/ (written *ê*) has two variants : in final position, you hear something like the vowel of English *bay* without the off-glide (that

is, the *i-* like part) at the end; elsewhere, you hear something between the vowel of *bey* and hat of *bet*:

| đê | 'dike' | lê | 'pear' | dê | 'goat' |
| đêm | 'night' | lên | 'to go up' | hêt | 'finished' |

(3) The vowel /ɛ/ (written *e*) is a sound between the vowel of English *bet* and *bat*:

| me | 'tamarind' | xem | 'to watch' | đen | 'black' |
| hẹp | 'narrow' | hét | 'to yell' | | |

(4) The vowel /u/ (written *u*) has two variant forms: it is similar to that of the English word *food* when it occurs syllable-final; elsewhere, it is very much like the vowel of *foot*:

| thu | 'autumn' | ru | 'to lull' | khu | 'area' |
| hút | 'to smoke' | chùm | 'bunch' | cùng | 'together with' |

(5) The vowel /o/ (written *ô*) is a sound which is like the vowel of the English word *no* without the off-glide (that is, the *u-* like part) at the end:

| ô | 'umbrella' | cô | 'miss' | thô | 'coarse' |
| tôm | 'shrimp' | hôn | 'to kiss' | tôt | 'good' |

(6) The vowel /ɔ/ (written *o*) is a sound similar to the vowel of the English word *law*:

| to | 'big' | đo | 'to measure' | lo | 'to worry' |
| con | 'child' | cọp | 'tiger' | hót | 'to sing' |

(7) The vowel /a/ (written *a*) is like the vowel of *father*:

| ma | 'ghost' | na | 'custard apple' | nhà | 'house' |
| bác | 'uncle' | hát | 'to sing' | mang | 'to carry' |

(8) The vowel /ă/ (written sometimes *ă* and sometimes *a*) is much shorter and also said with the lips spread more than in /a/. It never occurs at the end of a syllable:

| ăm | 'to carry [child]' | ăn | 'to eat' | bắt | 'to catch' |
| năng | 'bamboo shoot' | bắc | 'north' | bắp | 'ear [of corn]' |

(9) The vowel /ʌ/ (written *ấ*) is like the vowel of *but*; it is also much shorter than /a/. Like /a/ it never occurs in syllable-final position:

ấm	'lukewarm'	*gân*	'nerve'	*vâng*	'yes'
thấp	'low'	*mất*	'to lose'	*tấc*	'decimeter'

(10) The vowel /ư/ (written *ư*) is not like any English sound: try to say *oo* (as in *foot*) but with your lips spread as when your smile or say *ee* (as in *feet*):

như	'like'	*hư*	'spoiled'	*đứng*	'to stand'

(11) The vowel /ə/ (written *ơ*) is another sound which does not resemble any English sound: try to say *o* (as in the first syllable of *zoology*) but with your lips spread as when you smile or say *e* as in *zeta*:

dơ	'dirty'	*cơm*	'rice'	*hơn*	'more'.

Vowel clusters

(1) Clusters with /ʌ/ at the end: /-iʌ/, /-uʌ/ and /-ưʌ/, written *-ia, -ua,* and *-ưa*:

mía	'sugar cane'	*mua*	'to buy'	*mưa*	'to rain'

(2) The cluster /iʌ/ may be followed by /-w/ or /-p -t -k/ or /-m -n -ŋ/. Before /-w/, the second member of the cluster is heard as such: [ʌ]. Before a stop /p t k/ or a nasal /m n ŋ/, the sound /ʌ/ of the cluster is similar to [e] *ê*, but with the mouth closed a little more:

yêu	'to love'	*hiểu*	'filial'	*diều*	'kite'
tiếp	'to receive'	*biết*	'to know'	*việc*	'work'
kiếm	'rare'	*yên*	'quiet'	*miệng*	'mouth'.

(3) The cluster /uʌ/ may be followed by /-y/ or /-p -t -k/ or /-m -n -ŋ/. Before /-y/, the second member of the cluster is heard as such: [ʌ]. Before a stop /p t k/ or before a nasal /m n ŋ/, the sound /ʌ/ of the cluster is similar to [o] *ô*, but with the mouth closed a little more:

đuôi	'tail'	*cuối*	'end'	*muỗi*	'mosquito'
		nuốt	'to swallow'	*đuốc*	'torch'
muỗm	'mango'	*muốn*	'to desire'	*uống*	'to drink'

(4) The cluster /ɯʌ/ may be followed by /-w/ or /-y/ or /-p -t -k/ or /-m -n -ŋ/. Its second member is often heard as [ə] σ :

hươu	'stag'		*rươu*	'alcohol'		
tươi	'fresh'		*đười ươi*	'orang utang'		
mướp	'fiber melon'		*ướt*	'wet'	*được*	'to get'
gươm	'sword'		*mượn*	'to borrow'	*xương*	'bone'

(5) /ʌw-/ and /aw-/ are special clusters which occur before the special final /-k/ or final /-ŋ/ described in (1) and (3) of C :

/ʌwk/	*ốc*	'snail'	*cốc*	'glass'
/ʌwŋ/	*ông*	'grandfather'	*bông*	'cotton'
/awk/	*óc*	'brain'	*tóc*	'hair'
/awŋ/	*ong*	'bee'	*xong*	'to finish'

(6) /ʌy-/ and /ay-/ are other clusters which occur before final /-k/ or final /-ŋ/ :

/ʌyk/	*ếch*	'frog'	*lệch*	
/ʌyŋ/	*lênh đênh*	'adrift'	*mệnh*	'destiny'
/ayk/	*ách*	'yoke'	*sách*	'book'
/ayŋ/	*anh*	'elder brother'	*xanh*	'blue, green'

II. DRILLS

Now that we have briefly discussed the sound system of Vietnamese, we can go ahead with some drills. These drills aim at developing in you the ability to identify *by ear* and to reproduce intelligibly all the distinctive sound units of your target language : tedious as it may be, this foundation work in *sound recognition* and *sound production* is the prerequisite to your later work in acquiring grammar and vocabulary.

In order to make the presentation of the materials not so confusing we will follow the path of traditional Vietnamese scholars in analyzing a syllable as consisting of an *initial*, a *final* and a *tone*. The initial is a consonant or a semiconsonant or zero (that is nothing). The final is the rest of the syllable — the rhyme. Over and above the foregoing structure, as we have seen, there is a tone, determined by pitches. Let's take the syllable spelled *má* in the traditional orthography (called quốc ngữ) :

Initial — /m-/ comparable to the « m » of *mom* or *ma*.
Final — /-a/ comparable to *a* in *ma*.
Tone — /ʹ/ high rising tone.

We will first drill on the finals in Tables 1, 2 and 3, then go on to the initials, working in the meantime on the six tones.

Finals. Drill 1

		1 -o	2 -y	3 -w	4 -m	5 -n	6 -ŋ	7 -p	8 -t	9 -k
1	i	i ; y		iu	im	in	inh	ip	it	ich
2	e	ê		êu	êm	ên		êp	êt	
3	ɛ	e		eo	em	en		ep	et	cc
4	u	u	ui		um	un	ung	up	ut	uc
5	o	ô	ôi		ôm	ôn		ôp	ôt	
6	ɔ	o	oi		om	on		op	ot	
7	ư	ư	ưi	ưu		ưn	ưng		ưt	ưc
8	ə	ơ	ơi		ơm	ơn		ơp	ơt	
9	ʌ		ây	âu	âm	ân	âng	âp	ât	âc
10	ɗ	a	ai	ao	am	an	ang	ap	at	ac
11	a		ay	au	ăm	ăn	ăng	ăp	ăt	ăc

Note : The two short vowels /ʌ a/ do not occur in final position : you have to have something after *â-* or *ă-*.

1. TEACHER : First Column i ê e u etc.
   STUDENTS : i ê e u etc.
   etc. to other columns.

2. TEACHER : First Row i iu im in etc.
   STUDENTS : i iu im in etc.
   etc. to other rows.

Finals. Drill 2

		1	2	3	4	5	6	7	8	9
		-o	-y	-w	-m	-n	-ŋ	-p	-t	-k
1	iʌ	ia		iêu	iêm	iên	iêng	iêp	iêt	iêc
2	uʌ	ua	uôi		uôm	uôn	uông		uôt	uôc
3	ɯʌ	ɯa	ɯơi	ɯơu	ɯơm	ɯơn	ɯơng	ɯơp	ɯơt	ɯơc

1. Take each column, the class repeating each item after the teacher.
2. Take each row, the class repeating each item after the teacher.

Finals. Drill 3

		-ŋ	-k
1	ʌy-	ênh	êch
2	ay-	anh	ach
3	ʌw-	ông	ôc
4	aw-	ong	oc

Tones Drill 4

1	i	í	ì	ỉ	ī	ị
2	ê	ế	ề	ể	ễ	ệ
3	e	é	è	ẻ	ẽ	ẹ
4	u	ú	ù	ủ	ū	ụ
5	ô	ố	ồ	ổ	ỗ	ộ
6	o	ó	ò	ỏ	õ	ọ
7	ɯ	ɯ́	ɯ̀	ɯ̉	ɯ̄	ɯ̣
8	ơ	ớ	ờ	ở	ỡ	ợ
9	a	á	à	ả	ã	ạ

1. **Take** each column, the class repeating each item after the teacher : i, ê,
   e, u, etc.

2. **Take** each row, the class repeating each item after the teacher : i, í,
   ì, ì̖, ĩ, i̖, etc.

3. In each row, take two neighbor items at a time, the class repeating
   each sequence after the teacher : i-í, í-ì, ì-i̖, i̖-ĩ, ĩ-i̖, etc.

4. **Take** one row at a time, going through the sequence of all six tones,
   the class «humming» after the teacher, then «singing» after the teacher.

Tones   Drill 5 (Vowels plus -y)

1	ui	úi	ùi	ủi	ūi	u̖i
2	ôi	ố i	ồi	ỗi	ỗi	ội
3	oi	ói	òi	ỏi	õi	o̖i
4	ưi	ứi	ừi	ửi	ữi	ựi
5	ơi	ới	ời	ởi	ỡi	ợi
6	ây	ấy	ầy	ẩy	ẫy	ậy
7	ai	ái	ài	ải	ãi	a̖i
8	ay	áy	ày	ảy	ãy	a̖y

Tones. Drill 6 (Vowels plus -w)

1	iu	íu	ìu	ỉu	ĩu	i̖u
2	êu	ếu	ều	ểu	ễu	ệu
3	eo	éo	èo	ẻo	ēo	e̖o
4	ưu	ứu	ừu	ửu	ữu	ựu
5	âu	ấu	ầu	ẩu	ẫu	ậu
6	ao	áo	ào	ảo	āo	a̖o
7	au	áu	àu	ảu	ãu	a̖u

Tones. Drill 7 (Vowels plus -m)

1	im	ím	ìm	ỉm	ĩm	ịm
2	êm	ếm	ềm	ểm	ễm	ệm
3	em	ém	èm	ẻm	ẽm	ẹm
4	um	úm	ùm	ủm	ũm	ụm
5	ôm	ốm	ồm	ổm	ỗm	ộm
6	om	óm	òm	ỏm	õm	ọm
7	ơm	ớm	ờm	ởm	ỡm	ợm
8	âm	ấm	ầm	ẩm	ẫm	ậm
9	am	ám	àm	ảm	ãm	ạm
10	ăm	ắm	ằm	ẳm	ẵm	ặm

Tones. Drill 8 (Vowels plus -n)

1	in	ín	ìn	ỉn	ĩn	ịn
2	ên	ến	ền	ển	ễn	ện
3	en	én	èn	ẻn	ẽn	ẹn
4	un	ún	ùn	ủn	ũn	ụn
5	ôn	ốn	ồn	ổn	ỗn	ộn
6	on	ón	òn	ỏn	õn	ọn
7	ưn	ứn	ừn	ửn	ữn	ựn
8	ơn	ớn	ờn	ởn	ỡn	ợn
9	ân	ấn	ần	ẩn	ẫn	ận
10	an	án	àn	ản	ãn	ạn
11	ăn	ắn	ằn	ẳn	ẵn	ặn

Tones. Drill 9 (Vowels plus -ŋ)

1	inh	ính	ình	ỉnh	īnh	ịnh
2	ung	úng	ùng	ủng	ūng	ụng
3	ưng	ứng	ừng	ửng	ư̄ng	ựng
4	âng	ấng	ầng	ẩng	ẫng	ậng
5	ang	áng	àng	ảng	āng	ạng
6	ăng	ắng	ằng	ẳng	ẵng	ặng

Tones. Drill 10 (Vowels plus - p)

	High rising	Low
1	íp	ịp
2	ếp	ệp
3	ép	ẹp
4	úp	ụp
5	ốp	ộp
6	óp	ọp
7	ớp	ợp
8	ắp	ập
9	áp	ạp
10	ắp	ặp

Tones. Drill 11 (Vowels plus -t)

1	ít	ịt
2	ết	ệt
3	ét	ẹt
4	út	ụt
5	ốt	ột
6	ót	ọt
7	ớt	ợt
8	ót	ợt
9	ắt	ật
10	át	ạt
11	ắt	ặt

Tones. Drill 12 (Vowels plus -k)

1	ích		ịch
2	éc		ẹc
3	úc		ục
4	ực		ực
5	ắc		ặc
6	ấc		ậc
7	ặc		ặc

Tones. Drill 13 (Vowel clusters with -^)

1	ia	ía	ìa	ỉa	ĩa	ịa
2	ưa	úa	ùa	ủa	ũa	ụa
3	ưa	ứa	ừa	ửa	ữa	ựa

Tones. Drill 14 (Vowel clusters of Drill 13 followed by -y)

1	uôi	uối	uồi	uổi	uỗi	uội
2	ươi	ưới	ười	ưởi	ưỡi	ượi

Tones. Drill 15 (Vowel clusters of Drill 13 followed by -w)

1	iêu	iếu	iều	iểu	iễu	iệu
2	ươu	ướu	ườu	ưởu	ưỡu	ượu

Tones. Drill 16 (Vowel Clusters of Drill 13 followed by -m)

1	iêm	iếm	iềm	iểm	iễm	iệm
2	uôm	uốm	uồm	uổm	uỗm	uộm
3	ươm	ướm	ườm	ưởm	ưỡm	ượm

Tones. Drill 17 (Vowel Clusters of Drill 13 followed by -n)

1	iền	iến	iễn	iến	iễn	iện
2	uồn	uốn	uỏn	uồn	uỗn	uộn
3	ươn	ướn	ườn	ưởn	ưỡn	ượn

Tones. Drill 18 (Vowel Clusters of Drill 13 followed by -ŋ)

1	iềng	iếng	iẻng	iếng	iễng	iệng
2	uồng	uống	uỏng	uống	uỗng	uộng
3	ương	ướng	ường	ưởng	ưỡng	ượng

Tones. Drill 19 (Vowel Clusters of Drill 13 followed by -p)

| 1 | iếp | iệp |
| 2 | ướp | ượp |

Tones. Drill 20 (Vowel Clusters of Drill 13 followed by -t)

1	iết	iệt
2	uốt	uột
3	ướt	ượt

Tones. Drill 21 (Vowel Clusters of Drill 13 followed by -k)

1	iếc	iệc
2	uốt	uột
3	ước	ược

Tones.Drill 22 (Vowel Clusters ^y, ^y, ^w, and aw followed by-ŋ)

1	ênh	ếnh	ěnh	ếnh	ễnh	ệnh
2	anh	áuh	ành	ảnh	ānh	ạnh
3	ông	ống	ồng	ổng	ỗng	ộng
4	ong	óng	òng	ỏng	ōng	ọng

Tones.Drill 23 (Vowel Clusters ^y, ay, ^w and aw followed by-k)

1	ếch	ệch
2	ách	ạch
3	ốc	ộc
4	óc	ọc

Initials and Tones. Drill 24

1	ti	tí	tì	tỉ	tī	tị
2	thi	thí	thì	thỉ	thī	thị
3	chiu	chíu	chìu	chỉu	chīu	chịu
4	ky	ký	kỳ	kỷ	kȳ	ky
5	bin	bín	bìn	bỉn	bīn	bịn
6	đinh	đính	đình	đỉnh	đīnh	định
7	phi	phí	phì	phỉ	phī	phị
8	vi	ví	vì	vỉ	vī	vị
9	sim	sím	sìm	sỉm	sīm	sịm
10	di	dí	dì	dỉ	dī	dị
11	khi	khí	khì	khỉ	khī	khị
12	ghim	ghím	ghìm	ghỉm	ghīm	ghịm
13	min	mín	mìn	mỉn	mīn	mịn

14	nin	nín	nìn	nỉn	nĩn	nịn
15	nhin	nhín	nhìn	nhỉn	nhĩn	nhịn
16	nghinh	nghính	nghình	nghỉnh	nghĩnh	nghịnh
17	hinh	hính	hình	hỉnh	hĩnh	hịnh
18	linh	lính	lình	lỉnh	lĩnh	lịnh

Initials and Tones. Drill 25

1	tê	tế	tề	tể	tễ	tệ
2	thê	thế	thề	thể	thễ	thệ
3	trêu	trếu	trều	trểu	trễu	trệu
4	kê	kế	kề	kể	kễ	kệ
5	bên	bến	bền	bển	bễn	bện
6	đêm	đếm	đềm	đểm	đễm	đệm
7	phê	phế	phề	phể	phễ	phệ
8	vê	vế	về	vể	vễ	vệ
9	sê	sế	sề	sể	sễ	sệ
10	dê	dế	dề	dể	dễ	dệ
11	khê	khế	khề	khể	khễ	khệ
12	ghê	ghế	ghề	ghể	ghễ	ghệ
13	mê	mế	mề	mể	mễ	mệ
14	nên	nến	nền	nển	nễn	nện
15	nhê	nhế	nhề	nhể	nhễ	nhệ
16	nghê	nghế	nghề	nghể	nghễ	nghệ
17	hê	hế	hề	hể	hễ	hệ
18	lê	lế	lề	lể	lễ	lệ

Initials and Tones. Drill 26

1	te	té	tè	tẻ	tẽ	tẹ
2	the	thé	thè	thẻ	thẽ	thẹ
3	che	ché	chè	chẻ	chẽ	chẹ
4	ke	ké	kè	kẻ	kẽ	kẹ
5	be	bé	bè	bẻ	bẽ	bẹ
6	đe	đé	đè	đẻ	đẽ	đẹ
7	phe	phé	phè	phẻ	phẽ	phẹ
8	ve	vé	vè	vẻ	vẽ	vẹ
9	se	sé	sè	sẻ	sẽ	sẹ
10	de	dé	dè	dẻ	dẽ	dẹ
11	khe	khé	khè	khẻ	khẽ	khẹ
12	ghe	ghé	ghè	ghẻ	ghẽ	ghẹ
13	me	mé	mè	mẻ	mẽ	mẹ
14	ne	né	nè	nẻ	nẽ	nẹ
15	nhe	nhé	nhè	nhẻ	nhẽ	nhẹ
16	nghe	nghé	nghè	nghẻ	nghẽ	nghẹ
17	he	hé	hè	hẻ	hẽ	hẹ
18	le	lé	lè	lẻ	lẽ	lẹ

Initials and Tones. Drill 27

1	tu	tú	tù	tủ	tũ	tụ
2	thu	thú	thù	thủ	thũ	thụ
3	chu	chú	chù	chủ	chũ	chụ
4	cu	cú	cù	củ	cũ	cụ
5	bu	bú	bù	bủ	bũ	bụ

6	đu	đú	đù	đủ	đū	đụ
7	phu	phú	phù	phủ	phū	phụ
8	vu	vú	vù	vủ	vū	vụ
9	su	sú	sù	sủ	sū	sụ
10	du	dú	dù	dủ	dū	dụ
11	khu	khú	khù	khủ	khū	khụ
12	gu	gú	gù	gủ	gū	gụ
13	mu	mú	mù	mủ	mū	mụ
14	nu	nú	nù	nủ	nū	nụ
15	nhu	nhú	nhù	nhủ	nhū	nhụ
16	ngu	ngú	ngù	ngủ	ngū	ngụ
17	hu	hú	hù	hủ	hū	hụ
18	lụ	lú	lù	lủ	lū	lụ

Initials and Tones. Drill 28

1	tô	tố	tồ	tổ	tỗ	tộ
2	thô	thố	thồ	thổ	thỗ	thộ
3	chồ	chố	chồ	chổ	chỗ	chộ
4	cô	cố	cồ	cổ	cỗ	cộ
5	bô	bố	bồ	bổ	bỗ	bộ
6	đồ	đố	đồ	đổ	đỗ	độ
7	phồ	phố	phồ	phổ	phỗ	phộ
8	vô	vố	vồ	vổ	vỗ	vộ
9	sô	số	sồ	số	sỗ	sộ
10	giô	giố	giồ	giổ	giỗ	giộ
11	khô	khố	khồ	khổ	khỗ	khộ

12	gô	gố	gồ	gổ	gỗ	gộ
13	mô	mố	mồ	mổ	mỗ	mộ
14	nô	nố	nồ	nổ	nỗ	nộ
15	nhô	nhố	nhồ	nhổ	nhỗ	nhộ
16	ngô	ngố	ngồ	ngổ	ngỗ	ngộ
17	hô	hố	hồ	hổ	hỗ	hộ
18	lô	lố	lồ	lổ	lỗ	lộ

Initials and Tones. Drill 29

1	to	tó	tò	tỏ	tõ	tọ
2	tho	thó	thò	thỏ	thõ	thọ
3	cho	chó	chò	chỏ	chõ	chọ
4	co	có	cò	cỏ	cõ	cọ
5	bo	bó	bò	bỏ	bõ	bọ
6	đo	đó	đò	đỏ	đõ	đọ
7	pho	phó	phò	phỏ	phõ	phọ
8	vo	vó	vò	vỏ	võ	vọ
9	so	só	sò	sỏ	sõ	sọ
10	do	dó	dò	dỏ	dõ	dọ
11	kho	khó	khò	khỏ	khõ	khọ
12	go	gó	gò	gỏ	gõ	gọ
13	mo	mó	mò	mỏ	mõ	mọ
14	no	nó	nò	nỏ	nõ	nọ
15	nho	nhó	nhò	nhỏ	nhõ	nhọ
16	ngo	ngó	ngò	ngỏ	ngõ	ngọ
17	ho	hó	hò	hỏ	hõ	họ
18	lo	ló	lò	lỏ	lõ	lọ

Initials and Tones Drill 30

1	tư	tứ	từ	tử	tữ	tự
2	thư	thứ	thừ	thử	thữ	thự
3	chư	chứ	chừ	chử	chữ	chự
4	cư	cứ	cừ	cử	cữ	cự
5	bư	bứ	bừ	bử	bữ	bự
6	đư	đứ	đừ	đử	đữ	đự
7	phư	phứ	phừ	phử	phữ	phự
8	vư	vứ	vừ	vử	vữ	vự
9	sư	sứ	sừ	sử	sữ	sự
10	dư	dứ	dừ	dử	dữ	dự
11	khư	khứ	khừ	khử	khữ	khự
12	gư	gứ	gừ	gử	gữ	gự
13	mư	mứ	mừ	mử	mữ	mự
14	nư	nứ	nừ	nử	nữ	nự
15	như	nhứ	nhừ	nhử	nhữ	nhự
16	ngư	ngứ	ngừ	ngử	ngữ	ngự
17	hư	hứ	hừ	hử	hữ	hự
18	lư	lứ	lừ	lử	lữ	lự

Initials and Tones. Drill 31

1	tơ	tố	tờ	tở	tỡ	tợ
2	thơ	thố	thờ	thở	thỡ	thợ
3	chơ	chố	chờ	chở	chỡ	chợ
4	cơ	cố	cờ	cở	cỡ	cợ
5	bơ	bố	bờ	bở	bỡ	bợ

6	đơ	đớ	đờ	đở	đỡ	đợ
7	phơ	phớ	phờ	phở	phỡ	phợ
8	vơ	vớ	vờ	vở	vỡ	vợ
9	sơ	sớ	sờ	sở	sỡ	sợ
10	dơ	dớ	dờ	dở	dỡ	dợ
11	khơ	khớ	khờ	khở	khỡ	khợ
12	gơ	gớ	gờ	gở	gỡ	gợ
13	mơ	mớ	mờ	mở	mỡ	mợ
14	nơ	nớ	nờ	nở	nỡ	nợ
15	nhơ	nhớ	nhờ	nhở	nhỡ	nhợ
16	ngơ	ngớ	ngờ	ngở	ngỡ	ngợ
17	hơ	hớ	hờ	hở	hỡ	hợ
18	lơ	lớ	lờ	lở	lỡ	lợ

Initials and Tones. Drill 32

1	tây	tấy	tầy	tẩy	tẫy	tậy
2	thâu	thấu	thầu	thẩu	thẫu	thậu
3	châm	chấm	chầm	chẩm	chẫm	chậm
4	cân	cấn	cần	cẩn	cẫn	cận
5	bâng	bấng	bầng	bẩng	bẫng	bậng
6	đâm	đấm	đầm	đẩm	đẫm	đậm
7	phân	phấn	phần	phẩn	phẫn	phận
8	vâng	vấng	vầng	vẩng	vẫng	vậng
9	sâm	sấm	sầm	sẩm	sẫm	sậm
10	dâm	dấm	dầm	dẩm	dẫm	dậm
11	khâm	khấm	khầm	khẩm	khẫm	khậm

12	gân	gấn	gần	gẩn	gẫn	gận
13	mâu	mấu	mầu	mẩu	mẫu	mậu
14	nây	nấy	nầy	nẩy	nẫy	nậy
15	nhâm	nhấm	nhầm	nhẩm	nhẫm	nhậm
16	ngân	ngấn	ngần	ngẩn	ngẫn	ngận
17	hâm	hấm	hầm	hẩm	hẫm	hậm
18	lân	lấn	lần	lẩn	lẫn	lận

Initials and Tones. Drill 33

1	ta	tá	tà	tả	tā	tạ
2	tha	thá	thà	thả	thā	thạ
3	cha	chá	chà	chả	chā	chạ
4	ca	cá	cà	cả	cā	cạ
5	ba	bá	bà	bả	bā	bạ
6	đa	đá	đà	đả	đā	đạ
7	pha	phá	phà	phả	phā	phạ
8	va	vá	và	vả	vā	vạ
9	sa	sá	sà	sả	sā	sạ
10	da	dá	dà	dả	dā	dạ
11	kha	khá	khà	khả	khā	khạ
12	ga	gá	gà	gả	gā	gạ
13	ma	má	mà	mả	mā	mạ
14	na	ná	nà	nả	nā	nạ
15	nha	nhá	nhà	nhả	nhā	nhạ
16	nga	ngá	ngà	ngả	ngā	ngạ
17	ha	há	hà	hả	hā	hạ
18	la	lá	là	lả	lā	lạ

Initials and Tones. Drill 34

1	tay	táy	tày	tảy	tāy	tạy
2	thau	tháu	thàu	thảu	thāu	thạu

3	chăm	chắm	chằm	chẳm	chẵm	chặm
4	căn	cấn	cần	cẩn	cẫn	cặn
5	băng	bắng	bằng	bẳng	bẵng	bặng
6	đăm	đấm	đằm	đẳm	đẵm	đặm
7	phăng	phắng	phằng	phẳng	phẵng	phặng
8	văn	vấn	vằn	vẳn	vẵn	vặn
9	săn	sắn	sằn	sẳn	sẵn	sặn
10	dăm	dấm	dằm	dẳm	dẵm	dặm
11	khăn	khấn	khằn	khẳn	khẵn	khặn
12	găm	gấm	gằm	gẳm	gẵm	gặm
13	măm	mấm	mằm	mẳm	mẵm	mặm
14	uăn	nấn	nằn	nẳn	nẵn	nặn
15	nhăn	nhấn	nhằn	nhẳn	nhẵn	nhặn
16	ngăn	ngấn	ngằn	ngẳn	ngẵn	ngặn
17	hay	háy	hày	hảy	hãy	hạy
18	lau	láu	làu	lảu	lãu	lạu

Initials and Tones. Drill 35

1	uy	uể	oe	uẩn	oa	oẩn
2	tuy	tuế	toe	tuân	toa	
3	thuy	thuế		thuận	thoa	thoắng
4	chuy	chuế	chóe	chuẩn	choa	
5	qui	quế	que	quẩn	qua	quăng
6	suy	suể	soe	xuân	xoa	
7	duy	duệ		duẩn	dọa	
8	khuy	khuê	khoe	khuân	khoa	khoắng
9	nụy				nọa	
10	nhụy	nhuệ	nhòe	nhuận	nhòa	
11	nguy		ngoe		ngoa	
12	huy	huệ	hoe	huân	hòa	
13	lũy		lòe	luân	loa	

PART I. CONVERSATION

The dialog at the beginning of each lesson introduces new sentence patterns and new vocabulary items. Idiomatic English equivalents are given at the left of the page.

Components of each sentence should be spoken (by the teacher), then repeated (by the student or students).

The drill follows these steps :

(A) The English equivalent is read first (possibly by a member of the class), e. g. :

Good morning, Mr. Nam.

Then the teacher gives the Vietnamese, not the whole sentence yet, but its building blocks as indicated. For the first sentence of this lesson,

    1. **Hello, Mr. Nam.**   1. *Chào*
                                    ông Nam.

he will first say *chào*, then pause for the class to repeat in unison after him (this step being repeated twice), then go on to say *ông Nam*, then pause for the class to repeat in unison after him (this second step also being repeated twice), then the whole sentence, *Chào ông Nam.*

The same procedure is followed for the next sentences.

(B) The teacher goes through the dialog a second time, with the class repeating in unison (twice for each sentence and its components) as outlined in A.

(C) The teacher goes through the dialog a third time, but now the students will take turns repeating individually after the teacher — a sentence to a student.

(Mr. Brown and Miss Green greet their teacher, Mr. Nam)

                           Brown, Green

1.   Hello, Mr. Nam !   *Chào*
                                      ông Nam.

                              Nam

2.   Hello, Miss Green !   *Không dám,*
                                        chào cô Green,

        Hello, Mr. Brown !   *chào ông Brown,*

Brown

3. How are you today ?   *Hôm nay ông mạnh không ?*

Nam

4. Thank you, I'm fine today.   *Cám ơn ông, hôm nay tôi mạnh.*

5. How about you, Miss Green ?   *Còn cô Green, cô mạnh không ?*

Green

6. Thank you, I'm well as usual.   *Cám ơn ông, tôi mạnh khỏe như thường.*

7. Are you busy today ?   *Hôm nay ông bận không ?*

Nam

8. I'm very busy today.   *Thưa có, hôm nay tôi bận lắm.*

Brown

9. Aren't you tired ?   *Ông không mệt à?*

Nam

10. I'm not very tired.   *Tôi không mệt lắm.*

11. Are you and Mr. Brown busy ?   *Cô và ông Brown bận không ?*

Green

12. Sir, we are not very busy.   *Thưa ông, chúng tôi không bận lắm.*

Nam

13. Is Mr. Hill well ?   *Ông Hill có khỏe không ?*

Brown

14. He's very well.   *Ông ấy khỏe mạnh lắm.*

15. Oh, how about Miss Thu ?   À, còn cô Thu,
     Is she well ?   có mạnh không ?

Nam

16. Thank you, she is well as   Cảm ơn ông,
     usual.   cô ấy mạnh khỏe
                               như thường.

Green

17. Very good.   Tốt lắm.

> *Be sure to imitate as closely as you can.*
>
> *What you have heard, say it loud and clear.*

PART II. VOCABULARY

à ?	P	[particle of surprise]
à !	P	oh !
ấy	SP	that, those
bận	SV	to be busy
cảm ơn	FV	to thank
có	P	[emphatic particle]
còn	C	as for
cô	PR	you [to young woman]
cô ấy	PR	she ; her
chào	FV	to greet
chúng tôi	PR	we [excl.]; us
dám	FV	to dare
hôm	N	day

hôm nay	N	today
khỏe	SV	to be strong
khỏe mạnh	SV	to be well in health
không ?	P	[sentence suffix to questions] or not
không	P	[negative prefix] not
lắm	A	very, quite
mạnh	SV	to be well in health
mạnh khỏe	SV	to be well in health
mệt	SV	to be tired
nay	SP	this
như thường	A	as usual
ông	PR	you [to a man]
ông ấy	PR	he ; him
tôi	PR	I ; me
tốt	SV	to be good
thưa	P	[polite particle]
và	C	and

> Be sure to imitate as closely as you can.
> What you have heard, say it loud and clear.

PART III. PATTERN DRILL

This is how Drill A of this lesson can be conducted.

First, read across the top : *Tôi bận*. Then continue by replacing the first word in the first column by those given below : *Chúng tôi bận, Ông bận, Cô bận,* etc.

Second, repeat the process using the negative prefix in the second column : *Tôi không bận, Chúng tôi không bận, Ông không bận,* etc.

Now, repeat the process, using items in the third column :

Exercise 1

Teacher : *Tôi* bận   Class :   TÔI BẬN
            Chúng tôi bận   CHÚNG TÔI BẬN
            Ông bận   ÔNG BẬN
            etc.

Exercise 2

Teacher : *Tôi* không bận   Class :   TÔI KHÔNG BẬN
            Chúng tôi không bận   CHÚNG TÔI KHÔNG BẬN
            etc.

Exercise 3

Teacher : Tôi *bận*   Class :   TÔI BẬN
            Tôi *mạnh*   TÔI MẠNH
            etc.

Exercise 4

Teacher : Tôi không *bận*   Class :   TÔI KHÔNG BẬN
            Tôi không *mạnh*   TÔI KHÔNG MẠNH
            etc.

Exercise 5

Teacher : Tôi bận   Class :   TÔI BẬN
            mệt   TÔI *MỆT*
            mạnh   TÔI *MẠNH*
            không   TÔI *KHÔNG* MẠNH
            chúng tôi   *CHÚNG TÔI* KHÔNG MẠNH
            ông ấy   *ÔNG ẤY* KHÔNG MẠNH
            etc.

Be sure to imitate as closely as you can.
What you have heard, say it loud and clear.

A. SENTENCES WITH STATIVE VERB

Pattern :

PR	(Negation)	SV

I am (not) busy.

Tôi	(không)	bận
Chúng tôi		mạnh
Ông		khỏe
Cô		mạnh khỏe
Ông ấy		khỏe mạnh
Cô ấy		mệt

B. SENTENCES WITH ADVERBIAL MODIFIER

Pattern :

PR	(Negation)	SV	A

I am (not) very busy.

Tôi	(không)	bận	lắm
Chúng tôi		mạnh	
Ông		khỏe	
Cô		mạnh khỏe	
Ông ấy		khỏe mạnh	
Cô ấy		mệt	

C. SIMPLE TYPE OF QUESTION

Pattern :

PR	(có)	SV	P ?

Are you well ?

Ông	(có)	mạnh	không ?
Cô		khỏe	

mạnh khỏe
khỏe mạnh
bận
mệt

D. SURPRISE QUESTION

Pattern :

PR	Negation	SV	P

You are (not) tired ?   Ông   không   bận   à ?
                     Có   mệt

PART IV. GRAMMAR NOTES

1. 1. Pronouns (PR) behave structurally like nouns **(N)**.

1. 2. Specifiers (SP) follow the noun they modify.

     hôm *nay*   day this, — ' today '
     ông *ấy*   gentleman that, — ' he '

1. 3. Verbs may take the negation particle *không*. We distinguish two basic subclasses of verbs : the FV's and the SV's. **Functive verbs (FV)** denote actions. **Stativé verbs (SV)** describe a quality or condition or state of being; they embody the equivalent of English « to be (so and so).» We note that the structural marker for stative verbs may be *rất* 'very' or *khá* 'pretty' or *khi* 'a little'. These words never precede a functive verb.

1. 4. Adverbs (A) modify functive and stative verbs or other adverbs as in English. They follow the modified.

1. 5. Particles (P) indicate a specific function. *Chúng* is added to some pronouns to indicate plurality, as in *chúng tôi* 'we [he, they and I].'

Không occurs as a negative prefix, as in *Tôi không chào ông ấy* 'I don't greet him.'

Thưa is used before the appropriate second-person pronoun, as in *Thưa ông* 'Sir'.

Không ? ends a question expecting a yes-or-no answer, as in *Ông (có) mệt không?* 'Are you tired?' (note the emphatic *có*).

Particle *à* ? at the end of a sentence denotes the speaker's great surprise at the content of the sentence, as in *Ông không mệt à* ? 'Aren't you tired' (Lit. 'You are not tired? I am surprised!') or *Có bận à* ? 'Are you busy?' (Lit. 'You are busy? I am surprised!').

1. 6. Short answers. In replying 'yes' or 'no' to a question ending with *không*?, it is not necessary to repeat the entire sentence :

     Question :   *Ông bận không?*   'Are you busy?'
     Answer :   *Bận.*   'Yes, I am'
                Không bận.   'No, I'm not'

If the question uses the optional light-stressed particle *có* (*Ông có bận không?*), then the affirmative answer will be *Có bận* 'Yes, I am' with stress on *có*.

1. 7. Greetings. The greeting phrase made up of *chào* followed by the appropriate second-person pronoun is used at any time of the 24-hour period — when meeting a person and when taking leave. Thus there is no literal equivalent for 'Good morning' or 'Good afternoon' or 'Good evening' in Vietnamese.

1. 8. Titles. *Òng* 'you' and *cỏ* 'you' when followed by
a proper name — family name for Westerners and *first* name
for Vietnamese — are translated respectively ' *Mr.* (So-and-so) '
and ' *Miss* (So-and-so) '.

1. 9. The phrase *Không dám* (Lit. 'I do not dare—accept
your greetings or thanks or compliments') is used in response
to a greeting, a « Thank you » or a laudatory comment.

PART V. PRONUNCIATION *

In pronunciation drills, you are to listen carefully to the words
or word sequences in each practice, then try to imitate them as exactly
as possible. Do not hesitate to mimic even the gestures which you see,
for they are part of the language, too.

When two sounds are contrasted, here is how a drill can be con-
ducted, taking for instance Practice 1 of this lesson :

1	2
năm	*nam*
tăm	*tăm*
căm	*căm*

(1) First of all, the teacher can write on the blackboard the two
columns containing sounds which stand in opposition and make different
meanings. Then the teacher can pronounce pairs like *năm-nam*, *năm-năm*,
etc., and ask the class whether the two syllables are the same or different.

(2) Then, the teacher can say individual syllables from either
column, *năm*, *tăm*, *căm*, etc., and ask the class whether each of them
belongs to Column 1 or Column 2.

(3) Then, the teacher can put on the blackboard syllables in three
columns, thus :

1	2	3
năm	*nam*	*năm*

then ask the class which two are alike. (The answer here is « one and
three ».)

When repeated several times, this sort of drill procedure will help
the students keep apart those sounds which are different.

Next, to assist accurate sound production, the teacher can pronounce
a syllable from Column 1, then ask the whole class or individual members
of the class to give the corresponding sound from Column 2 ; and vice
versa.

1	2		1	2
năm	?		?	*nam*
tăm	?		?	*căm*

The students can then be asked to say in unison such pairs as *năm :*
nam ; *tăm : tăm* ; *căm : căm* or *nam : năm* ; *tăm : tăm* ; *căm : căm*.

---

* *The student is not required to memorize all the illustrations. Only the voca-*
bulary items presented in alphabetical order in the lesson are to be memorized.

Practice 1. /a/ *versus* /a/. The short /a/ sound is represented in the conventional orthography by the letter with a « saucer » (ă) on top or by the plain « a ».   The long /a/ sound is written with the symbol *a*. Contrast :

năm	' five '	*Nam*	' [personal name] '
tắm	' to bathe '	*dám*	' to dare '
cắm	' to plant '	*cám ơn*	' to thank '
lắm	' very '	*chảo*	' to greet '
nay	' this '	*hai*	' two '

Practice 2. /ʌwŋ/ and /ayŋ/. Practice :

óng	' Mr. '	*anh*	' elder brother '
không	' not '	*mạnh*	' well in health '
bông	' cotton '	*nhanh*	' to be fast '
sông	' river '	*bánh*	' cake '

Practice 3.   *Tone Drill.*

(a)	óng ấy	' he '
	cỏ ấy	' she '
	không dám	' not at all '
(b)	cảm ơn	' thank you '
	chúng tôi	' we '
	chúng ta	' we '
(c)	như thường	' as usual '
	tôi chào	' I greet '
	tôi vào	' I enter '
(d)	khỏe	' strong '
	đỏ	' red '
	cỏ	' grass '
(e)	mạnh	' well '
	bận	' busy '

PART VI. TRANSLATION

(Listen once, then write down Hand in translation later)

1. *Chào ông.* 2. *Không dám, chào cô.* 3. *Cô mạnh không ?*
4. *Cám ơn, tôi mạnh.* 5. *Còn ông Brown có mạnh không ?*
6. *Ông ấy mạnh lắm.* 7. *Ông bận à ?* 8. *Cô không mệt à ?*
9. *Tôi bận lắm.* 10. *Tôi không mệt.* 11. *Ông ấy bận lắm.*
12. *Cô ấy không khỏe lắm.* 13. *Chúng tôi bận lắm.* 14. *Ông*
ấy không tốt. 15. *Chúng tôi không mệt lắm.* 16. *Cô không*
bận lắm à ? 17. *Cô (có) bận lắm không ?* 18. *Ông Nam không*
bận lắm à ? 19. *Thưa ông, ông ấy không bận lắm.*

PART VII « WHAT WOULD YOU SAY » TEST

For each of the following situations, three sentences are given. Read all of
them aloud and check the one you think best fits th e situation. (Make sure you
understand the meaning of the other sentences, too).

1. You meet your friend Miss Thu in the street and
you say :

    a.　Chào cô ! Hôm nay cô mạnh không ?

    b.　Không dám, cám ơn cô.

    c.　Ông không mệt à ?

2. Mr. Nam says " hello " and you respond :

    a.　Cám ơn ông, hôm nay tôi mạnh.

    b.　Tôi không mệt lắm.

    c.　Không dám, chào ông.

3. You inquire after Mr. Hill's health and say :

    a.　Ông ấy mạnh khỏe như thường.

    b.　Cô ấy không mệt lắm.

    c.　Ông ấy có mạnh khỏe không ?

4. You ask Miss Thu about her health, and she replies :

   a.   *Cám ơn ông, tôi mạnh khỏe như thường.*

   b.   *Cám ơn cô, tôi không khỏe lắm.*

   c.   *Hôm nay tôi không bận.*

5. Someone says "Thank you " and you respond :

   a.   *Không mạnh.*

   b.   *Không tốt.*

   c.   *Không dám.*

6. Someone has done your family a favor, and you say :

   a.   *Tôi cám ơn ông lắm.*

   b.   *Chúng tôi cám ơn ông lắm.*

   c.   *Thưa không dám, chào ông.*

LESSON TWO 2
Numbers. Classifiers

PART I. CONVERSATION

(Cô Green, ông Brown và ông Nam)

Brown, Green

1. Good morning!

   Chào ông !

   Nam

2. Good morning !

   Chào cô ! Chào ông !

   Brown

3. How are you today ?

   Hôm nay
   ông mạnh không ?

   Nam

4. Thank you, I'm fine.

   Cám ơn ông,
   tôi mạnh.

5. And you two ?

   Còn cô và ông,
   có mạnh không ?

   Green

6. Thank you, I'm fine.

   Thưa cám ơn ông,
   tôi mạnh.

   Brown

7. I'm also fine as usual, thanks.

   Tôi cũng mạnh khỏe như
   thường,
   cám ơn ông.

   Nam

8. Very good !

   Tốt lắm !

9. Today we'll learn how to count in Vietnamese.

   Hôm nay
   chúng ta học đếm
   bằng tiếng Việt-Nam.

10. Miss Green, please read after me : 1, 2, 3, 4, 5.

    Cô Green,
    xin cô đọc theo tôi :
    một, hai, ba, bốn, năm.

Green

[repeats after teacher]   [đọc theo]

Nam

11. Mr. Brown, please count
     with me : 1, 2, 3, 4, 5.

     Ông Brown,
     xin ông đếm theo tôi :
     một, hai, ba, bốn, năm.

Brown

[repeats after teacher]   [đọc theo]

Nam

12. Miss Green, 6, 7, 8, 9, 10.

     Cô Green !
     sáu, bảy, tám, chín,
     mười.

Green

[repeats]   [đọc theo]

Nam

13. Please repeat !   Xin cô nhắc lại.

Green

14. 6, 7 8, 9, 10.

     Sáu, bảy, tám, chín,
     mười.

Nam

15. Very good !   Tốt lắm !

16. Please repeat from the
     beginning !

     Xin cô nhắc lại từ đầu.

Green

17. 1, 2, 3, 4, 5, 6, 7, 8, 9, 10.

     Một, hai, ba, bốn, năm,
     sáu, bảy, tám, chín,
     mười.

Nam

18. Mr. Brown, please repeat
     from 1 to 10.

     Ông Brown, xin ông
     nhắc lại
     từ một đến mười.

Brown

19. 1, 2, 3, 4, 5, 6, 7, 8, 9,
     10.

     Một, hai, ba, bốn, năm,
     sau, bảy, tám, chín,
     mười.

Nam

| 20. | Very good! | Tốt lắm. |

21. Now we count to see how many tables there are in this room : 1, 2, 3, 4, 5, 6.

Bây giờ chúng ta đếm xem trong buồng này có bao nhiêu cái bàn : 1, 2, 3, 4, 5, 6.

22. Six tables !

Sáu cái bàn !

23. Mr. Brown, how many tables are there in this room ?

Ông Brown, trong buồng này, có bao nhiêu cái bàn ?

Brown

24. There are six tables in this room.

Trong buồng này, có sáu cái bàn.

Nam

25. Correct !

Đúng.

26. Miss Green, please count the chairs in the study room.

Cô Green, xin cô đếm xem, trong buồng học có bao nhiêu ghế.

Green

27. 1, 2, 3, 4, 5, 6, 7. Seven chairs.

1, 2, 3, 4, 5, 6, 7. Bẩy cái ghế !

Nam

28. That's not correct !

Không đúng.

29. Please count again.

Xin cô đếm lại.

Green

30. 1, 2, 3, . . . Oh! Eight of them.

1, 2, 3, . . . À, tám cái.

Nam

31. Absolutely right ! Thank you.

Đúng lắm, cám ơn cô.

Green

32. You are welcome.

Không dám.

PART II. VOCABULARY

ba	NU	*three*
bàn	N	*table CL cái*
bao nhiêu	NU	*how much ? how many ?*
bằng	CV	*by means of, with, by, in*
bây giờ	MA	*now*
bảy	NU	*seven*
bốn	NU	*four*
buồng	N	*room*
cái	CL	*[CL for non-living things]*
chín	NU	*nine*
chúng ta	PR	*we [inclusive] / us*
có	V	*to have, own, possess; there is/are*
cũng	A	*also*
đầu	N	*beginning*
đếm	FV	*to count*
đến	V/CV	*to reach, arrive (at) / to, until*
đọc	FV	*to read [aloud]*
đúng	SV	*to be correct, be accurate*
ghế	N	*chair CL cái*
hai	NU	*two*
học	FV	*to study, learn (how to)*
lại	A	*again, over*
một	NU	*one*
mười	NU	*ten*
năm	NU	*five*
nào	SP	*which ?*

nay	SP	*this / these*
nhắc lại	FV	*to repeat*
sáu	NU	*six*
tám	NU	*eight*
theo	FV	*to follow*
tiếng	N	*language*
trong	CV	*in*
từ	CV	*from, since*
xem	FV	*to see, watch*
xin	FV	*to ask, beg / please*
Việt-Nam	N	*Vietnam / Vietnamese*
1		một
2		hai
3		ba
4		bốn
5		năm
6		sáu
7		bảy
8		tám
9		chín
10		mười

PART III. PATTERN DRILL

A. NUMERATED NOUNS.

Pattern :

	NU	CL	N

| *I have one table.* | Tôi | có | một | cái | bàn. |
| | Chúng tôi | | hai | | ghế. |

Chúng ta	có	ba	cái
Ông ấy		bốn	
Cô ấy		năm	
Ông		sáu	
Cô		bảy	
		tám	
		chín	
		mười	
		bao nhiêu	

B. SPECIFIED NOUNS

Pattern :

(NU)	CL	N	SP

this one table

một	cái	bàn	này
hai		ghế	ấy
ba		hòm	nay
bốn		ông	
năm		cô	
etc.			

C. POSITION OF 'CŨNG'

Pattern :

cũng	(không)	SV	(lắm)

I'm also (not) (very) busy

Tôi	cũng	(không)	bận	(lắm)
Chúng tôi			khỏe	
Ông ấy			mạnh	
Cô ấy			mệt	
			tốt	
			đúng	

FLUENCY DRILL

Tôi bận.

Tôi không bận.

Tôi không bận lắm.

Chúng tôi không bận lắm.

Chúng tôi cũng không bận lắm.

Cô Green và chúng tôi cũng không bận lắm.

Hôm nay cô Green và chúng tôi cũng không bận lắm.

Thưa ông, hôm nay cô Green và chúng tôi cũng không bận lắm.

PART IV. GRAMMAR NOTES

2. 1. Numerated nouns. To indicate quantity or number, a noun is preceded by the numerator (NU) and the classifier (CL), as in the following :

> *Tôi có hai cái bàn*   'I have two tables'.
>
> *Ông ấy có bốn cái ghế*   'He has four chairs'.

2. 2. Classifiers. A numeral classifier (CL) is a word which may be preceded by a numerator (NU) and followed by a noun (N). The Vietnamese phrase is comparable to such English phrases as «a piece of string», «a pair of shoes», etc. The most frequently found classifier is *cái*, used with nouns denoting inanimate things. Ex. :

> Q. *Ông có bao nhiêu cái bàn ?*
>
>   'How many tables do you have ?'
>
> A. *Tôi có ba cái (bàn).*
>
>   'I have three.'

In the answer given above, *bàn* can be left out since the numerated noun is understood,

2. 3. Non-classified nouns. Some nouns do not require a classifier at all. For example, *hôm* 'day', *ông* 'gentleman', *cô* 'young lady' in the phrase :

hai hôm	'two days'
ba ông	'three gentlemen'
bốn cô	'four young ladies'

2. 4. Specified nouns. Like *nay* and *ấy* (1.2), *nào* 'which ?' and *này* 'this' follow the noun which is specified or modified. If the noun is both numerated and specified the order is NU + CL + N + SP. Examples :

hai cái ghế nào ?	'which two chairs ?'
ba cái bàn này ?	'these three tables'
bốn hôm nay ?	'these past four days'
năm cái ghế ấy ?	'those five chairs'

2. 5. Adjectives and adverbs. A stative verb (1.3) can be analyzed as an ' adjective ' if it follows a noun and the modified-modifier relationship is apparent. It can also serve as adverb modifying a verb, an adjective or another adverb.

Examples :

Ông ấy đúng.	'He is right'.
Ông ấy đọc đúng	'He pronounces it right'.

2. 6. Lại : Again vs. Over. The word *lại*, when preceding the (main) verb, means 'again' in the sense that the action is resumed after some interruption. But when it follows the verb, *lại* means 'over' with the understanding that the action was not successful or satisfactory the first time. Note the contrast between :

lại học 'resumes studying' and *học lại* **'reviews'**
lại đọc 'resumes reading'   *đọc lại* **'reads over'**
lại đếm 'resumes counting'   *đếm lại* **'counts again'**

2. 7. Exclusive 'We' vs. Inclusive 'We'. *Chúng tôi*
(1.5) means ' (he, she, they and I) we' whereas *chúng ta*
means '(he, she, they, *You* and I) we'. In the first case the per-
son spoken to is not included. In the phrase *chúng ta*, the
hearer is included.

2. 8. Also, too, either. Cũng. The adverbial particle
cũng precedes the verb or verb series. It is translated variously
'also', 'too', or 'either'. Examples :

Cô ấy bận   'She is busy.'
Tôi cũng bận   'I am also busy.'
Ông ấy không bận lắm 'He is not very busy.'
Tôi cũng không bận lắm 'I'm not very busy either.'

PART V PRONUNCIATION

Practice 4. /k/ *vs.* /x/. Practice the pronunciation of the fol-
lowing pairs, making sure that there is no aspiration after /k/
and also that there is friction in the sound /x/ :

cái	'thing'	*khai*	'to declare'
có	'yes'	*khó*	'difficult'
công	'wages'	*không*	'not'
cũng	'also'	*khung*	'frame'
kêu	'to shout'	*khêu*	'to raise [wick]'
kinh	'afraid'	*khinh*	'to despise'

Practice 5. /t/ *vs.* /d/. Practice the pronunciation of
voiceless and voiced stops as in the following pairs :

lốt	'good'	*đốt*	'to light'
tầu	'ship'	*đầu*	'head'
têm	'to make betel'	*đếm*	'to count'
tên	'name'	*đến*	'to arrive'
tóc	'hair'	*đọc*	'to read'
túng	'hard up'	*đúng*	'accurate'

Practice 6. */t/ vs. /th/.* Note the aspiration in the words spelled with *th-*, as in English *toy, Tom, taught,* and the lack of aspiration in the words spelled with *t-*, as in English *stoic, stew, sty.*

tôi	'I'	*thôi*	'to stop'
tốt	'good'	*thốt*	'to utter'
tám	'eight'	*thám*	'to spy'
teo	'desolate'	*theo*	'to follow'
tiếng	'noise, language'	*thiêng*	'powerful'
từ	'from'	*thư*	'letter'

Practice 7. *Tone Drill.*

(a)	*bây giờ*	'now'
	tôi chào	'I greet'
	như thường	'as usual'
(b)	*bảy buồng*	'seven rooms'
	khoẻ rồi	'well already'
	ở đời	'in this world'
(c)	*tôi cũng đi*	'I'm going too'
	ai cũng ăn	'Everyone eats'
	cô cũng đi	'You're also going'
(d)	*bốn cái ghế*	'four chairs'
	tám cái ghế	'eight chairs'
	sáu cái ghế	'six chairs'

PART VI. TRANSLATION

(Listen once, then write down. Hand in translation later)

1. Chào cô, cô mạnh không ? 2. Thưa cám ơn ông. tôi mạnh. 3. Còn ông, ông có mạnh không ? 4. Thưa cám ơn cô, tôi mạnh như thường. 5. Tôi bận lắm, ông ạ. 6. Tôi cũng bận lắm. 7. Ông Brown tốt lắm. 8. Ông Nam cũng tốt lắm. 9. Ông ấy không bận lắm. 10. Cô ấy cũng không bận lắm. 11. Cô Green cũng mạnh khỏe như thường. 12. Chúng tôi học đếm bằng tiếng Việt-Nam. 13. Chúng ta học đếm bằng tiếng Việt-Nam. 14. Xin cô đọc theo tôi. 15. Xin cô đếm theo tôi. 16. Xin cô nhắc lại. 17. Xin ông nhắc lại từ đầu 18. Bây giờ chúng ta đếm bằng tiếng Việt-Nam. 19. Xin ông đếm lại. 20. Trong buồng này có bao nhiêu cái bàn ? 21. Trong buồng này có mười cái bàn. 22. Mười cái bàn à ? Không đúng. 23. Chín cái bàn. 24. Trong buồng học có bao nhiêu cái ghế ? 25. Cũng chín cái ghế. 26. Cám ơn ông. 27. Không dám. Chào ông.

PART VII. « WHAT WOULD YOU SAY » TEST

1.   The even numbers up to ten are :

   a.   *một, hai, ba, bốn, mười.*

   b.   *một, ba, năm, bảy, chín.*

   c.   *hai, bốn, sáu, tám, mười.*

2.   The odd numbers smaller than ten are :

   a.   *một, ba, năm, bảy, chín.*

   b.   *một, năm, bảy, chín, mười một (ten and one)*

   c.   *năm, sáu, bảy, tám, chín.*

3.   On the left are given four pairs of numbers. The sum of each pair is given on the right, but not opposite the

pair which adds up to give it. Show which total goes with which pair.

    a. hai　　　bảy　　　mười.
    b. năm　　ba　　　năm.
    c. ba　　　hai　　chín.
    d. bốn　　sáu　　tám.

4.　How many months are there in a year ?

    a. hai.
    b. mười hai, (ten and two)
    c. chín.

5.　How many days are there in a week ?

    a. bảy.
    b. ba.
    c. năm.

6.　Your teacher asks you to count from one to ten, and you say :

    a. mười, chín, tám, bảy, sáu, năm, bốn, ba, hai, một.
    b. một, ba, năm, bảy, chín, mười một, mười ba.
    c. một, hai, ba, bốn, năm, sáu, bảy, tám, chín, mười

7.　You ask your teacher (a lady) to repeat from the beginning and say :

    a. Xin cô nhắc lại từ đầu.
    b. Xin cô nhắc lại.
    c. Xin ông đếm lại.

LESSON THREE 3
Ordinal Numbers

PART I. CONVERSATION

(Cô Green, ông Brown và ông Nam)

Brown, Green

1. Good morning !

Chào ông !

Nam

2. Good morning ! Good morning !

Không dám ! Chào cô ! Chào ông !

3. Which lesson do we have today ?

Hôm nay chúng ta học bài nào ?

Brown

4. Today we study the 4th lesson.

Thưa ông, hôm nay chúng ta học bài thứ tư.

Nam

5. Miss Green, have you studied the 3rd lesson ?

Cô Green, cô học bài thứ ba chưa ?

Green

6. Not yet.

Thưa ông chưa.

7. I haven't yet studied the 3rd lesson.

Tôi chưa học bài thứ ba.

Nam

8. Haven't you ?

Cô chưa học bài thứ ba à ?

Green

9. No.

Vâng.

10. Because I was very busy yesterday.

Vì hôm qua tôi bận lắm.

Nam

11. How about Mr. Brown ? Have you studied the 3rd lesson ?

Còn ông Brown, ông học bài thứ ba chưa ?

Brown

12. Yes, I have.

Thưa ông, tôi học rồi.

13. I studied the first and second lessons yesterday.

Hôm qua tôi học bài thứ nhất và bài thứ nhì.

14. Today I studied the 3rd lesson.

Hôm nay tôi học bài thứ ba.

Nam

15. Which lesson is short ?

Bài nào ngắn ?

16. Which is long?

Bài nào dài ?

Brown

17. The 1st and the 2nd are short.

Bài thứ nhất và bài thứ nhì ngắn.

18. The 3rd one is long.

Bài thứ ba dài.

Nam

19. How many words does the 1st lesson have ?

Bài thứ nhất có bao nhiêu chữ ?

20. Have you counted ?

Có đếm chưa ?

Green

21. Yes, I have.

Tôi đếm rồi.

22. It has 30 words.

Có ba mươi chữ.

Nam

23. Really ?

Thế à ?

24. Is it difficult ?

Có khó không ?

Green

25. Not very difficult.

Thưa ông, không khó lắm.

26. Not very difficult, but not very easy either.

Brown

Không khó lắm, nhưng cũng không dễ lắm.

27. Right !

Nam

Phải rồi.

28. Now, Miss Green, would you count the pages of this book ?

xin cô Green đếm xem, quyển sách này có bao nhiêu trang.

Green

29. 1, 2, 3, 4, 5..., 46.

Một, hai, ba, bốn, năm... bốn mươi sáu.

30. This book has **exactly** forty-six pages.

Quyển sách này có đúng bốn mươi sáu trang.

Nam

31. Very good !

Đúng lắm.

32. Now Mr. Brown.

Đến ông Brown.

33. How many doors and windows does this room have ?

Buồng này có mấy cái cửa ?

Brown

34. Two doors and five windows.

Hai cửa ra vào và năm cửa sổ

Nam

35. Which one is big ?

Cửa nào lớn ?

Green

36. This one is big.

Cửa này lớn.

Nam

37. Which one is small ?

Cửa nào nhỏ ?

Green

38. That one over there is small.

Cửa kia nhỏ.

PART II. VOCABULARY

bài	N	lesson
chữ	N	(written) word
chưa	P	[negative prefix] not yet
chưa ?	P	yet ?
cửa	N	door, window, opening CL cái
cửa ra vào	N	door, CL cái
cửa sổ	N	window CL cái
dài	SV	to be long
dễ	SV	to be easy
đến	FV	to come, arrive
hôm qua	MA	yesterday
khó	SV	to be difficult
kia	SP	other, that / those, yonder
lăm	NU	*five*, in mười lăm '15', hai mươi lăm / nhăm '25'. Cf. năm, nhăm.
lớn	SV	to be large, big
mấy	NU	how many ?
mốt	NU	one, in hai mươi mốt '21'. Cf. một.
mươi	NU	ten [when numerated, as in hai mươi '20']. Cf. mười.
ngắn	SV	to be short
nhăm	NU	*five*, in hai mươi nhăm / lăm '25'. Cf. năm, lăm.
nhỏ	SV	to be small
nhưng	C	but
phải	SV	to be correct, right

quyển	CL	[*CL for books*]
ra	FV	*to go out, exit*
rồi	P	*already*
sách	N	*book CL* quyển
thứ	N	*kind, sort ; order ;* [*prefix indicating ordinal numbers*].
thứ hai	SP	*second*
thứ nhất	SP	*first. Cf.* một.
thứ nhì	SP	*second. Cf.* thứ hai.
thứ tư	SP	*fourth. Cf.* bốn.
thế à	I	*is that so ? really ?*
trang	N	*page*
tư	NU	*four, in* ba mươi tư *'34'. Cf.* bốn.
vào	FV	*to go in, enter*
vâng	FV	*to obey / yes (, you are right)*
vì	C	*because, since.*

PART III. PATTERN DRILL

A. ORDINAL NUMBERS

Pattern :

N	thứ	NU

I studied the first lesson

			thứ	
Tôi	học	bài	thứ	nhất
Cô	học	chữ		nhì / hai
Chúng ta học				ba
Chúng tôi học				tư
				năm
				sáu
				mười

B.   CARDINAL NUMBERS

một	1	mười một	11
hai	2	mười hai	12
ba	3	mười ba	13
bốn	4	mười bốn	14
năm	5	mười *lăm*	15
sáu	6	mười sáu	16
bảy	7	mười bảy	17
tám	8	mười tám	18
chín	9	mười chín	19
mười	10	hai *mươi*	20
		mười	10
hai	2	hai mươi	20
ba	3	ba mươi	30
bốn	4	bốn mươi	40
năm	5	năm mươi	50
sáu	6	sáu mươi	60
bảy	7	bảy mươi	70
tám	8	tám mươi	80
chín	9	chín mươi	90
		hai mươi *mốt*	21
		hai mươi hai	22
		hai mươi ba	23
		hai mươi bốn	24
		hai mươi *lăm*	25
		hai mươi sáu	26
		hai mươi bảy	27
		hai mươi tám	28
		hai mươi chín	29
		ba mươi	30

ba mươi *tư*	(34)	cái bàn
bốn mươi bảy	(47)	cái ghế
năm mươi sáu	(56)	chữ
sáu mươi hai	(62)	bài
bảy mươi lăm	(75)	quyển sách
tám mươi tám	(88)	
chín mươi ba	(93)	

C. «HOW MANY» QUESTIONS

How many tables do you have?

Ông	có	mấy	cái bàn ?
Cô		bao nhiêu	cái ghế ?
			quyển sách ?

[*The students can take turns answering* « *I have
so many cái bàn, cái ghế, quyển sách* »]

D.   QUESTION WITH *CHƯA* AND ANSWER TO IT

Pattern 1 : | Subject   Verb   (Object)   chưa ? |

Have you studied your lesson yet?

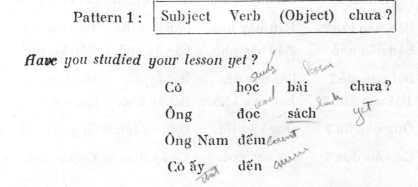

Cô	học	bài	chưa ?
Ông	đọc	sách	
Ông Nam	đếm		
Cô ấy	đến		

Pattern 2 : | Subject   chưa   Verb |

I haven't studied my lesson yet.

Tôi	chưa	học bài
Ông Nam		đọc sách
Cô ấy		đếm
		đến

Pattern 3 : | Subject   Verb   rồi |

I already studied my lesson.

Tôi	học bài	rồi
Ông Nam	đọc sách	
Cô ấy	đếm	
	đến	

E.   ANSWERS USING SPECIFIERS

1. **Cái nào dài?**   Cái này dài.   Cái ấy dài.   Cái kia dài.
    Cái nào ngắn?   Cái này ngắn.   Cái ấy ngắn.   Cái kia ngắn.

2. **Bàn nào lớn?**   Bàn này lớn.   Bàn ấy lớn.   Bàn kia lớn.
    Bàn nào nhỏ?   Bàn này nhỏ.   Bàn ấy nhỏ.   Bàn kia nhỏ.

3. **Bài nào dễ?**   Bài này dễ.   Bài ấy dễ.   Bài kia dễ.
    Bài nào khó?   Bài này khó.   Bài ấy khó.   Bài kia khó.

4. **Ông nào tốt?**   Ông này tốt.   Ông ấy tốt.   Ông kia tốt.

5. **Cô nào đọc?**   Cô này đọc.   Cô ấy đọc.   Cô kia đọc.

6. Ông nào đọc đúng? Ông này đọc đúng. Ông ấy đọc đúng.

    Ông kia đọc đúng.

7. Cô nào học tiếng Việt-Nam? Cô này học tiếng Việt-Nam.

                    Cô ấy học tiếng Việt-Nam.

                    Cô kia học tiếng Việt-Nam.

FLUENCY DRILL

(a) 1, 2, 3, 4, 5, 6, 7, 8, 9, 10.

(b) 10, 9, 8, 7, 6, 5, 4, 3, 2, 1.

(c) 5, 10, 15, 20, 25, 30, 35, 40, 45, 50, 55, 60, etc.

(d) 1, 3, 5, 7, 9, 11, 13, 15, 17, 19, 21, 23, etc.

(e) 2, 4, 6, 8, 10, 12, 14, 16, 18, 20, 22, 24, etc.

PART IV. GRAMMAR NOTES

3. 1. Cardinal numbers. We have seen the single words for the units from 1 to 10 : *một, hai, ba, bốn, năm, sáu, bảy. tám, chín, mười.*

The tens from 20 to 90 are indicated by the unit numbers from 2 to 9 preceding *mươi*; e. g. *bốn mươi* '40'.

The numbers between the tens are indicated by adding to the appropriate word or words for the ten (*mười, hai mươi, ba mươi,* etc.) a unit from 1 to 9.

The unit numeral for '1' is *mốt* (not *một*) after *mươi*. *Lăm* substitutes for *năm* '5' in '15'. From 25 up, the substitue for *năm* may be either *lăm* or *nhăm*. From 24 up, *tư* optionally replaces *bốn* '4'.

3. 2. Ordinal numbers The phrase consisting of the noun *thứ* followed by a cardinal number indicates an ordinal number. But *nhất* substitutes for *một* 'one', *tư* for *bốn* '4', and *nhì* optionally for *hai* '2'. (Neither *nhất* nor *nhì* occur in the series above 10, however : *thứ mười một* 'eleventh', *thứ ba mươi hai* 'thirty-second.')

3. 3. Particle Chưa. Yet? Not yet. Already. The final particle *chưa?* ends a question expecting a yes-or-no answer about an action or state which may already have happened or may not yet. *Ông ấy đến chưa?* 'Has he arrived yet?' Possible answers are *Ông ấy chưa đến.* 'Not yet.', or *Ông ấy đến rồi.* 'He has arrived.' Note that *rồi* occurs after the main verb, whereas *chưa* occurs before the main verb in the answer. Cf. *không* (1, 5).

3. 4. Mấy? and Bao nhiêu? How many? The question word *mấy* expects only a small number in reply, maybe less than 10. *Bao nhiêu* 'how many? how much? what quantity?' imposes no limit on the number expected in the answer. Examples :

> *Ông có mấy quyển sách học tiếng Việt-Nam?*
> 'How many Vietnamese books do you have?'
> *Ông có l ɩo nhiêu (quyển) sách?*
> 'How many books do you have?'

Answer : *Tôi có ba quyển sách học tiếng Việt-Nam.*
> 'I have three Vietnamese books.'
> *Tôi có bảy mươi quyển sách.*
> 'I have seventy books,'

Note that a question word occupies the same position as the word which replaces it in the reply.

3. 5. Particle Vâng. The verb *vâng* ' to obey ' is used to acknowledge the other person's utterance. It can be rendered in English as ' Yes, you are right. ' or ' No, you are right. '

Examples :

Ông mệt à ?	Are you tired ?
— *Vâng, tôi mệt.*	— Yes, I am.
Cô không mệt à ?	Aren't you tired, Miss ?
— *Vâng, tôi không mệt.*	— No, I am not.
Cô chưa học chữ ấy à ?	Haven't you studied that word ?
— *Vâng, tôi chưa học.*	— No, I haven't yet.

PART V. PRONUNCIATION

Practice 8. /awk/ and /awɔ/. Practice the following words :

(a)			(b)		
đọc	' to read '		*ong*	' bee '
học	' to study '		*mong*	' to hope '
tóc	' hair '		*cong*	' curved '
mọc	' to grow '		*bong*	' to loosen up '
nhọc	' tired '		*đong*	' to measure '
khóc	' to weop '		*phong*	' envelope '

Practice 9. /ʌw/ and /ʌy/. Practice the following words :

(a)			(b)		
đầu	' head '		*đây*	' here '
mầu	' color '		*đấy*	' there '
đâu	' where '		*bây giờ*	' now '
nâu	' brown '		*bảy*	' seven '
tâu	' to report '		*cây*	' tree '
câu	' sentence '		*tây*	' west '

Practice 10. /iʌ, uʌ, ɯʌ/. Practice the following words :

(a) *kia*　'there'　　　　(b) *mua*　'to buy'
　　chia　'to divide'　　　　*cua*　'crab'
　　tia　'jet, ray'　　　　*chua*　'acid, sour'
　　mía　'sugar cane'　　　　*búa*　'hammer'
　　vía　'life principle'　　　　*tua*　'tassel'

(c) *cưa*　'to saw'
　　cửa　'door'
　　chưa　'not yet'
　　mưa　'rain'
　　đưa　'to hand over'

Practice 11. Initial / m n ñ ŋ /. Practice the following words :

(a) *mạnh*　'well'　　　　(b) *nanh*　'teeth'
　　mấy　'a few'　　　　*nảy*　'this'

(c) *nhanh*　'fast'　　　　(d) *Nga*　'Russia'
　　nhỏ　'small'　　　　*ngắn*　'short'
　　nhăm　'five'　　　　*ngủ*　'to sleep'
　　nhìn　'to look'　　　　*nghi*　'to suspect'

PART VI. TRANSLATION

(Listen once, then write down. Hand in translation later).

1. *Mười, hai mươi, ba mươi, bốn mươi.* 2. *Một, mười một, hai mươi mốt, ba mươi mốt,* 3. *Năm, mười lăm, hai mươi lăm, ba mươi lăm.* 4. *Bốn, mười bốn, hai mươi bốn, ba mươi tư.* 5. *Hôm nay chúng ta học bài nào ?* 6. *Hôm nay chúng ta học bài thứ ba.* 7. *Hôm qua chúng ta học bài nào ?* 8 *Hôm qua chúng ta học bài thứ hai.* 9. *Bây giờ chúng ta đọc chữ nào ?* 10. *Bây giờ chúng ta đọc chữ « bàn ».* 11. *Hôm nay chúng tôi*

học bài thứ năm. *12. Chúng tôi học bài thứ ba rồi. 13. Ông học
bài chưa ? 14. Tôi chưa học bài. 15. Ông chưa học bài à ?
16. Vâng, tôi chưa học bài. 17. Hôm qua cô Green có bận lắm
không ? 18. Hôm qua cô ấy bận lắm. 19. Bài nào ngắn ? 20. Bài
này ngắn. 21. Trang nào dài ? 22. Trang ấy dài. 23. Sách nào
tốt ? 24. Sách này tốt. 25. Bài này có bao nhiêu chữ ? 26. Bài
này có ba mươi mốt chữ. 27. Buồng này có mấy cái cửa ?
28. Buồng này có đúng sáu cái cửa. 29. Phải rồi ! Đúng lắm !
30. Bài này khó à ? 31. Vâng, khó lắm. 32. Tiếng Việt-Nam dễ
lắm à ? 33. Vâng, dễ lắm. 34. Ông Nam có bận lắm không ?
35. Ông ấy bận như thường. 36. Hôm qua tôi không mệt, nhưng
hôm nay tôi mệt lắm. 37. Cô Thu khỏe mạnh như thường.
38. Tốt lắm.*

PART VII « WHAT WOULD YOU SAY » TEST

1. You ask which lesson your group is going to study
today, and you say :

    a.   Hôm nay tôi học bài nào ?

    b.   Hôm nay chúng ta học bài nào ?

    c.   Hôm nay chúng ta học bài này.

2. You ask Miss Green if she has studied Lesson **2.**
You say :

    a.   Cô chưa học bài thứ ba.

    b.   Cô chưa học bài thứ nhì.

    c.   Cô học bài thứ nhì chưa ?

3. She answers 'not yet' and gives a reason :

    a.   Tôi chưa học bài thứ nhì vì hôm qua tôi bận lắm.

    b.   Tôi chưa học bài thứ nhì và bài thứ ba.

    c.   Tôi không học bài thứ nhì.

4. You ask how many lessons the book contains :

    a.   *Quyển sách này có bao nhiêu bài ?*

    b.   *Quyển sách này có bao nhiêu trang ?*

    c.   *Bài nào khó.*

5. You want to know whether Vietnamese is difficult, and you ask :

    a.   *Tiếng Việt-Nam khó à ?*

    b.   *Tiếng Việt-Nam có dễ không ?*

    c.   *Tiếng Việt-Nam có khó không ?*

6. Someone said something right, and you respond :

    a.   *Tốt lắm.*

    b.   *Đúng lắm.*

    c.   *Khó lắm.*

7. Which of the following numbers is close to the population of Việt-Nam ? (in millions)

    a.   *hai mươi tám*

    b.   *bảy mươi hai*

    c.   *năm mươi sáu*

LESSON FOUR 4
Equative verb là. Question words

PART I. CONVERSATION

(Ông Brown gặp ông Nam)

		Brown	
1.	Hello, Mr. Nam.		*Chào ông Nam !*
		Nam	
2	Hello, Mr. Brown.		*Không dám,*
			chào ông Brown !
3.	**Where** are you going to ?		*Ông đi đâu đấy ?*
		Brown	
4.	I'm going for a walk.		*Thưa ông,*
			tôi đi chơi.
		Nam	
5.	Don't you go to work today ?		*Hôm nay ông không đi làm à ?*
		Brown	
6.	**No.**		*Thưa ông không.*
7.	How about you ? Where are you going to ?		*Còn ông, ông đi đâu ?*
		Nam	
8.	I'm going to the post-office.		*Tôi ra nhà giây thép.*
9.	Are you very busy?		*Ông có bận lắm không ?*
		Brown	
10.	Not very.		*Tôi không bận lắm.*
11.	How about you ?		*Còn ông ?*
		Nam	
12.	I'm pretty busy.		*Tôi khá bận.*

13. Where's Miss Green these days ?

Dạo này có Green đâu ?

14. She hasn't been going to school.

Cô ấy không đi học.

15. I haven't seen her these last few weeks.

Mấy tuần nay tôi không gặp cô ấy.

Brown

16. I haven't either, because she is very busy.

Tôi cũng không gặp, vì cô ấy bận lắm.

Nam

17. Busy doing what ?

Bận gì ?

Brown

18, She is going home soon.

Cô ấy sắp về nước.

Nam

19. Really ?

Thế à ?

20. She hasn't told me.

Cô ấy chưa bảo tôi.

21. When is she going back to the States ?

Bao giờ cô ấy về Mỹ ?

22. Do you know?

Ông biết không ?

Brown

23. She's going back to America at the end of this month.

Cuối tháng này cô ấy về Mỹ.

24. With Mr. Fox.

Cùng đi với ông Fox.

Nam

25. Who's Mr. Fox ?

Ông Fox là ai ?

26. I don't know him.

Tôi không biết.

Brown

27. Mr. Fox is a friend of hers.

Ông Fox là bạn cô ấy.

28. They worked in the same office before.

Hai người trước cùng làm một sở.

Nam

29. Really ?   *Thế à ?*

30. What's he doing now ?   *Ông ấy bây giờ làm gì ?*

Brown

31. He is the manager of a   *Ông ấy làm chủ hiệu*
    bookstore.   *sách.*

32. Don't you know that ?   *Ông không biết à ?*

Nam

33. No.   *Không.*

34. I haven't met him.   *Tôi chưa gặp ông ấy.*

35. Eh, how is Mr. Hill these   *À, còn ông Hill,*
    days ?   *dạo này*
                                     ông ấy có khoẻ không ?

Brown

36. He's fine as usual, but sad   *Ông ấy khỏe như thường,*
    because his wife is fre-   *nhưng buồn*
    quently ill.   *vì bà ấy ốm luôn.*

Nam

37. Where is she now ?   *Bà ấy bây giờ ở đâu ?*

Brown

38. In the States... San Fran-   *Bà ấy ở bên Mỹ..,*
    cisco.   *Cựu Kim-Sơn.*

39. Oh, I forgot to ask you.   *À,*
                                     tôi quên chưa hỏi ông.

40. What is Miss Thu doing   *Dạo này*
    these days ?   *có Thu làm gì ?*

Nam

41. I just saw her yesterday.   *Tôi vừa gặp cô ấy hôm*
                                     qua.

42. She invited me to come   *Cô ấy mời tôi đến chơi,*
    over, but I haven't had   *nhưng tôi chưa có thì*
    time.   *giờ.*

Brown

43. Say hello to her for me,
will you ?

Ông cho tôi hỏi thăm cô
Thu nhé !

Nam

44. I will, thank you.

Vâng,
cám ơn ông.

45. Oh, please remember to
tell Miss Green her Viet-
namese name is "Thanh".

À, xin ông nhớ bảo cô
Green
tên Việt-Nam của cô ấy
là Thanh nhé !

Brown

46. I'll remember.

Vâng, tôi sẽ nhớ.

Nam

47. Good bye, I'm going.

Chào ông.
Tôi đi.

Brown

48. Good bye.

Chào ông.

PART II. VOCABULARY

ai ?	QW	*who / whom ?*
bà	PR	*you [to a married woman]*
bà ấy	PR	*she [of a married woman]*
bạn	N	*friend CL người*
bao giờ ?	QW	*when ? what time ?*
bảo	V	*to say ; to say to, tell*
bên	N	*side*
bên Mỹ	PW	*in America*
biết	V	*to know ; to know how to*
buồn	SV	*to be sad*
của	CV/V	*of / to belong to*

cùng	CV	*to act together (with) / and*
cuối	N	*end*
Cựu-Kim-Sơn	N	*San Francisco*
cho	V	*to let, allow, permit*
chơi	V	*to play, amuse oneself (with)*
đi chơi	V	*to go out, go for a walk or visit*
đến chơi	V	*to come for a visit*
chủ	N	*owner, manager, boss*
dạo	N	*period, time [past]*
dạo này	MA	*these days, lately*
dây thép	N	*wire, telegram CL cái*
nhà dây thép	N	*post-office*
đâu ?	QW	*where ?*
đấy	SP	*there*
đi	V	*to go*
đi chơi	V	*to go out, go for a walk or visit*
đi học	V	*to go to school*
đi làm	V	*to go to work*
gặp	V	*to meet*
gì ?	QW	*what ?*
cái gì ?	N	*what ?*
hiệu	N	***store, shop***
hỏi	V	***to ask***
hỏi thăm	V	*to inquire after [somebody]*
khá	AV	*rather, pretty [precedes only SV]*
là	EV	*to be, equal, mean [so and so]*
làm	V/EV	*to work ; to be, function as, serve as*

đi làm	V	to go to work
luôn	A	frequently, often
mấy	NU	a few, some
mời	V	to invite
Mỹ	N	America, U. S. A. / American
nước	N	country, nation
người	N	person, individual, man, men people
nhà	N	house, building CL cái
nhà dây thép	N	post-office
nhé !	P	O.K. ? all right ?
nhớ	V	to remember
ốm	SV	to be ill, be sick
ở	V/CV	to live (at), be located (at) / in, at,....
quên	V	to forget
sắp	AV	to be about to, be going to
sẽ	AV	shall, will
sở	N	place of work, office
tên	N	name, given name
tên là	EV	to be called or named [so and so]
tuần	N	week
tháng	N	month
thì giờ	N	time
trước	CV/A	before, in front of, ahead of / before, previously
về	V	to come back (to), return (to)
với	CV	to act together (with) / and
vừa	AV	to have just, has just [done sthg]

PART III. PATTERN DRILL

A. EQUATIVE VERB

Pattern : | N EV N |

1. Ông là ai ?
   — Tôi là bạn ông Nam.

   Who are you ?
   — I am Mr. Nam's friend.

2. Ông Nam là ai ?
   — Ông Nam là chủ hiệu
   sách Việt-Nam.

   Who is Mr. Nam ?
   — Mr. Nam is the owner of
   the bookstore Viet-Nam.

3. Cái này là cái gì ?
   — Cái này là cái bàn.

   What's this ?
   — This is a table.

4. Cái ấy là cái gì ?
   — Cái ấy là cái ghế.

   What's that ?
   — That is a chair.

5. Cái kia là cái gì ?
   — Cái kia là quyển sách.

   What's that thing over there ?
   — That's a book.

6. Ông Hill là ai ?
   — Ông ấy là bạn tôi.

   Who is Mr. Hill ?
   — He is my friend.

7. Ông là người nước nào ?
   — Tôi là người Mỹ.

   What nationality are you ?
   — I am American.

8. Tên ông là gì ?
   — Tên tôi là Brown.

   What's your name ?
   — My name is Brown.

9. Tên Việt-Nam của ông là gì?
   — Tên Việt-Nam của tôi là
   Bảng.

   What's your Vietnamese name ?
   — My Vietnamese name is Bảng.

10. Cô kia tên (là) gì ?

    — Cô ấy tên là Green.

    What's the name of the young
    lady over there ?
    — She is Miss Green.

11. Nhà này là nhà ai ?
    — Nhà này là nhà cô Thu

    Whose house is this ?
    — This is Miss Th :

12. Sách này của ai ?
    — Sách này của tôi.

    Whose book is this ?
    — This book is mine.

B. WHAT ?

Pattern : | V (cái) gì ? | or | Cái gì V ? |

1. Ông học gì ?
   — Tôi học tiếng Việt-Nam.

   What are you studying ?
   — *I'm studying Vietnamese.*

2. Cô học gì ?
   — Tôi học tiếng Mỹ.

   What are you studying ?
   I'm studying American English.

3. Bà ấy đọc gì ?
   —Bà ấy đọc sách Việt-Nam.

   What is she reading ?
   — *She is reading a Vietnamese book.*

4. Ông ấy nói tiếng gì ?
   — Ông ấy nói tiếng Mỹ.

   What language does he speak ?
   — *He speaks American English.*

5. Cô ấy biết nói tiếng gì ?
   — Cô ấy biết nói tiếng Việt-Nam.

   What language can she speak ?
   —*She knows how to speak Vietnamese.*

6. Bà quên chữ gì ?
   — Tôi quên chữ này.

   What word did you forget ?
   — *I forgot this one.*

7. Cái gì dài ?
   —Cái bàn dài.

   What is long ?
   — *The table is long.*

C. WHERE ?

Pattern : | V (ở) đâu ? |

1. Ông Nam đàu ?
   — Ông Nam ở trong buồng học.

   Where's Mr. Nam ?
   — *Mr. Nam is in the study room.*

2. Cô đi đâu ?
   — Tôi (đi) ra nhà dây thép.

   Where are you going ?
   — *I'm going to the post-office.*

3. Bà ấy đi đâu ?
   — Bà ấy đi Mỹ.

   Where did she go ?
   —*She went to America.*

4. Bà Hill ở đâu ?
   — Bà ấy ở bên Mỹ.

   Where's Mrs. Hill ?
   — *She's in the United States.*

5. Bạn ông bây giờ ở đâu?
   — Bạn tôi bây giờ ở Cựu-Kim-Sơn.

   Where's your friend (living) now ?
   — *My friend is in San Francico now.*

6. Bà học tiếng Việt-Nam ở đâu ?
   — Tôi học tiếng Việt-Nam ở bên Mỹ.

   Where did you learn how to speak Vietnamese ?
   — *I studied Vietnamese in the States.*

7. Cô Thu làm ở đâu ?
   — Cô ấy làm ở sở tôi.

   Where does Miss Thu work ?
   — *She works in my office.*

D. WHEN ?

Pattern :

Subject Predicate bao giờ ?	(past)

Bao giờ Subject Precidate ?	(future)

1. Cô ấy đi Mỹ bao giờ ?

   When did she leave for America ?

   — Cô ấy đi Mỹ hôm qua.

   —*She left for America yesterday.*

2. Bao giờ cô ấy đi Mỹ ?
   — Cuối tháng này cô ấy đi Mỹ.

   When is she going to America ?
   — *At the end of this month.*

3. Bà ấy về Mỹ bao giờ ?

   When did she go back to the US ?

   —Bà ấy về Mỹ tuần trước.

   — *She went back last week.*

4. Bao giờ bà ấy về Mỹ ?

   When is she going back to the States ?

   — Cuối tuần này bà ấy về Mỹ.

   — *At the end of this week.*

5. Ông học tiếng Việt-Nam bao giờ ?
   — Đầu tháng trước.

   When did you learn Vietnamese ?
   — *Early last month,*

6. Bao giờ ông học tiếng Việt-
   Nam.
   — Tuần này.

   When are you going to study
   Vietnamese ?
   — This week.

7. Bà đến chơi nhà cô Thu
   bao giờ?
   — Hôm qua.

   When did you go to Miss Thu's
   house ?
   — Yesterday.

8. Bao giờ bà đến chơi nhà
   cô Thu ?
   — Hôm nay.

   When are you going to Miss
   Thu's house ?
   — Today.

E. AUXILIARY VERBS SẮP, SẼ, VỪA

Pattern : | Subject   sắp / sẽ / vừa   Verb |

Tôi	sắp	đọc sách Việt-Nam.
Chúng tôi	sẽ	đến chơi nhà cô Thu.
Chúng ta	vừa	học bài thứ năm.
Cô ấy		đến Cựu-Kim-Sơn.
Bà ấy		đi học bên Mỹ.
Ông ấy		đi làm bên Việt-Nam.

F. AUXILIARY VERB KHÁ

Pattern : | Subject   +   khá   +   SV |

'I'm pretty busy'

Tôi	khá	bận
Chúng tôi		mệt
Ông ấy		
Cô ấy		
Bà ấy		

'*This lesson is rather long*'

Bài này	khả dài
Bài ấy	ngắn
Bài thứ tư	
Cái bàn này	
Cái bàn ấy	
Cái ghế này	
Cái ghế ấy	

FLUENCY DRILL

Tôi học tiếng Việt-Nam.

Tôi học tiếng Việt-Nam ở Cựu-Kim-Sơn.

Cô Thanh và tôi học tiếng Việt-Nam ở Cựu-Kim-Sơn.

Cô Thanh và tôi trước học tiếng Việt-Nam ở Cựu-Kim-Sơn.

Thưa ông cô Thanh và tôi trước học tiếng Việt-Nam ở Cựu-Kim-Sơn.

PART IV. GRAMMAR NOTES

4. 1. Equative verb. Là. The verb *là* 'to be so-and-so' equates its subject with its object : it functions as the = sign between two members of an equation. Examples :

Ông F. là bạn cô G.   'Mr F. is a friend of Miss G.'

Tôi là bạn ông Nam.   'I'm Mr. Nam's friend.'

4. 2. Question words. Who ? what ? where ? when ? The question words occur in questions requiring the hearer to identify someone *(ai)*, something *(gì* or *cái gì)*, a place *(đâu)* or the time *(bao giờ)*. The rule about word order is : ask as you will be answered. Since the answer to this type of question is *Tôi là X.* 'I am X.' (and not 'X am I'), the same order is used in the question. Ex. :

Ai học tiếng Việt-Nam ?	Who studies Vietnamese ?
— *Tôi học tiếng Việt-Nam.*	— I do.
Ông Nam là ai ?	Who is Mr. Nam ?
— *Ông Nam là bạn tôi.*	— Mr. Nam is my friend.
Cô học gì ?	What are you studying ?
— *Tôi học tiếng Mỹ.*	— I'm studying (American) English.
Cái gì dài ?	What is long ?
— *Cái bàn dài.*	— The table is long.
Ông Nam đâu ?	Where is Mr. Nam ?
— *Ông Nam ở trong buồng này.*	— He's in this room.
Bao giờ bà đi Mỹ ?	When are you going to the U.S.?
— *Cuối tháng này tôi đi Mỹ.*	— At the end of this month.

4. 3. Time and modality. Auxiliary verbs Vừa, Sắp, Sẽ.
Such a Vietnamese sentence as *Ông Nam đi làm*, apart from
a context, is ambiguous as to time and modality. It can be
rendered : 'Mr. Nam is going/will go/went to work.' Only
context can indicate the time and the mode. If the speaker
wants to be specific, however, an auxiliary verb is used.
Examples :

Ông Nam vừa đi làm.	'Mr. Nam just went to work [or left for work].'
Ông Nam sắp đi làm.	'Mr. Nam is going to work [soon, in a while].'
Ông Nam sẽ đi làm.	'Mr. Nam will go to work.'

You should remember that the categories of tense and
mode — obligatory in English — are *not* carried by Vietnamese
verbs, unless there might be ambiguity.

4. 4. Auxiliary verb Khá. Stative verbs. The auxiliary
verb *khá* 'pretty, rather' can precede only stative verbs (See 1.3).

Examples :

> *Tôi khá mệt.*   'I'm pretty tired.'
>
> *Cô ấy khả bận.*   'She's rather busy.'

Khá is not found preceding a functive verb (FV) or a verb of action.

4. 5. Final particle Nhé ! The particle *nhé !* at the end of a sentence denotes the speaker's assumption that the order or proposal for action conveyed in the sentence is acceptable to the hearer :

> *Tôi đọc nhé !*   'Shall I read ?' or 'I'll read, shan't I ?'
>
> *Chúng ta đi nhé !*   'Let's go, shall we ?'
>
> *Ông đi trước nhé !*   'You go on ahead, O. K. ?'

4. 6. Verb Làm. In the sentence *Ông Nam làm chủ hiệu sách* 'Mr. Nam is the manager of a bookstore,' the object of the verb *làm* denotes a trade, an occupation or a role which is performed. More examples will come up in later lessons.

4. 7. Final particle Đấy ? This particle occurs at the end of sentences in which the subject is a second or third person, and there is a question word (such as *ai, gì, đâu, bao giờ*). It is a kind of marker to tell us that the sentence is a question. Examples :

> *Ông đi đâu đấy ?*   'Where are you going ?'
>
> *Cô làm gì đấy ?*   'What are you doing ?'
>
> *Bà đọc sách gì đấy ?*   'What are you reading ?'
>
> *Bao giờ ông đi Mỹ đấy ?*   'When are you going to the US ?'
>
> *Ai học tiếng Mỹ đấy ?*   'Who studies American English ?'

PART V. PRONUNCIATION

Practice 12. /u and ư/. The u- sound (comparable to oo in *foot*) is to be distinguished from ư. Say oo, then try to keep your tongue in the same position while spreading your lips — as when you smile or say ee in *feet* : you'll have /ư/. Practice the following pairs :

tu	'to enter religion'	tư	'fourth'
thu	'autumn'	thư	'letter'
khu	'zone'	khư	'to cling'
mu	'back of hand'	mư	
nụ	'bud'	nữ	'female'
nhu	'soft'	như	'like'
phu	'laborer'	phư	
vu	'to calumniate'	vư	
sù	'shaggy'	sư	'monk'
ngu	'dumb'	ngư	'piscis'
lu	'dim'	lư	'incense burner'
gù	'hunch backed'	gư	

Practice 13. /uʌy and ưʌy/. Practice the following pairs :

cuối	'end'	cưới	'to marry'
suối	'spring'	sưởi	'to warm up'
đuôi	'tail'	đười ươi	'orangutan'
nguôi	'to calm'	người	'man'
tuổi	'age'	tươi	'fresh'
nuôi	'to rear'	dưới	'under'

Practice 14. /uʌŋ and ưʌŋ/. Practice the following combinations :

tuồng	'drama'	tưởng	'wall'
chuồng	'stable'	chương	'chapter'

cuồng	' mad '		*cường*	' strong '
thuồng	' snake '		*thường*	' usual '
buồng	' room '		*bướng*	' stubborn '
muỗng	' spoon '		*mường*	' muong '
ruồng	' to abandon '		*rương*	' trunk '
huồng	' situation '		*hương*	' incense '
luồng	' draft '		*lương*	' salary '

Practice 15. /ay and ʌy/. Practice the following combinations :

tay	' hand '		*tây*	' western '
cay	' hot '		*cây*	' tree '
thay	' to replace '		*thây*	' corpse '
khay	' tray '		*khây*	
may	' lucky '		*mây*	' cloud '
nay	' this '		*nây*	' fat '
nháy	' to wink '		*nhẩy*	' to hop '
phay			*phẩy*	' comma '
vay	' to borrow '		*vây*	' fin '
lay	' to shake '		*lây*	' contagious '
say	' drunk '		*xây*	' to build '
bay	' to fly '		*bẩy*	' seven '

PART VI. TRANSLATION

(Listen once, then write down. Hand in translation later)

1. *Chào ông, ông đi đâu đấy ?* 2. *Ông ấy đi đâu đấy ?*
3. *Ông ấy không đi làm à ?* 4. *Tôi đi làm.* 5. *Tôi không đi chơi.* 6. *Tôi đi học.* 7. *Ông không đi học à ?* 8. *Hôm nay cô không đi làm à ?* 9. *Thưa ông không, hôm nay tôi không đi làm.* 10. *Dạo này ông có bận lắm không ?* 11. *Dạo này tôi khá bận.* 12. *Mấy tuần nay tôi không gặp cô ấy.* 13. *Mấy tháng nay*

tôi chưa gặp bà ấy. 14. Ông ấy bận gì ? 15. Ông ấy bận học tiếng Việt-Nam. 16. Cô ấy sắp về Mỹ, ông biết không ? 17. Ông ấy sẽ về nước, cô có biết không ? 18. Bà ấy vừa bảo tôi. 19. Ông Nam chưa bảo tôi. 20. Bao giờ cô Thanh về Việt-Nam ? 21. Cô Thanh về Việt-Nam bao giờ ? 22. Cô ấy cùng đi với ai ? 23. Cùng đi với ông Hill. 24. Bà ấy bây giờ làm gì ? 25. Bà ấy làm chủ hiệu sách. 26. Bà ấy trước làm gì ? 27. Bà ấy trước làm chủ hiệu sách. 28. Cô ấy có ốm luôn không ? 29. Cô ấy ốm luôn. 30. Ông ấy có đi Việt-Nam luôn không ? 31. Ông ấy đi Việt-Nam luôn ? 32. Bà Tâm đi Cựu-Kim-Sơn bao giờ ? 33. Bà ấy vừa đi hôm qua. 34. Ông cho tôi hỏi thăm ông Nam nhé ! 35. Vâng. 36. Chúng ta đi học nhé ! 37. Vâng. 38. Hôm nay chúng tôi đến chơi nhà ông nhé ! 39. Vâng, tôi sẽ ở nhà. 40. Cô nhớ nhé ! 41. Vâng, tôi sẽ nhớ. 42. Chào ông. Tôi đi. 43. Chào cô.

PART VII « WHAT WOULD YOU SAY » TEST

1. You ask Mr. Nam where he is going, and he answers :

   a. *Cuối tháng này tôi về nước.*

   b. *Tôi ra nhà giây thép.*

   c. *Hôm nay tôi không đi chơi.*

2. You ask Miss Green when Mr. Brown is going back to Vietnam :

   a. *Bao giờ ông ấy về Việt-Nam ?*

   b. *Ông ấy về Việt-Nam bao giờ ?*

   c. *Bao giờ ông ấy đi Việt-Nam ?*

You complain of being very busy these days and say :

   a. *Dạo này tôi khá bận.*

   b. *Hôm nay tôi không bận lắm.*

   c. *Dạo này tôi bận lắm.*

4. You are going to the U.S. soon and you say :

     a. *Tôi vừa đi Mỹ.*

     b. *Tôi sắp đi Mỹ.*

     c. *Tôi sẽ đi Mỹ.*

5. You ask who Mr. Fox is, and your friend replies :

     a. *Ông ấy là bạn có Thanh.*

     b. *Ông ấy ở Cựu-Kim-Sơn.*

     c. *Ông ấy buồn vì bà ấy ốm luôn.*

6. Your friend appears surprised at **some news, and** you say :

     a. *Ông nhớ nhé !*

     b. *Ông nhớ không ?*

     c. *Ông không biết à ?*

7. Somebody asks whether you have seen Miss Thu recently, and you reply :

     a. *Tôi vừa gặp có ấy hôm qua.*

     b. *Cô ấy làm chủ hiệu sách.*

     c. *Tôi chưa gặp có ấy.*

> *Be sure to imitate as closely as you can.*
> *What you have heard, say it loud and clear.*

LESSON FIVE 5
Telling the time

PART I. CONVERSATION

(Ông Nam và ông Bảng đi mua bán)

Brown

1. Hello, Mr. Nam !

Chào ông Nam !

Nam

2. Hello, Mr. Brown !

Không dám,
chào ông Brown !

3. Oh, I forgot, hello, Mr. Bảng !

À quên,
chào ông Bảng !

4. Your Vietnamese name is Bảng.

Tên Việt-Nam của ông là Bảng.

5. Be sure to remember it now !

Ông nhớ nhé !

Brown

6. Yes, I will.

Vâng.

7. Very interesting !

Hay lắm.

Nam

8. What time is it, Mr. Bảng?

Mấy giờ rồi, ông Bảng ?

Brown

9. 9 o'clock sharp.

Chín giờ đúng.

10. According to the post-office clock !

Đồng hồ nhà dây thép!

11. What time are we going to buy the watch ?

Mấy giờ chúng ta đi mua đồng hồ ?

Nam

12. Now... because I'm very busy today.

Bây giờ...
vì hôm nay tôi bận lắm.

Brown

13. I forgot to ask you where the watchmaker's is.

Tôi quên chưa hỏi ông. Hiệu đồng hồ ở đâu ?

Nam

14. On Trưng Sisters Street.

Ở phố Hai Bà Trưng

15. The shop is called Đức-Ấm.

Tên hiệu ấy là Đức-Ấm.

[enter jewelry shop]

[vào hiệu đồng hồ]

Nam

16. Hello, Kim !

Chào anh Kim.

17. How have you been these days ?

Dạo này anh mạnh không ?

Kim

18. Hello, Nam !

A, chào anh Nam !

19. How are you, sir ?

Chào ông !

Brown

20. Good morning !

Chào ông !

Kim

21. How are you, Nam ?

Anh khỏe không ?

22. Is this gentleman your friend ?

Ông này là bạn anh à ?

Nam

23. Yes.

Vâng.

24. Allow me to introduce my friend, Mr. Brown... Mr. Kim.

Tôi xin giới-thiệu bạn tôi, ông Brown... ông Kim.

Brown, Kim

25. Pleased to meet you !

Hân-hạnh gặp ông !

Kim

26. You are British, aren't you?

Ông là người Anh, phải không ?

	Brown
27. No.	*Thưa ông không.*
28. I am American and not British.	*Tôi là Mỹ, chứ không phải là người Anh.*
	Kim
29. You speak Vietnamese very well.	*Ông nói tiếng Việt-Nam hay lắm.*
	Brown
30. Thank you.	*Cám ơn ông.*
	Kim
31. What would you like to buy ?	*Thưa ông, ông muốn mua gì ?*
	Nam
32. You want to buy a watch, don't you?	*Ông muốn mua đồng hồ, phải không ?*
	Brown
33. Yes, I should like to buy a rather good watch.	*Vâng, tôi muốn mua một chiếc đồng hồ khá tốt.*
	Kim
34. Our store sells all makes of watch : French, American, German, Swiss.	*Thưa ông, hiệu chúng tôi bán đủ các kiểu đồng hồ : Pháp, Mỹ, Đức, Thụy-Sĩ.*
35. Which one would you like to buy ?	*Ông muốn mua kiểu nào ?*
	Brown
36. I'd like to get an American Omega.	*Tôi muốn mua một chiếc Ômêga của Mỹ.*
	Nam
37. Is Omega an American make ?	*Ômêga là đồng hồ Mỹ à ?*
	Brown
38. Oh, no.	*À quên !*

39. Omega is a Swiss watch and not an American one.

Òméga là đồng hồ Thụy-Sĩ,

chứ không phải là đồng hồ Mỹ.

Nam

40. Omega watches are very good, very accurate.

Òméga tốt lắm, đúng lắm.

41. My brother has one.

Anh tôi có một cái.

Brown

42. How much is this one, Mr. Kim ?

Cái này bao nhiêu tiền, ông Kim ?

Kim

43. Three thousand piasters.

Thưa ông, ba nghìn đồng.

44. But I can give you a good price :

Nhưng tôi xin lấy giá rẻ.

45. 2,800 piasters.

Hai nghìn tám trăm đồng.

Brown

46. 2,800 ? Too expensive !

Hai nghìn tám trăm, đắt quá !

47. Is 2,500 all right ?

Hai nghìn năm trăm có được không ?

Kim

48. O. K., because you're a friend of Mr. Nam's.

Vâng được, vì ông là bạn của ông Nam.

49. You wear it now ?

Ông đeo bây giờ nhé !

Brown

50. Yes, please.

Vâng !

Nam

51. How stylish !

Diện quá !

Brown

52. Thank you. [pays].

Cám ơn ông ! [giả tiền]

53. 1, 2, 3, 4, 5, 6,..., 25.

Một trăm, hai trăm, ba trăm, bốn, năm, sáu,..., hai mươi nhăm.

54. Please check them.   *Xin ông đếm lại xem*

Kim

55. Th. ik you very much.   *Cám ơn ông lắm.*

Brown

56. Thank you.   *Không dám, cám ơn ông.*

Nam

57. Shall we go ?   *Chúng ta đi đi !*
58. It's 10 already.   *Mười giờ rồi !*
59. Bye, Kim.   *Chào anh Kim.*
60. And thank you !   *Cám ơn anh nhé !*

Kim

61. Good bye ! Good bye !   *Chào anh ! Chào ông !*

Brown

62. Good bye !   *Chào ông !*

PART II. VOCABULARY

a !	P	*ah !*
anh	PR/N	*you [to young man] / elder brother* CL *người*
Anh	N	*Great Britain, England / British, English*
bán	V	*to sell*
mua bán	V	*to shop*
các	P	*the (various)*
chứ	C	*and, but (not...)*
chiếc	CL	CL *for certain objects, vehicles, etc.*
diện	SV	*to be smart, be stylish, be chic*
đi !	P	*go on ! let us [imperative]*

đắt	SV	to be expensive
đeo	V	to wear [glasses, jewels, accessories]
đồng	N	piaster, dollar, etc.
đồng hồ	N	clock, watch CL cái, chiếc
đủ	SV	all / to be sufficient
Đức	N	Germany / German
được	SV	to be all right, be acceptable, be OK
giá	N/V	cost, price / to cost
giả	V	to pay, return
giờ	N	time [of the clock] ; hour
bao giờ ?	MA	when ? what time ?
bây giờ	MA	now, at present
chín giờ		9 o'clock
mấy giờ ?		what time ?
mấy giờ rồi?		what time is it ?
giới thiệu	V	to introduce [friends]
hay	SV	to be interesting / well
hân-hạnh	SV	to be honored, be pleased
kiểu	N	model, pattern, make, design
không phải là	EV	not to be [so-and-so]
lấy	V	to take ; to charge [a price]
mua	V	to buy
mua bán	V	to shop
muốn	V/AV	to desire, want (to)
nói	V	to speak, say
nghìn	**NU**	**thousand**

nhớ	V	*to remember, recall*
phải không ?		*n'est-ce pas ? [tag ending such as "don't you ?", "is it ?", "aren't they ?"]*
Pháp	N	*France	French*
phố	N	*street*
quá	A	*too, exceedingly*
rẻ	SV	*to be inexpensive, be cheap*
tiền	N	*money*
Thụy-Sĩ	N	*Switzerland	Swiss*
trăm	NU	*hundred*
Trưng	N	*[family name]*

PART III. PATTERN DRILL

A. ASKING AND TELLING THE TIME

What time is it now ?	Bây giờ			mấy	giờ rồi ?
	Đồng hồ anh			một	
	Đồng hồ nhà dây thép		hai	
					etc.
				mười hai	

B. TELLING THE TIME

Một	giờ	năm	' : 05 '
Hai		mười	' : 10 '
etc.		mười lăm	' : 15 '
Mười hai		ba mươi	' : 30 '
		bốn mươi lăm	' : 45 '

C. AT WHAT TIME ?

Pattern : | Mấy giờ + Subject + Predicate ? |

1. Mấy giờ ông đi học ?
   — Chín giờ đúng.

   What time do you go to school ?
   — *Nine o'clock sharp.*

2. Mấy giờ bà ấy đi làm ?
   — Tám giờ ba mươi.

   What time does she go to work?
   — *Eight-thirty.*

3. Mấy giờ cô đi chơi nhà cô Thu ?
   — Mười hai giờ.

   What time are you going to Miss Thu's house ?
   — *Twelve o'clock.*

4. Mấy giờ ông Nam đến ?
   — Đúng sáu giờ.

   What time is Mr. Nam coming ?
   — *Right at six o'clock.*

5. Hôm nay mấy giờ chúng ta đi mua sách ?
   — Mười một giờ.

   What time are we going to buy a book today ?
   — *Eleven o'clock.*

D. PHẢI KHÔNG ?

Ông	là người Pháp,	phải không ?
Cô	là người Mỹ,	
Bà ấy	là người Anh,	
Cô ấy	học tiếng Việt-Nam,	
Ông ấy	muốn mua sách,	
Anh	không muốn mua đồng hồ Mỹ,	

E. CONJUNCTION CHỨ

1. Tôi là người Mỹ, chứ không phải là người Pháp.

   I am American, not French.

2. Ô-mê-ga là đồng hồ Thụy-Sĩ, chứ không phải là đồng hồ Mỹ.

   Omega is a Swiss watch, not an American one.

3. Cô Thanh là người Mỹ, chứ không phải là người Việt-Nam.

Miss Thanh is American, not Vietnamese.

4. Hiệu ấy bán đồng hồ, chứ không bán sách.

That shop sells watches, but does not sell books.

5. Hiệu ông ấy bán sách, chứ không bán bàn ghế.

His store sells books, no furniture.

6. Tôi muốn mua sách, chứ không muốn mua đồng hồ.

I want to buy a book, not a watch.

F. HOW MUCH IS THIS ?

1. Quyển sách này (giá) bao nhiêu tiền ?

How much does this book cost?

— Quyển sách này (giá) hai trăm đồng.

—This book costs 200 piastres.

2. Cái bàn này (giá) bao nhiêu tiền ?

How much does this table cost ?

—Hai trăm năm mươi đồng.

— This table costs 250 piastres.

3. Cái ghế ấy (giá) bao nhiêu tiền ?

How much does that chair cost ?

— Năm mươi bảy đồng.

— That chair costs 57 piastres.

4. Cái đồng hồ kia (giá) bao nhiêu tiền ?

How much does that watch over there cost ?

—Hai nghìn sáu trăm đồng.

— 2,600 piastres.

G. FINAL PARTICLE ĐI !

Anh	đi	đi !
Cô	đi học	
Ông	đi làm	
Bà	đi chơi	
Chúng ta	học	
	đếm	
	đọc	
	giả tiền	

FLUENCY DRILL

Tôi đi ra nhà dây thép nhé !

Ông Nam và tôi đi ra nhà dây thép nhé !

Hôm nay ông Nam và tôi đi ra nhà dây thép nhé !

Mười hai giờ hôm nay ông Nam và tôi đi ra nhà dây thép nhé !

À, mười hai giờ hôm nay ông Nam và tôi đi ra nhà dây thép nhé !

PART IV. GRAMMAR NOTES

5.1. Synonym compounds. Two nouns or two verbs are frequently found in juxtaposition to form a "synonym compound." The meaning of such an additive construction, NN or VV, may be different from that of each component. Examples :

bàn ghế	'table and chair, — furniture'
nhà cửa	'house and door, — household, housing'
mua bán	'to buy and to sell, — to shop'

5.2. Equative verb (continued). The contrary of *là* 'to be (so-and-so)' is *không phải là* 'not to be (so-and-so)' [Literally : 'not correct that it is (so-and-so)']. We can represent these two equative verbs as follows :

$$là \qquad =$$
$$không\ phải\ là \qquad \neq$$

Such a sentence as *Hiệu ấy tên là Đức-Ấm*, 'That store is called Đức-ấm' or *Phố này tên là phố Hai Bà Trưng*, 'This street is called Trưng Sisters Street' can also be analyzed as an equation wherein the two members are separated by the = sign *(tên là)*.

5.3. Phải không ? The tag ending *(có) phải không ?* 'is it correct or is it not ?' is comparable to *n'est-ce pas ?* in French or *no es verdad* ? in Spanish. It is rendered variously in English as 'don't you ?' 'isn't it ?', 'are they ?', etc.

5.4. Asking and telling the time. Phrases denoting the time of the day are made up of the question word *mấy* 'how many ?' or any number up to 12 followed by the noun *giờ* 'hour' then the word *rồi* 'already.' Examples :

Mấy giờ rồi ?	'What time is it?'
Ba giờ rồi.	'Three o'clock.'

The minutes are expressed as follows :

Ba giờ năm.	'Five past three, or 3 : 05.'
Sáu giờ mười.	'Ten past six, or 6 : 10.'

Other ways of expressing the time will be discussed later.

5. 5. Conjunction Chứ. *Chứ* 'and (not), but (not)' joins two clauses, the second of which is in sharp contrast with the first. Example : *Cô Thanh là người Mỹ, chứ không phải là người Việt-Nam.* 'Miss Thanh is American, and not Vietnamese (as you may think).'

5. 6. Final particle Đi ! This particle is used at the end of an imperative sentence : it denotes exhortation to be sure to get on with the action. Examples :

Anh đi đi !	'Go on !'
Chúng ta đi đi !	'Let's go !'

Note that the particle đi ! has the weak stress.

5. 7. Đeo. To wear. Vietnamese has several verbs denoting 'to wear.' Whereas in English you can say « She wore a red coat, » « I never wear a hat, » etc. using the same verb *to wear*, Vietnamese requires different verbs according to the nature of the thing you wear. The verb *đeo* is used only when

you wear jewels (earrings, necklace, bracelet, ring), a wrist
watch, eye glasses or other accessories. Other verbs, to be used
with nouns denoting different articles of clothing that we wear,
will be introduced later in the course.

5.8. Cardinal numbers (cont'd.). The hundreds and
thousands are formed by *trăm* and *nghìn* respectively, preceded
by the unit numeral. Examples :

ba trăm	300
năm ngàn	5000
bốn nghìn tám trăm	4800
một nghìn chín trăm sáu mươi ba	1963

Note that thousands are *not* reckoned in tens of
hundreds : you spell out so many thousands, then so many
hundreds, etc.

PART V. PRONUNCIATION

Practice 16. /awk *and* ʌwk/. Practice the following words :

óc	'brain'	*ốc*	'snail'
tóc	'hair'	*tốc*	'fast'
cóc	'toad'	*cốc*	'glass'
bóc	'to peel'	*bốc*	'to pick up'
đọc	'to read'	*độc*	'poison'
góc	'angle'	*gốc*	'stump'
khóc	'to weep'	*khốc*	'to weep'
mọc	'to grow'	*mộc*	'wood'
ngóc	'to raise'	*ngốc*	'stupid'
sóc	'squirrel'	*sốc*	'to lift'
lọc	'to filter'	*lộc*	'favor'
học	'to study'	*học*	'measure of capacity'

Practice 17. /awŋ *and* ʌwŋ/. Practice the following words :

ong	'bee'	*ông*	'Mr.'
tong	'to drop'	*tông*	'descent'
cong	'curved'	*công*	'wages'
bong	'to loosen up'	*bông*	'cotton'
đong	'to measure'	*đông*	'winter'
gọng	'frame'	*gông*	'stocks'
khong		*không*	'not'
mong	'to hope'	*móng*	'buttocks'
ngóng	'to await'	*ngỗng*	'goose'
xong	'finish'	*sông*	'river'
long	'dragon'	*lông*	'hair, feather'
hòng	'to hope'	*hồng*	'pink'

Practice 18. /n, ñ *and* ŋ/ Practice the following words :

na	'custard-apple'	*nha*	'tooth'	*Nga*	'Russia'
nồi	'cooking pot'	*nhồi*	'to stuff'	*ngồi*	'to sit'
ni	'Buddhist' nun'	*nhi*	'child'	*nghi*	'to suspect'
nụ	'bud'	*nhu*	'soft'	*ngu*	'stupid'
no	'full'	*nhỏ*	'small'	*ngỏ*	'opened'
nem	'meat roll'	*nhem*	'smeared'	*nghem*	

Practice 19. *Tone Drill.*

(a)	*Tôi đi chơi.*		'I go out'
	Cô đi chơi.		'You go out'
	Ai đi chơi ?		'Who's going out ?'

	Ông đi chơi.	'You go out.'
	Anh đi chơi.	'You go out.'
	Anh Nam đi.	'Nam is going.'
(b)	*Tôi đến chơi.*	'I come for a visit.'
	Ai muốn đi?	'Who wants to go ?'
	Ai đến chơi?	'Who's here ?'
	Tôi sắp ăn.	'I'm about to eat.'
	Ai có xe ?	'Who has a car ?'
	Tôi muốn ăn.	'I want to eat'
(c)	*Anh vào đi !*	'You go in !'
	Cô nào đi ?	'Which one is going ?'
	Ta vào đi !	'Let's go in !'
	Ông nào ăn ?	'Which one is eating ?'
	Ai chào anh ?	'Who greeted you ?'
	Đi nhà ai ?	'To whose house are we going?'
(d)	*Ai hỏi tôi ?*	'Who looked for me ?'
	Ông Bảng đi.	'Mr. B. is going.'
	Ông bảo anh.	'Grandpa told you.'
	Cô Hảo đâu ?	'Where's Miss H. ?'
	Anh ở đâu ?	'Where are you living ?'
	Tôi mỏi chân.	'My feet are tired.'
(c)	*Ai cũng đi.*	'Everyone's going.'
	Tôi cũng đi.	'I'm going too.'
	Anh Mỹ đâu ?	'Where's Mỹ ?'
	Tôi sẽ đi.	'I will go.'
	Ai cũng ăn.	'Everyone's eating.'
	Cô cũng đi.	'You're going too.'

(f) Tôi bận ghê.   ' I'm so terribly busy ! '

Ta mượn đi.   ' Let's borrow (it).'

Ai lại đi.   ' How can anyone go ? '

Ba hiệu ăn.   ' Three restaurants. '

Ông lại đây !   ' Come here.'

Anh mạnh không ' Are you well ? '

PART VI. TRANSLATION

(Listen once, then write down. Hand in translation later)

1. Hay lắm ! *VERY INTERESTING* 2. Mấy giờ rồi, ông Bảng ? *WHAT TIME IS IT, MR. BONG?* 3. Tám giờ rồi. *EIGHT O'CLOCK.*
4. Bây giờ mấy giờ rồi ? *WHAT TIME IS IT NOW?* 5. Bây giờ bảy giờ rồi. *NOW IT IS SEVEN O'CLOCK.* 6. Đồng hồ *WHAT TIME IS IT BY YOUR WATCH?*
ông mấy giờ rồi ? 7. Đồng hồ tôi mười hai giờ rồi. *I HAVE TWELVE O'CLOCK* 8. Năm
giờ đúng. *O'C 5 stamp* Hai giờ đúng. *2* Ba giờ đúng. *3* 9. Đồng hồ tôi bảy giờ *I HAVE 7*
đúng. 10. Tám giờ năm. *8 05* Hai giờ mười lăm. *2 15* Năm giờ ba mươi. *5 30*
11. Ba giờ mười. *3 10* Chín giờ bốn mươi lăm. *9 45* 12. Mấy giờ có đi *WHAT TIME ARE YOU GOING*
TO SHOPPING FURNITURE Bbuy mua bàn ghế ? 13. Chín giờ tôi sẽ đi. *AT 9 O'C- I WILL GO* 14. Tôi xin giới thiệu *ALLOW ME TO INTRODUCE*
MY FRIEND bạn tôi, cô Thu, ông Hill. 15. Hân-hạnh gặp cô ! *PLEASED TO MEET YOU* 16. Cô là *YOU ARE*
A FRENCHMAN AREN'T YOU người Pháp, phải không ? 17. Thưa không. Tôi là người Mỹ, *I AM AMERICAN*
AND NOT FRENCH chứ không phải là người Pháp. 18. Bà nói tiếng Mỹ hay lắm. *YOU SPEAK ENG. VERY WELL*
19. Cảm ơn ông. *THANK YOU* 20. Cô muốn mua kiểu nào ? *WHICH ONE WOULD YOU LIKE TO BUY* 21. Tôi muốn *I WOULD LIKE TO*
BUY THIS ONE mua kiểu này. 22. Cái này bao nhiêu tiền ? *HOW MUCH IS THIS ONE* 23. Bốn nghìn tám *4 8 00*
ALL RIGHT trăm. 24. Được không ? 25. Không được. *NO* 26. Chúng ta đi đi *SHALL WE GO*
27. Cảm ơn ông nhé ! *AND THANK YOU.*

PART VII. « WHAT WOULD YOU SAY » TEST

1. Someone has a very good suggestion, and you say :

   a. Hay lắm ! *Very well*

   b. Mệt lắm ! *Very tired*

   c. Ông nhớ nhé ! *Remember O.K.*

2. Say the sentence below five times, each time filling the blank space in the sentence with a different phrase, a through e, indicating the time.

Sentence : *Đồnj hồ nhà dây thép_____rồi.*

   a. 10 o'clock. muoc goc

   b. 7 : 15. bay goc muoc lam

   c. 3 : 25. ba goc hai mdoi lam

   d. 9 : 05. chin goi nam

   e. 4 : 45. bon goc bon muoc lam

3. World War I broke out in the year :

   a. một nghìn chín trăm bốn mươi nhăm.

   b. một nghìn chín trăm mười bốn.

   c. một nghìn tám trăm mười hai.

4. You ask Mr. Brown whether he is an American. (You are fairly sure he is).

   a. Ông ở Mỹ chưa ?

   b. Ông là người Mỹ, phải không ?

   c. Ông không phải là người Mỹ, phải không ?

5. You inquire about the price of a book and say :

   a. Quyển sách này bao nhiêu tiền ?

   b. Hiệu sách này ở đâu ?

   c. Ông mua quyển sách này ở Cựu-Kim-Sơn phải không?

6. You ask what time Mr. Nam is coming :

   a. Bao giờ ông Nam đi ?

   b. Ông Nam vừa đi, phải không ?

   c. Mấy giờ ông Nam đến ?

7. Your name is Hill, but someone called you Brown.
So you correct :

   a. Tôi là Brown chứ không phải là Hill.
   b. Tôi là Hill chứ không phải là Brown.
   c. Tôi không phải là bạn ông Brown.

8. You are introduced to a young lady and say

   a. Không dám, chào cô.
   b. Cô muốn mua gì ?
   c. Hân-hạnh gặp cô.

Be sure to imitate as closely as you can.
What you have heard, say it loud and clear.

LESSON SIX **6**
Days of the week

PART I. CONVERSATION

(Ông Bảng đến chơi nhà ông Nam)

Brown

1. Good morning, Mr. Nam! | *Chào ông Nam!*

Nam

2. Good morning, Mr. Bảng. | *Không dám, chào ông Bảng!*

3. Please come in! | *Mời ông vào!*

4. How are you? | *Ông mạnh khỏe chứ?*

Brown

5. Thank you, I am fine as usual. | *Vâng cảm ơn ông, tôi mạnh khỏe như thường.*

6. How is Miss Thu these days? | *Cô Thu dạo này thế nào?*

Nam

7. Sit down! | *Mời ông ngồi!*

8. She had a cold last Sunday, but has recovered since. | *Chủ nhật trước cô ấy bị cảm, bây giờ khỏi rồi.*

Brown

9. Really? | *Thế à?*

10. By the way, Miss Thu has an older brother, doesn't she? | *À, cô Thu có một người anh, phải không?*

Nam

11. Yes, she does. | *Vâng.*

Brown

12. What's his name? | *Tên ông ấy là gì?*

Nam

13. His name is Hạ.   *Tên ông ấy là Hạ.*

Brown

14. Excuse me.   *Xin lỗi ông.*

15. **Thu means 'autumn'** What   *Thu là 'autumn,' còn*
     does Hạ mean ?   *Hạ là gì ?*

Nam

16. **Hạ means 'summer.'**   *Hạ là 'summer.'*

17. The other two seasons are   *Hai mùa kia là* **xuân**
     xuân 'spring' and đông   *'spring' và* đông *'winter.'*
     'winter.'

Brown

18. Mr. Hạ goes to school,   *Ông Hạ đi học, phải*
     doesn't he ?   *không ?*

Nam

19. No, he is working.   *Không,*
                                ông ấy đi làm rồi.

Brown

20. Is he married yet ?   *Ông ấy có vợ chưa ?*

Nam

21. Not yet.   *Chưa, ông ấy chưa có vợ.*

Brown

22. His older brother's name   *Anh ông ấy tên là Xuân,*
     is Xuân, isn't it ?   *phải không ?*

Nam

23. That's right.   *Phải.*

Brown

24. Mr. Xuân is married, isn't   *Ông Xuân có vợ rồi chứ !*
     he ?

Nam

25. Yes, Mr. Xuân is already   *Vâng, ông Xuân thì có*
     married.   *vợ rồi.*

26. Does he have any children yet?

Brown

Ông ấy có con chưa?

27. He has four children : two boys and two girls.

Nam

Ông ấy có bốn đứa con : hai con giai, hai con gái.

28. What are Mr. Xuân's boys named?

Brown

Con giai ông Xuân tên là gì?

29. Mr. Xuân's boys are named Chính and Hiền, and the two girls Vinh and Phú.

Nam

Con giai ông Xuân tên là Chính và Hiền, còn hai đứa con gái tên là Vinh và Phú.

30. Where does Mr. Xuân work?

Brown

Ông Xuân làm ở đâu?

31. He works in the Department of Foreign Affairs, and Mr. Hạ in the Department of National Economy.

Nam

Ông ấy làm ở Bộ Ngoại-Giao, còn ông Hạ thì làm ở Bộ Kinh-Tế.

32. Does Miss Thu have any older sister?

Brown

Có Thu có chị không?

33. No, she doesn't have any older sister, but only one younger sibling.

Nam

Không, có ấy không có chị, chỉ có một người em thôi.

34. A younger brother or sister?

Brown

Em giai hay em gái?

35.	A younger brother.	*Em giai !*
36.	His name's Đông.	*Tên là Đông.*
37.	What a pity !	*Tiếc quá !*
38.	I haven't met **him**.	*Tôi chưa được gặp.*
39.	Well, let's go to eat.	*Thôi,* *chúng ta đi ăn cơm chứ?*
40.	Yes, I'm hungry.	*Vâng,* *tôi đói rồi.*
41.	Me too.	*Tôi cũng đói lắm.*
42.	It's ten to 6.	*Sáu giờ kém mười rồi !*
43.	Really?	*Thế à !*
44.	I thought it was only five-thirty.	*Tôi tưởng chỉ năm giờ rưỡi thôi.*

PART II. VOCABULARY

ăn	V	*to eat, have*
ăn cơm	V	*to eat, lunch, dine*
bị	AV	*to suffer, to be...*
bộ	N	*section, part; ministry, (government) department*
bộ kinh-tế	N	*Department of National Economy*
bộ ngoại-giao	N	*Department of Foreign Affairs, Department of State*
con	N	*child CL đứa for young ones, CL người for adult ones*
con gái	N	*daughter*
con giai	N	*son*
cảm	V	*to catch cold, have a cold : to be affected by, struck by*

cơm	N	*cooked rice, cooked food*
ăn cơm	V	*to eat, lunch, dine*
chị	N/PR	*elder sister CL người	you [to young woman]*
chỉ	AV	*only*
chủ nhật	N	*Sunday*
chứ !	FP	*I'm sure, Certainly, Shan't we ? Won't you ? I assume, I hope*
đói	SV	*to be hungry*
đông	N	*winter*
đứa	CL	*CL for young children*
em	N/PR	*younger sibling CL đứa for young ones, CL người for adult ones	you [to young children]*
em gái	N	*younger sister*
em giai	N	*younger brother*
gái	SV	*[of relative] to be female*
con gái	N	*daughter*
em gái	N	*younger sister*
giai	SV	*[of relative] to be male*
con giai	N	*son*
em giai	N	*younger brother*
hạ	N	*summer*
hay	C	*or*
kinh-tế	N/SV	*economy	to be economical*
bộ kinh-tế	N	*Department of National Economy*
kém	V	*to be short of*

hai giờ kém năm		*(it's) five to two*
khỏi	V	*to recover [from illness]*
lỗi	N	*mistake, fault*
xin lỗi	V	*to apologize*
xin lỗi ông !		*Excuse me ! I'm sorry ! Forgive me ! I beg your pardon !*
mùa	N	*season*
ngoại-giao	N	*foreign relations, diplomacy*
bộ ngoại-giao	N	*Department of Foreign Affairs, Department of State*
ngồi	V	*to sit, be seated*
rưỡi	V	*to have a half more ; and a half*
ba đồng rưỡi		*3.50 piasters*
hai giờ rưỡi		*(it's) 2:30, (it's) half past two*
tiếc	V	*to regret, be sorry*
tưởng	V	*to think, believe*
thế	N	*manner, way, fashion*
thế nào ?		*how ?*
thế này		*this way, thus*
thế kia		*that way, the other way*
thì	C	*then*
thôi	V	*to cease, stop / that's all [occurs at the end of a sentence having chỉ 'only'] / well,.. [occurs at the beginning of a sentence]*
thu	N	*autumn*
vợ	N	*wife CL người ; bà*
có vợ		*[of a man] to be married*
lấy vợ		*[of a man] to get married*
xuân	N	*spring*

PART III. PATTERN DRILL

A. FINAL PARTICLE CHỨ !

You are well, I trust.

Ông	mạnh (khỏe)	chứ !
Bà	mạnh khỏe như thường	
Cô	học bài rồi	
Anh	học bài thứ năm rồi	
Chị	nói tiếng Việt-Nam	
Bà	biết nói tiếng Việt-Nam	

Mr. Nam is married, isn't he ?

Ông Nam	có vợ rồi	chứ !
Anh Kim	đi làm rồi	
Anh cô Thu	đi học rồi	
Em ông Bảng	đi chơi rồi	
Bà Thi	ở Cựu-Kim-Sơn rồi	

Let's go eat, shall we ?

Chúng ta	đi ăn	chứ !
	đi học	
	đi làm	
	ăn cơm	
	vào buồng học	
	ra nhà dây thép	

B.   ONLY.... THAT'S ALL !

Pattern :

Subject	chỉ V Object thôi

Tôi	chỉ	chơi	thôi
Chúng tôi		có một cái bàn	

Ông ấy	chỉ	có hai trăm đồng	thôi
Cô ấy		có hai người bạn	
Bà ấy		nhớ chữ dễ	
		biết nói tiếng Việt-Nam	
		biết đếm từ một tới mười	

C. RƯỞI 'AND A HALF'

'1 : 30'   Một   giờ rưỡi
                      Hai
                      Ba
                      Bốn
                      Năm
                      Sáu
                      Bảy
                      Tám
                      Chín
                      Mười
                      Mười một
                      Mười hai

'1.50 piasters'   Một   đồng rưỡi
                      Hai
                      Ba
                      etc.

D. KÉM 'SHORT OF'

Một	giờ	kém	năm	'5 to...'
Hai			mười	'10 to...'
Ba			mười lăm	'1/4 to...'
Bốn			hai mươi	'20 to...'
Năm			hai mươi nhăm/lăm	'25 to...'
Sáu				
Bảy				
Tám				
Chín				

Mười	giờ	kém	năm	'5 to...'
Mười một			mười	'10 to...'
Mười hai			mười lăm	'1/4 to...'

E. DAYS OF THE WEEK

Hôm nay (là) thứ mấy ?

Hôm nay (là) chủ nhật	Sunday '
Hôm nay (là) thứ hai	' Monday '
Hôm nay (là) thứ ba	' Tuesday '
Hôm nay (là) thứ tư	' Wednesday
Hôm nay (là) thứ năm	' Thursday '
Hôm nay (là) thứ sáu	' Friday '
Hôm nay (là) thứ bảy	' Saturday '

FLUENCY DRILL

Con giai ông Xuân tên là gì ?

Hai người con giai ông Xuân tên là gì ?

Xin lỗi ông, hai người con giai ông Xuân tên là gì ?

Xin lỗi ông, cho tôi hỏi hai người con giai ông Xuân tên là gì ?

PART IV. GRAMMAR NOTES

6.1. Days of the week ? The days of the week, Monday through Saturday, are denoted by constructions with *thứ* ' order, rank, kind ' and the numbers from 2 to 7. A similar construction with *mấy ?* ' how much/many ' asks which day of the week it is. The word for ' Sunday ' is *chủ nhật* (lit., the Lord's day), which is considered the first day of the week.

6.2. Final Particle Chứ ! The particle *chứ !* occurring at the end of a sentence denotes that the speaker wishes to affirm — with certainty or hopefulness — a statement, proposal or command. Ex. :

Có học bài thứ năm rồi chứ !   'You have already studied Lesson 5, I hope,'

Hôm nay anh có đi làm không?	'Do you go to work today?'
— Có chứ !	— 'Yes, certainly ! (sure thing !)'
Chúng ta học lại bài thứ năm chứ !	'Let's review Lesson 5, shall we ?'
Có học bài thứ năm đi chứ !	'Would you please study Lesson 5 ?'

6. 3. Rưỡi. And a half. The verb *rưỡi* is used as an attribute to the preceding noun : *hai đồng rưỡi* 'two and a half piasters,' *hai giờ rưỡi* 'half past two.'

6. 4. O'clock vs. Hour. The phrase *hai giờ rưỡi* can also mean 'two and a half hours.' But ordinarily if the duration, and not the time of the clock, is expressed, the following phrases are used :

hai giờ đồng hồ	'two hours'
hai tiếng đồng hồ	id. *(tiếng* 'sound, noise, language')

6. 5. Terms of relationship used as pronouns. Thus far we have seen the following kinship terms (words denoting relatives) : *ông* 'grandfather,' *bà* 'grandmother,' *cô* 'aunt — father's sister,' *anh* 'elder brother,' *chị* 'elder sister,' *em* 'younger brother or sister,' *con* 'child.'

These terms of relationship are used as personal pronouns within the family : an elder brother refers to himself (first person) as *anh* and to his younger siblings (second person) as *em*. The younger brother or sister refers to himself or herself as *em* 'I' and calls the older brother *anh* 'you.' The term *con*, likewise, would mean 'you' if used by the father or mother and 'I, me' if used by the son or daughter.

This usage is extended beyond the family : the pronoun 'you' in English can have several equivalents in Vietnamese, for instance,

ông	if the person spoken to is a gentleman,
bà	,,	lady,
cô	,,	young lady,
anh	,,	young man one knows well,
chị	,,	young lady one knows well,
em	,,	young child.

Note that certain kinship terms occur in additive constructions (or in juxtaposition) such as :

ông bà 'both grandparents'
anh em 'brothers (elder brother *anh* younger sibling)'
chị em 'sisters (elder sister and younger sibling)'
anh chị 'brothers and sisters (specifically elder one)'
anh em chị em 'brother and sister (all ages)'

The phrase *hai anh em cô Thu* means 'Miss Thu and her elder brother (*anh*).' But *hai chị em cô Thu* may mean either 'Miss Thu and her younger brother or sister (*em*)' or 'Miss Thu and her elder sister (*chị*).' In other words, only the context tells us whether Miss Thu is *chị* or *em*.

6.6. Thôi. Only. The verb *thôi* 'to cease, stop' is used at the end of a sentence to denote the idea of 'only, merely, simply.' The main verb may be preceded by *chỉ*, an AV, with *thôi* itself left out. Examples :

Ông ấy chỉ ăn (thôi).	'He only eats.'
Tôi (chỉ) đến thôi, chứ không ăn.	'I'll come, but won't eat.'

When it begins a sentence denoting a proposal for action, *thôi* can be rendered 'well, that's it ! now...'

6.7. Thì. Then. We have seen the compound *thì giờ* ' time ', where *thì* ' time ' is a noun used in juxtaposition with *giờ* 'time, hour', and not used alone. The word *thì* also serves as conjunction introducing a main clause :

(Còn) ông Xuân thì chưa có vợ. '(As for) Mr. Xuân (he) is not married yet.'

The meaning of *thì* is something like 'then, in that case.'

6.8. Or. Hay (là). The word *hay,* optionally followed by *là,* is used between two alternatives. Examples :

Ông muốn mua bàn hay (là) ghế ?	'Do you want to buy a table or a chair ?' (i.e. which one ?)
Ông nói tiếng Anh hay tiếng Pháp ?	'Do you speak English or (do you speak) French ?'
Trước tôi muốn học tiếng Đức hay tiếng Pháp, nhưng bây giờ tôi chỉ muốn học tiếng Việt-Nam thôi.	'I wanted to learn (either) German or French, but now I want to study only Vietnamese.'

6.9. Bị. To be (« Passive voice »). The verb *bị,* ' to suffer or experience something unpleasant ' is most easily rendered by « to be » (as in « He was fired », « The child was beaten up », etc.). If the action is pleasant or advantageous, the auxiliary verb to be used is *được.* Examples :

Tôi bị cảm. ' I got a cold. '	*Bà ấy bị ốm.* 'She is sick.'
Tôi được đi làm bên Mỹ.	'I was allowed to go to work in the US!'
Tôi không được mời.	'I was not invited !'

If in the last two examples 'to given a job in América' or 'to be invited' is considered a punishment, then *bị* is used.

PART V. PRONUNCIATION

Practice 20. / *a,* am *and* ʌm/. Practice the following words :

tam	'three'	*tăm*	'toothpick'	*tâm*	'heart'
cam	'orange'	*căm*	'to hate'	*câm*	'dumb'

tham	'greedy'	*thăm*	'to visit'	*thám*	'black'
chám	'blue'	*chăm*	'diligent'	*chăm*	'to light'
đăm	'crowd'	*đăm*	'to sink'	*đăm*	'to stab'
gam	'gram'	*găm*	'to chew'	*gấm*	'brocade'
nam	'south'	*năm*	'five'	*nấm*	'mushroom'
nham	'trite'	*nhăm*	'five'	*nhăm*	'to be mistaken'
sám	'grey'	*sắm*	**'to buy'**	*sám*	'ginseng'

Practice 21. Initial/*f* and *ʌ*/. Practice the following words :

phi	'to fly'	*vi*	'to do'
phê	'to note'	*vê*	'to roll'
phe	'faction'	*ve*	'cicada'
phu	'coolie'	*vu*	'to calumniate'
phô	'to show off'	*vô*	'without'
pho	'statue'	*vo*	'to wash (rice)'
phứt	'right away'	*vứt*	'to throw'
phơ	'white'	*vơ*	'to gather'
pha	'to mix'	*va*	'he'
phán	'human refuse'	*ván*	'cloud'
phăng	'right away'	*văng*	'to bounce off'
phường	'troupe'	*vướng*	'to be entangled'

Practice 22. /ʌ and ə/. Practice the following words :

cản	'scales'	*con*	'fit'
cám	'dumb'	*com*	'rice'
đăm	'dame'	*đờm*	'sputum'
đăn	'silly'	*đờn*	'guitar'
găm	'to roar'	*gờm*	'to fear'
nhán	'man'	*nhờn*	'greasy'
vàn	'rhyme'	*vờn*	'to play'
sản	'courtyard'	*son*	'paint'

chẩm	'dot'	chớn	'mark'
tầm	'to soak'	tởm	'nauseating'
thầm	'black'	thơm	'fragrant'
hâm	'to warm up'	hợm	'haughty'

Practice 23. *Tone Drill.*

(a) Tôi không đi chơi.   'I am not going out.'
    Anh Nam không đi.   'Nam is not going.'
    Anh tôi đi chơi.   'My brother went out.'
    Ba em đi đâu?   'Where is your father?'

(b) Tôi sắp đi chơi.   'I'm going out soon.'
    Tôi muốn anh đi.   'I want you to go.'
    Ai muốn ăn cơm?   'Who wants to eat rice?'
    Ai có xe hơi?   'Who has an automobile?'

(c) Ông nào không đi ?   'Which gentleman is not going ?'

    Hai người ăn cơm.   'The two of them ate rice.'
    Ta cùng đi chơi.   'Let's go together.'
    Ba người anh tôi.   'My three elder brothers.'

(d) Ai bảo tôi đi ?   'Who said I was going ?'
    Tôi hỏi ông Nam.   'I asked Mr. Nam.'
    Cô Hảo đi đâu?   'Where did Miss Hao go ?'
    Ông Bảng đi chơi.   'Mr. Bang went out.'

(e) Tôi cũng không đi.   'I'm not going either.'
    Tôi sẽ đi chơi.   'I will go out.'
    Anh Mỹ ăn cơm.   'My is eating.'
    Cơm Mỹ ngon không?   'Is American food good ?'

(f) Tôi bận không đi.   'I'm busy, cannot go.'
    Ông mượn ông Nam.   'You go and borrow from Mr. Nam.'

    Anh lại đây chơi.   'Come here.'
    Ba hiệu cơm tây.   'Three French restaurants.'

PART VI. TRANSLATION

(Listen once, then write down. Hand in translation later)

1. Chào ông. Mời ông vào. 2. Chào cô. Mời cô ngồi. 3. Bài này chỉ có mười sáu chữ thôi. 4. Buồng này có hai cái cửa thôi à? 5. Vâng, buồng này chỉ có hai cái cửa thôi. 6. Cái nhà này chỉ có bốn buồng thôi à? 7. Vâng, cái nhà này chỉ có bốn buồng thôi. 8. Quyển sách này chỉ có năm mươi trang thôi, phải không? 9. Quyển sách này chỉ có năm mươi trang thôi. 10. Hiệu chúng tôi chỉ bán đồng-hồ Thụy-Sĩ thôi. 11. Tuần trước cô ấy bị cảm, nhưng bây giờ khỏi rồi. 12. Tháng trước ông ấy bị ốm, nhưng tháng này khỏi rồi. 13. Hôm nay tôi bị mệt. 14. Ông mạnh khỏe như thường chứ? 15. Sáu giờ rưỡi rồi. Chúng ta đi ăn chứ? 16. Đi thì đi. 17. Một giờ kém mười lăm rồi. Chúng ta đi học chứ? 18. Anh anh có vợ rồi chứ? 19. Vâng, anh tôi có vợ rồi. 20. Hôm qua tôi bị cảm, nhưng hôm nay khỏi rồi. 21. Tôi có bốn người anh và năm người chị 22. Cái này bao nhiêu tiền? 23. Thưa ông, bốn đồng rưỡi. 24. Hôm nay thứ mấy, anh Lâm? 25. Hôm nay thứ bảy. Anh quên à? 26, Tôi đói lắm rồi. 27. Tôi tưởng ông Xuân không đến? 28. Tôi có mời ông Xuân đến chơi, nhưng hôm nay ông ấy đi làm. 29. Ông ấy làm ở đâu? 30. Ông ấy làm ở Bộ Ngoại-Giao. 31. Trước tôi tưởng ông Xuân chưa có vợ.

PART VII. « WHAT WOULD YOU SAY » TEST

1   You suggest that your group go and eat .

    a.   Chúng ta đi ăn chứ !

    b.   Ông ấy đi ăn rồi chứ !

    c.   Tôi đi ăn nhé !

2. You say that he only knows how to speak German :

    a. *Ông ấy chỉ biết nói tiếng Anh thôi.*

    b. *Ông ấy không biết nói tiếng Đức à ?*

    c. *Ông ấy chỉ biết nói tiếng Đức thôi.*

3. You explain that they study from 2 : 45 to 3 : 30 and you say :

    a. *Các ông ấy học từ một giờ bốn mươi lăm đến ba giờ rưởi.*

    b. *Các ông ấy học từ ba giờ kém mười lăm đến ba giờ rưởi.*

    c. *Các ông ấy đọc từ ba giờ kém mười lăm đến ba giờ ba mươi.*

4. Miss Thu had a cold, and you ask :

    a. *Hôm nay cô mạnh không ?*

    b. *Hôm nay cô mệt không ?*

    c. *Hôm nay cô khỏi chưa ?*

5. You want to know how many children a new friend of yours has ;

    a. *Ông ấy có mấy người anh ?*

    b. *Ông ấy có mấy người con ?*

    c. *Ông ấy có nói tiếng Anh không ?*

6. You are fairly sure that your friend works in the Department of Foreign Affairs, but you want to check with him :

    a. *Ông làm ở Bộ Kinh-Tế, phải không ?*

    b. *Ông làm ở Bộ Ngoại-Giao. phải không ?*

    c. *Anh ông có làm ở Bộ Ngoại-Giao không ?*

7. You want to leave your friends, and you say :

    a. *Xin lỗi các ông.*

    b. *Xin lỗi bà.*

    c. **Cảm ơn các ông lắm.**

LESSON SEVEN 7

Both. Every. A few

PART I. CONVERSATION

(Ông Bảng cùng đi chụp ảnh với ông Nam)

Brown

1. Good morning, Mr. Nam.   Chào ông Nam !

Nam

2. Good morning, Mr. Bảng.   Không dám,
   chào ông Bảng !

Brown

3. The weather is so beauti-   Hôm nay giời đẹp quá
   ful today, haven't you no-   nhỉ !
   ticed ?

Nam

4. Yes, it's very nice out.   Vâng, giời tốt lắm.

5. Since it's so sunny we can   Nắng to thế này
   go and take some pictures.   chúng ta có thể đi chụp
   ảnh được.

Brown

6. It's after nine already.   Chín giờ hơn rồi.

7. Let's go !   Ta đi đi !

Nam

8. [opens the door] After you !   [mở cửa] Mời ông !
   [shuts the door].   [đóng cửa].

Brown

9. Thank you.   Cám ơn ông.

10. In this season the weather   Mùa này
    is so nasty. It rains often.   giời xấu,
    mưa luôn.

11. I don't like it.   Tôi không thích.

Nam

12. I don't like the rainy season either.

Tôi cũng không thích mùa mưa.

13. It's both sloppy and uncomfortable.

Vừa bẩn, vừa khó chịu.

14. I want to take you to the Botanical Gardens now.

Bây giờ tôi muốn đưa ông đến vườn Bách-Thảo.

Brown

15. Is it far from here ?

Vườn Bách-Thảo có xa không ?

Nam

16. It's very close.

Gần lắm.

17. We can walk.

Đi bộ được.

Brown

18. Why didn't you invite Miss Thu to come along ?

Tại sao ông không mời cô Thu cùng đi ?

Nam

19. Because today she's busy studying for her exam.

Tại hôm nay cô ấy bận học thi.

20. By the way, when is Miss Green — or Miss Thanh — going back to the States ?

À, còn có Green... hay cô Thanh, bao giờ về Mỹ ?

Brown

21. She's going soon, but I don't know exactly when.

Cô ấy sắp về Mỹ, nhưng tôi không biết rõ hôm nào.

Nam

22. Everyone is sorry she is leaving.

Cô ấy đi, ai cũng tiếc.

Brown

23. Yes, everyone likes her.

Vâng, người nào cũng thích cô ấy.

24. She is both beautiful and nice.	*Vừa đẹp, vừa ngoan.*

Nam

25. Say, what make is your camera ?	*À, máy ảnh của ông kiểu gì đấy ?*

Brown

26. Kodak.	*Kodak.*

Nam

27. American Kodak or German Kodak ?	*Kodak Mỹ hay Kodak Đức ?*

Brown

28. I don't know.	*Tôi không biết.*
29. I bought it in the States.	*Tôi mua bên Mỹ.*
30. It cost only twelve dollars.	*Chỉ có mười hai đô-la thôi.*

Nam

31. Only twelve dollars ?	*Mười hai đồng thôi à ?*
32. That's very cheap.	*Rẻ quá nhỉ !*
33. Hey, this spot is beautiful, do you want to take some pictures ?	*Này, chỗ này đẹp, ông có muốn chụp cái ảnh nào không ?*

Brown

34. Yes, I do.	*Thưa ông có.*
35. There are many flowers here. Very beautiful.	*Chỗ này nhiều hoa, đẹp lắm.*
36. Will you take a few pictures of me ?	*Ông chụp cho tôi mấy cái nhé ?*

Nam

37. Certainly.	*Vâng được.*
38. You stand here.	*Ông đứng đây nhé !*
39. I am going over there.	*Tôi ra chỗ kia.*

Brown

40.	Let me know when [you're going to take the picture].	*Bao giờ chụp thì xin ông cho tôi biết.*

Nam

41.	All set?	*Xong chưa ?*
42.	Now smile !	*Ông cười đi !*
43.	One, two, three, that's it.	*Một, hai, ba, xong rồi.*

PART II. VOCABULARY

ai	PR	*someone, anyone ; whoever ; everyone, anyone*
ai (ai) cũng...		*everyone...*
ảnh	N	*photograph*
chụp ảnh		*to take photographs*
máy ảnh		*camera*
bách-thảo		*one hundred plants*
Vườn Bách-Thảo	N	*Botanical Gardens*
bẩn	SV	*to be dirty, be filthy*
bộ	N	*step (R)* *
đi bộ	V	*to go on foot, walk*
cười	V	*to smile, laugh ; to laugh at*
chịu	V	*to bear, endure, stand, put up with*
khó chịu	SV	*to be unpleasant, be uncomfortable, be unwell*

---

* R stands for « restricted, not used freely ».

dễ chịu	SV	*to be pleasant, be comfortable, be well*
chỗ	N	*place*
chụp	V	*to spring upon and seize*
chụp ảnh	V	*to take photographs*
dễ chịu	SV	*to be pleasant, be comfortable, be well*
đây	SP	*here ; this place*
đẹp	SV	*to be beautiful, be good-looking; [of weather] to be nice, be fair, be fine [subject giời]*
đô-la	N	*dollar CL đồng*
đóng		*to shut, close ; to pay [money, tiền, as one's dues or contribution] ; to bind [book, sách]*
đưa	V	*to take, bring [something or someone]*
đứng	V	*to stand*
được	V	*to obtain, get [pleasure, privilege, opportunity, permission, authority] ; to be [object is a verb] ; can, may, to be able [follows main verb]*
có thể... được		*can..., to be able to...*
gần	SV	*to be near, close by*
gần đây		*not far from here ; recently*
giời	N	*sky, heaven: it [subject of verbs denoting weather conditions or periods of the day, as in giời mưa 'it's raining']*
hoa	N	*flower, blossom*
vườn hoa	N	*flower garden, park*

khó chịu	SV	*to be unpleasant, uncomfortable, unwell*
máy	N	*machine, engine*
máy ảnh	N	*camera*
mở	V	*to open*
mưa	SV	*to rain [subject giời 'sky'], be rainy*
nào	SP	*any...; every..., any...*
người nào cũng...		*everyone...*
này	P	*I say! say! hey!*
nắng	SV	*to be sunny [subject giời 'sky']*
cảm nắng		*to get sunstroke*
ngoan	SV	*[of person] to be nice, be sweet, be well-mannered, be well-behaved*
nhỉ ?	P	*don't you think? did you notice? have you any idea?*
à nhỉ !		*oh yes!*
nhiều	SV	*to be much or many, be plentiful; much, a great deal, often*
	V	*to have much or many; there is much, there are many*
rõ	SV	*to be clear, be distinct; clearly, distinctly*
	V	*to know well, understand clearly*
sao	A	*how? what manner? why (is it that)?*
tại sao		*id.*
vì sao		*id.*
làm sao		*how?*

không sao !		*it doesn't matter ! no trouble ! don't mention it ! never mind !*
ta	PR	*we [inclusive] / us*
chúng ta		*id.*
tại	C	*because (of)*
tại vì		*id.*
tại sao		*why (is it that)*
to	SV	*to be large, be big / very*
thể	N	*ability, capability*
có thể... (được)		*can, may, to be able to*
không có thể...(được)		*cannot, may not, to be unable to*
thi	V	*to take an examination or a test; to take part in contest, race; to compete*
đi thi		*to take an examination*
bài thi		*test, exam*
thích	V	*to like, be fond of*
vừa... vừa...	V	*to do two actions at the same time, both.... and...*
vườn	N	*garden*
vườn hoa	N	*flower garden, park*
Vườn Bách-Thảo	N	*Botanical Gardens*
xa	SV	*to be far away*
xấu	SV	*to be bad [opp. tốt]; to be ugly, be unattractive [opp. đẹp]; [of weather] to be foul, bad, nasty [subject giời] [opp. tốt or đẹp].*
xong	V	*to finish ; to finish doing something [preceding verb denotes action completed]; after ...-ing.*

PART III PATTERN DRILL

A. BOTH... AND...

Pattern :

Subject	vừa...	vừa...

Chúng tôi	vừa đếm	vừa học.
Chúng ta	vừa học nói	vừa học đọc.
Ông Bảng và cô Thu	vừa đi học	vừa đi làm.
Bà Nam	vừa giả tiền	vừa chào ông Kim.
Anh ấy	vừa ăn cơm	vừa học bài.
Cô ấy	vừa cười	vừa nói.
Em cô Thanh	vừa cười	vừa xin lỗi.
Bài này	vừa dài	vừa khó.
Bài thứ tư	vừa ngắn	vừa dễ.
Cái bàn này	vừa lớn	vừa dài.
Cô ấy	vừa đẹp	vừa ngoan.
Quyển sách kia	vừa hay	vừa rẻ.
Đồng hồ Thụy-Sĩ	vừa đẹp	vừa rẻ.
Chúng tôi	vừa đói	vừa mệt.
Giời mưa	vừa bẩn	vừa khó chịu.

B. FINAL PARTICLE NHỈ !

Hôm nay trời đẹp quá nhỉ !
Giời mưa bẩn quá nhỉ !
Vườn Bách-Thảo gần lắm nhỉ !
Tại sao ông ấy không mời cô Thu cùng đi nhỉ !
Cái vườn này nhiều hoa nhỉ !
Tuần này chúng ta học mấy bài nhỉ !
Bài thứ sáu dài nhỉ !
Tiếng Việt-Nam không khó lắm nhỉ !
Bà ấy ở đâu bây giờ nhỉ !
Dạo này cô Thu làm gì nhỉ !

Bao giờ cô ấy về nước nhỉ !

Mùa này giời mưa luôn nhỉ !

C.   INDEFINITE VS. INTERROGATIVE

1.   Bao giờ cô về Mỹ ?   *when ?*

Có bao giờ cô ấy cười   *ever*
không ?

Cô ấy không chụp ảnh bao   *never*
giờ.

(*or* Cô ấy không bao giờ
chụp ảnh).

Bao giờ cô ấy cũng đi bộ.   *always*

2.   Ông muốn mua quyển sách
nào ?   *which ?*

Ông có muốn mua quyển   *some, any*
sách nào không ?

Tôi không thích một quyển   *not any*
nào.

Quyển sách nào cũng có   *every, any*
ảnh.

3.   Hôm nào ông không bận ?   *which ?*

Có hôm nào ông không   *some, any*
bận không ?

Hôm nào ông không bận,   *some, any*
mời ông đến chơi.

Hôm nào tôi cũng bận lắm.   *every, any*

4.   Người nào có máy ảnh ?   *which one ?*

Có người nào đi không ?   *anyone*

Không có một người nào   *not anyone*
biết chụp ảnh.

Người nào cũng học tiếng   *everyone*
Việt-Nam.

5. Ai đi ?   *who ?*
    Có ai đi không ?   *anybody*
    Không (có) ai biết.   *not anybody*
    Ai cũng biết.   *everybody*
6. Ai có máy ảnh ?   *who ?*
    Có ai có máy ảnh không ?   *anybody*
    Không (có) ai có máy ảnh.   *not anybody*
    Ai cũng có máy ảnh.   *everybody*
7. Ông ấy ăn gì ?   *what ?*
    Ông ấy có gì ăn không ?   *anything*
    Ông ấy không ăn gì.   *not anything*
    Cái gì ông ấy cũng ăn.   *everything, anything*
8. Cô Thu làm gì ?   *what ?*
    Dạo này cô ấy có làm gì   *anything*
    không ?
    Cô ấy không muốn làm gì.   *not anything*
    Cái gì cô ấy cũng làm.   *everything, anything*

D. POSTVERB ĐƯỢC

Pattern :1. | Subject (có thể) Verb được | 'can, be able to'

2. | Subject không (có thể) Verb được | 'cannot, be unable to'

3. | Subject chưa (có thể) Verb được | 'cannot yet'

Tôi	(có thể)	chụp ảnh	được.
Chúng ta	không (có thể)	đi bộ	
Chúng tôi	chưa (có thể)	đếm bằng tiếng Anh	
Ông Hạ		nhắc lại từ đầu	
Bà Thu		học bài này	

Cô Đông	làm cái nầy
	ra nhà dây thép
	đến chơi nhà cô Thu
	đi Cựu-Kim-Sơn

E. COMPARATIVE OF SUPERIORITY ' HƠN '

Pattern : | Subject V hơn Object | 'more...than,-er...than'

1. Bài thứ bẩy dài hơn bài thứ tám.
   Lesson 7 is longer than lesson 8.

2. Ông Nam khỏe hơn tôi.
   Mr. Nam is stronger than I.

3. Quyển sách nầy tốt hơn quyển sách kia.
   This book is better than the one over there.

4. Bài ấy ngắn hơn bài nầy.
   That lesson is shorter than this one.

5. Cái bàn nầy lớn hơn.
   This table is bigger.

6. Cái ghế nầy nhỏ hơn.
   This chair is smaller.

7. Tiếng Việt-Nam dễ hơn tiếng Anh nhiều.
   Vietnamese is much easier than English.

8. Tiếng Đức khó hơn tiếng Pháp nhiều.
   German is much more difficult than French.

9. Đồng - hồ Mỹ đắt hơn đồng-hồ Pháp.
   American watches are more expensive than French watches.

10. Quyển nầy hay hơn nhiều.
    This book is far more interesting.

11. Máy ảnh của tôi rẻ hơn máy ảnh của ông Bảng.
    My camera is cheaper than Mr. Bảng's.

12. Ông ấy nhiều tiền hơn tôi.
    He has more money than I.

13. Ông Hạ nhiều con hơn anh tôi.
    Mr. Hạ has more children than my older brother.

14. Tôi thích mùa xuân hơn.
    I like the spring better.

15. Chỗ ấy xa hơn vườn Bách-Thảo.   *That place is farther away than the Botanical Gardens,*

16. Vườn này nhiều hoa hơn vườn nhà ông.   *This garden has more flowers than the garden at your house.*

17. Giá đô-la ở Việt-Nam đắt hơn ở Pháp.   *The price of U. S. dollars is higher in Vietnam than in France.*

PART IV. GRAMMAR NOTES

7.1. Vừa. Both... and... When two actions occur at thế same time or two aspects exist simultaneously, **each of the verbs** denoting them is preceded by *vừa*. Examples :

Cô ấy vừa cười vừa nói.   'She was smiling while talking.'
Bài này vừa ngắn vừa dễ.   'This lesson is both short and easy.'

7.2. Sao ? Why. How. The interrogative word *sao ?* means 'what cause ? what manner ? why ? how?' and expects the hearer to identify a cause or manner. Examples :

Sao ông không mời cô ấy ?   'Why didn't you invite her ?'
Vì sao ông không mời cô ấy ?   id
Tại sao ông không mời cô ấy ?   id
Sao cô không bảo tôi ?   'Why didn't you tell me ?'
Tại sao cô không bảo tôi ?   id

7.3. Indefinites. The question words *nào* 'which ?' (2.4), *bao nhiêu* 'how much ? how many ?' (3.4), *mấy* 'how many?' (3.4), *đâu* 'where? what place?' (4.2), *ai* 'who ?' (4.2), *gì* 'what?' (4.2), *bao giờ* 'when ?' (4.2), and *sao* 'why? how ?' (7.2) are also used as indefinites in a statement or question about an unidentified object, quantity, place, person, time or manner.

The word *nào*, for instance, may occur in four different sentences.

(*1*) *Ông muốn mua quyển sách nào ?*

(2) *Ông (có) muốn mua quyển sách nào không ?*

(3) *Tôi không thích một quyển nào.*

(4) Quyển nào cũng có ảnh.

（with H above *nào*）

The presence of the question word *nào* shows that Sentence (1) is clearly a question 'Which book do you want to buy?'.

In (2) the question 'Do you want to buy any books ?' — requiring a yes-or-no answer — is marked as such by means other than an interrogative word.

In (3) the statement contains a negative word (*không*). It means ' I don't like any (book).'

The stress in (4), not shown in the conventional orthography but indicated here by the symbol H (heavy stress), is on the word *nào* 'any.' The verb is preceded by *cũng*, which is not to be translated 'also.' We can analyze this sentence as having two clauses, a subordinate clause indicating an indefinite number of things or actions, and a main clause whose situation occurs in conjunction with each and every one of those things or actions : '[if you take] any book, [it] has pictures, —every book has pictures.'

Other examples :

Có quyển sách nào dễ, tôi sẽ mua.	'If there is some easy book I'll buy it.'
Bao nhiêu sách ông ấy cũng mua.	'He'll buy as many books as they've got.'
Mấy hôm nay giời nóng quá !	'It has been too hot these past few days.' (See 7.4)

Khi nào anh thấy ở đâu bán sách Việt-Nam, xin anh bảo tôi nhé !	'When you see Vietnamese books sold somewhere please let me know, will you ?'
Có ai đi Việt-Nam, xin ông cho tôi biết.	'If someone's going to Vietnam would you let me know ?'
Ông muốn mua gì xin đến hiệu Việt-Nam.	'If there's anything you want to buy go to the Việtnam shop.'
Bao giờ ông đi Cựu-Kim-Sơn, xin ông cho tôi hỏi thăm ông ấy nhé !	'Any time you go to San Francisco would you say «hello» to him for me ?'

7.4. Mấy. A few. Some. The word *mấy* 'how many?' is also used as 'indefinite' meaning 'a few, some.' After a numeral denoting ten (*mười*) or a multiple of ten (*hai mươi, ba mươi*, etc.), *mấy* denotes an indefinite number between one ten and the next higher. Thus *ba mươi mấy cái ghế* means either 'thirty-how many chairs ?' or 'thirty-odd chairs.' Likewise *mấy* can follow a numeral ending with *trăm* 'hundred' or *nghìn* 'thousand.' Examples :

Hai trăm mấy quyển sách ?	'Two hundred and how many books ?'
Hai trăm mấy quyển sách.	'Between 200 and 300 books.'

7.5. Co-verbs. Ở 'at, in.' Đến 'to, until.' Cho 'to, for.' A co-verb indicates a certain relationship between the main verb and an indirect object. It is comparable to an English preposition, and *never* receives stress in speech. The co-verb and its own object may follow or precede the main verb. Examples :

Ông ấy có hiệu sách ở Cựu-Kim-Sơn.	'He owns a bookstore in San Francisco.'

Ông ấy đưa tôi đến vườn Bách-Thảo.	'He took me to the Botanical Gardens.'
Ông ấy chụp cho tôi ba cái ảnh.	'He took three pictures for me.'

7.6. Final particle nhỉ ! First this final particle is used to call the attention of the hearer to something of which he, as well as the speaker, is already aware. It can be variously translated 'don't you think (so) ?', 'did you notice ?', etc.

Secondly the particle *nhỉ ?* may be used to ask for some information, the speaker expecting that the person addressed will be willing to share his knowledge. It can in this instance be translated ' do you know ? ' or ' I wonder ! '.

Hôm nay trời đẹp quá nhỉ ?	'The weather is very nice today, don't you think ?'
Tuần này chúng ta học mấy bài nhỉ ?	'How many lessons did we study this week, do you know ?'

The combination *à nhỉ !* 'Oh yes !' denotes that one has suddenly remembered or noticed something.

7.7. Co-verb of superiority. Hơn. The verb *hơn* 'to be better or more than' can be used as co-verb to indicate superiority :

Ông Nam khỏe hơn tôi.	'Mr. Nam is stronger than I.'
Ông ấy nhiều tiền hơn tôi.	' He has more money than I.'
Chín giờ hơn rồi !	' It's after nine already.'
Hơn chín giờ rồi !	id.
Sách này có hơn ba trăm trang.	'This book has over 300 pages.'

7.8. It. Giời. Verbs denoting periods of the day or states of the weather (rain, wind, storm, etc.) may have the word *giời* 'sky, heaven' as subject :

Mưa or *Giời mưa !*	'It's raining.'
Nắng to ! or *Giời nắng to !*	'It's very sunny.'

7.9. Post-verb. Được. Can. To be able to. This post-verb indicating capability may occur at the end of the sentence or right after the main verb and before the object. Example :

Tôi nói tiếng Việt-Nam được.   'I can speak Vietnamese.'

Tôi nói được tiếng Việt-Nam.   id.

Tôi có thể nói tiếng Đức được.   'I can speak German.'

Tôi có thể nói được tiếng Đức.   id.

Note the construction *có thể.... được* 'to have the ability to.' The negative form is *không (có) thể... được,* 'to be unable to' or *chưa (có) thể... được* 'not to be able yet.'

PART V. PRONUNCIATION

Practice 24. *Nucleus /iʌ/.* Practice the following words :

tia	'jet'	*tiếp*	'to receive'	*tiết*	'blood'	*tiếc*	'to regret'
kia	'that'	*kiếp*	'life'	*kiết*	'broke'	*kiếc*	
bia	'beer'			*biết*	'to know'	*biếc*	'blue'
đĩa	'leech'	*điệp*	'butterfly'	*điệt*	'nephew'	*điếc*	'deaf'
thìa	'spoon'	*thiếp*	'concubine'	*thiết*	'iron'	*thiếc*	'tin'
khía	'angle'	*khiếp*	'awe'	*khiết*	'clean'	*khiếc*	

tiêm	'to inoculate'	*tiên*	'immortal'	*tiếng*	'language'
kiêm	'concurrently'	*kiên*	'fast'	*kiêng*	'to avoid'
biếm	'irony'	*biên*	'to write'	*biếng*	'lazy'
điểm	'dot'	*điên*	'crazy'	*điếng*	'hurt'
thiềm	'toad'	*thiên*	'sky'	*thiêng*	'supernatural'
khiêm	'modest'.	*khiên*	'shield'	*khiêng*	'to carry'

Practice 25. *Nucleus* /uʌ/. Practice the following words:

tua	'tassel'	*tuột*	'to slip'	*tuộc*	devil-fish
cua	'crab'			*cuộc*	'party'
búa	'hammer'	*buốt*	'cold'	*buộc*	'to tie'
đua	'compete'			*đuốc*	'torch'
thua	'defeated'			*thuốc*	'medecine'
khua	'to stir'				
		tuốn	'to utter'	*tuồng*	'play'
cuỗm	'to swipe'	*cuốn*	'book'	*cuống*	'panicky'
buồm	'sail'	*buôn*	'to trade'	*buồng*	'room'
				đuống	
		thuốn	'tapered'	*thuồng*	
		khuôn	'mold'	*khuông*	'window frame'

Practice 26. *Nucleus* /ɯʌ/. Practice the folllowing words:

ưa	'to like'	*ướp*	'to perfume'	*ướt*	'wet'	*ước*	'to wish'
tựa	'preface'			*tướt*	'diarrhea'	*tước*	'to strip'
cưa	'to saw'	*cướp*	'to rob'			*cước*	'postage'
bừa	'harrow'					*bước*	'step'
đưa	'to hand'					*được*	'O.K.'
thưa	'polite particle'			*thướt*	'graceful'	*thược*	
				khướt	'drunk'	*khước*	'to decline'
tươm	'tidy'			*tương*		'soja sauce'	
cườm	'bead'			*cương*		'reins'	
bướm	'butterfly'			*bướng*		'stubborn'	
đượm	'full of'			*đường*		'sugar'	
				thường		'usual'	
				khương		'ginger'	

Practice 27. *Tone Drill.*

(a) *Tôi không hay đi chơi.*   'I don't go out often.'
     Hôm nay anh Nam đi.   'Nam is leaving today.'

	Ba anh đi chơi đâu ?	'Where's your father gone ?'
	Cô hai mua bao nhiêu ?	'How much would you like to buy, Miss ?'
(b)	*Anh ấy không hay đi.*	'He doesn't go often.'
	Tôi muốn anh đi ngay.	'I want you to go right away.'
	Ông ấy ăn cơm Tây.	'He eats French food.'
	Ba vé xi-nê-ma.	'Three movie tickets.'
(c)	*Ông nào hay đi chơi ?*	'Which one goes out often ?'
	Hai người đi theo tôi.	'The two men followed me.'
	Ta cùng đi chơi đi.	'Let's go out together !'
	Ba người anh ông Xuân.	'Mr. Xuan's three elder brothers.'
(d)	*Ông bảo tôi đi đâu ?*	'Where did you say I went ?'
	Cô hỏi ông Nam đi !	'Go and ask Mr, Nam.'
	Tôi tưởng ông Xuân đi.	'I thought Mr. Xuan is going.'
	Anh Bảng đi chơi đâu ?	'Where's Bang gone ?'
(e)	*Cơm Mỹ ăn ngon không ?*	'Is American food tasty ?'
	Tôi cũng đi hôm nay.	'I'm also leaving today.'
	Tôi sẽ đưa ông đi.	'I'll take you there.'
	Ai cũng đi Ba-Lê.	'Everyone goes to Paris.'
(f)	*Anh lại đây đi chơi !*	'Come over here !'
	Tôi đọc ba mươi trang.	'I read thirty pages.'
	Ai học năm mươi trang ?	'Who studied fifty pages ?'
	Tôi bận không đi chơi.	'I'm busy, so cannot go out !'

PART VI. TRANSLATION

(Listen once, then write down. Hand in translation later)

1. Hôm qua trời đẹp quá nhỉ ! Hôm nay trời xấu quá, 3. Vâng. Mưa to thế này chúng ta không (có) thể đi được. 4. Tám giờ hơn rồi, ta đi đi ! 5. Mùa này trời mưa luôn, vừa bẩn, vừa khó chịu. 6. Bây giờ tôi đưa ông đến nhà giây thép. 7. Có xa không ? 8. Không, gần lắm, đi bộ được. 9. Cô Trinh vừa đẹp vừa ngoan. 10. Ai cũng thích cô ấy. 11. Vâng, người nào cũng thích cô ấy. 12. Có ai thích cái máy ảnh này không ? 13. Máy ảnh này vừa rẻ vừa tốt. 14. Cái này bao nhiêu tiền? 15. Ba trăm đồng ! 16. Đắt quá nhỉ ! 17. Chỗ này nhiều hoa và nắng to, tôi muốn chụp mấy cái ảnh. 18. Trời mưa chúng tôi chưa (có) thể đi ra bộ Kinh-Tế được. 19. Tôi chưa nói được tiếng Đức, vì tiếng Đức khó hơn tiếng Việt-Nam. 20. Xin ông chụp cho tôi ba cái ảnh. 21. Vườn Bách-Thảo xa hơn bộ Ngoại-Giao à ? 22. Vâng, xa hơn nhiều· 23. Ông nào có hiệu sách ở Cựu-Kim-Sơn ? 24. Ông Hill. 25. Cô nào làm ở hiệu đồng-hồ nhỉ ? 26. Cô Minh. 27. Bao giờ bà ấy đi Mỹ xin ông cho tôi biết nhé ! 28. Vâng, tôi sẽ nhớ· 29. Ông đứng ấy nhé ! Tôi ra chỗ kia.

PART VII. « WHAT WOULD YOU SAY » TEST

1. You like sunny weather and you say :

    a. Tôi thích giời nắng.

    b. Tôi không thích giời nắng.

    c. Tôi thích giời mưa.

2. The appointment is for 10 o'clock' yet your group has not left the house by 9 o'clock So you say :

    a. Chín giờ năm rồi, chúng ta đi đi.

    b. Mười giờ đúng rồi, chúng ta đi đi.

    c. Bẩy giờ mười rồi, chúng ta đi đi.

3. You want to take your foreign friend to the Botanical Gardens, and you say ·

    a.   Tôi muốn đưa ông ấy đến vườn Bách-Thảo.

    b.   Tôi vừa đưa ông ấy đến vườn Bách-Thảo.

    c.   Tôi sẽ đưa ông ấy đến vườn Bách-Thảo.

4. Miss Thu could not come, and you explain why :

    a.   Cô ấy sẽ đến cùng với ông Nam.

    b.   Cô ấy không đến được vì bận học thi.

    c.   Cô ấy sắp đến nhà dây thép.

5. You want to remark that this lesson is both long and difficult :

    a.   Cái bàn này vừa dài vừa đẹp.

    b.   Bài này vừa dài vừa khó.

    c.   Bài này vừa ngắn vừa dễ.

6. You want to invite your friend over and ask him.

    a.   Hôm nào ông bận?

    b.   Hôm nào ông cũng bận à ?

    c.   Hôm nào ông không bận ?

7. Which of these three statements is the opposite of the other two ?

    a.   Không ai không có máy ảnh.

    b.   Không ai có máy ảnh.

    c.   Ai cũng có máy ảnh.

LESSON EIGHT 8

Auxiliary verbs đừng, nên, phải. Co-verb bằng

PART I. CONVERSATION

(Ông Bảng nói chuyện với ông Nam)

Nam

1. Hey, Mr. Bảng ! When did Miss Thanh go back to the United States ?

   Ông Bảng ơi, cô Thanh về Mỹ hôm nào đấy ?

Brown

2. She left on the 2nd of December.

   Cô ấy đi hôm mùng hai tháng chạp.

Nam

3. When will she get to San Francisco ?

   Hôm nào thì cô ấy về đến Cựu-Kim-Sơn ?

Brown

4. Around the 29th of January.

   Độ hăm chín tháng giêng.

Nam

5. How come it takes so long ?

   Tại sao lâu đến thế ?

Brown

6. Because she goes by boat and not by plane.

   Tại vì cô ấy đi bằng tàu thủy, chứ không phải bằng máy bay.

Nam

7. It is much more expensive to go by plane, isn't it ?

   Đi máy bay đắt hơn nhiều, phải không ?

Brown

8. Yes, very expensive.

   Vâng, đắt lắm.

9. But the U.S. government takes care of that.

   Nhưng chính-phủ Mỹ trả.

10 She doesn't have to pay.

   Cô ấy không phải trả.

11. By the way, I want to ask you something : when can I go visit Dalat ?

A, tôi muốn hỏi ông, bao giờ tôi có thể đi chơi Đà-Lạt được ?

Nam

12. I think you should wait until the weather is nice...

Theo ý tôi thì ông nên đợi hôm nào trời đẹp....

13. Dalat is not too far.

Không xa lắm.

Brown

14. Is it all right for me to go by train ?

Tôi đi bằng xe lửa có được không ?

Nam

15. Don't go by train.

Ông đừng đi xe lửa.

16. It's more fun to go by car.

Đi xe hơi thích hơn.

17 You can set your own pace and stop wherever you want — to look at the scenery, take pictures or movies.

Ông có thể đi nhanh chậm tùy ý, muốn đỗ đâu thì đỗ, để xem phong cảnh, chụp ảnh, quay phim.

Brown

18. I haven't got a movie camera, so I'll just take color pictures.

Tôi không có máy quay phim nên chỉ muốn chụp ảnh màu thôi.

Nam

19. Excuse me, it's five of three already.

Ba giờ kém năm rồi.

20. I have to go.

Xin lỗi ông, tôi đi nhé !

Brown

21. Good bye !

Vâng, chào ông.

22. I have to go to the post office to mail a letter, then go get a haircut.

Tôi cũng phải ra nhà dây thép bỏ cái thư, rồi đi cạo đầu.

23. My hair is getting so long   *Tóc tôi dài quá rồi !*
    already.

                                    Nam

24. I'll meet you at the Quảng-   *Bảy giờ đúng*
    Lạc Restaurant at seven   *tôi sẽ gặp ông ở hiệu ăn*
    sharp, O.K. ?   *Quảng-Lạc nhé !*

25. Remember : the red sign   *Ông nhớ tấm biển sơn*
    with white letters.   *đỏ chữ trắng.*

26. Bye now !   *Thôi, chào ông !*

                                    Brown

27. So long !   *Chào ông !*

PART-II. VOCABULARY

bay	V	*to fly*
máy bay	N	*airplane CL chiếc*
băm	NU–	*thirty [contraction of* ba mươi*]*
bằng	CV	*to go by [some transportation means], be made of [some material]*
biển	N	*sign, placard CL tấm*
bỏ	V	*to drop, cast, abandon, mail [letter]*
cạo	V	*to shave*
cạo đầu	V	*to get a haircut, give a haircut*
chạp	N	*12th lunar month, December*
tháng chạp	N	*12th lunar month, December*
chậm	SV	*to be slow*
chính-phủ	N	*government*
Đà-Lạt	N	*Dalat*
đầu	N	*head*
cạo đầu	V	*to get a haircut, give a haircut*

đỏ	SV	to be red
đỗ	V	[of vehicle] to stop, park
độ	N	degree, measure ; around, about
đợi	V	to wait (for)
đừng	AV	do not, let us not
giêng	N	1st lunar month, January
tháng giêng	N	1st lunar month, January
hăm	NU-	twenty- [contraction of hai mươi]
hiệu ăn	N	restaurant
hơi	N	steam, breath, gas
xe hơi	N	automobile CL chiếc
lâu	SV	to take a long time
bao lâu ?	A	how long ?
không bao lâu	A	soon
lửa	N	fire, flame
xe lửa	N	train
máy bay	N	airplane CL chiếc
máy quay phim	N	movie camera
mẫu	N	color
mùng	N	[one of the first 10 days of the month]
nên	AV	should, ought to, had better
nên	C	so, that's why, consequently
nói chuyện	V	to talk, converse
nhanh	SV	to be fast, rapid, speedy
ơi !	P	hey !; yes !
phải	AV	must, should
phim	N	film, movies
quay phim	V	to take movies, shoot movies
máy quay phim	N	movie camera
phong-cảnh	N	landscape, scenery

quay	V	*to turn [wheel, crank, etc.]*
quay phim	V	*to take movies, shoot movies*
máy quay phim	N	*movie camera*
rồi	C	*then [afterwards, next]*
sơn	V/N	*to paint, lacquer / paint, lacquer*
tấm	CL	*CL for boards, signs, bolts of cloth*
tầu	N	*ship, boat; [also train, plane]*
tầu bay	N	*airplane*
tầu thủy	N	*steamship, ocean liner*
tóc	N	*hair [on head]*
tùy	V	*to accompany, follow R [=theo]; to depend on, be up to*
tùy ý	V	*to be free to*
tháng chạp	N	*12th lunar month, December*
tháng giêng	N	*1st lunar month, January*
tháng tư	N	*4th lunar month, April*
theo ý tôi		*in my opinion, I think, I feel*
thế	SV	*to be so, be thus*
thủy	N	*water R*
tầu thủy	N	*steamship, ocean liner CL chiếc*
thư	N	*letter CL cái*
trắng	SV	*to be white*
xe	N	*vehicle CL chiếc*
xe hơi	N	*automobile CL chiếc*
xe lửa	N	*train*
ý	N	*opinion, thought, idea*
theo ý tôi		*in my opinion, I think, I feel*
tùy ý	V	*to be free to*

PART III. PATTERN DRILL

A. MONTHS OF THE YEAR

Tháng này là tháng mấy?

　　　　Tháng này là tháng giêng.
　　　　Tháng này là tháng hai.
　　　　Tháng này là tháng ba.
　　　　Tháng này là tháng tư.
　　　　Tháng này là tháng năm.
　　　　Tháng này là tháng sáu.
　　　　Tháng này là tháng bẩy.
　　　　Tháng này là tháng tám.
　　　　Tháng này là tháng chín.
　　　　Tháng này là tháng mười.
　　　　Tháng này là tháng (mười) một
　　　　Tháng này là tháng chạp.

B. DAYS OF THE MONTH

Hôm nay (là) mùng mấy?

　　　　Hôm nay (là) mùng một.
　　　　Hôm nay (là) mùng hai.
　　　　Hôm nay (là) mùng ba.
　　　　Hôm nay (là) mùng bốn.
　　　　Hôm nay (là) mùng năm.
　　　　Hôm nay (là) mùng sáu.
　　　　Hôm nay (là) mùng bẩy.
　　　　Hôm nay (là) mùng tám.
　　　　Hôm nay (là) mùng chín.
　　　　Hôm nay (là) mùng mười.

Hôm nay mười mấy?

　　　　Hôm nay mười một.

Hôm nay mười hai.

Hôm nay mười ba.

Hôm nay mười bốn.

Hôm nay mười lăm.

Hôm nay mười sáu.

Hôm nay mười bẩy.

Hôm nay mười tám.

Hôm nay mười chín.

Hôm nay hai mươi mấy? or Hôm nay hăm mấy?

Hôm nay hai mươi mốt.

Hôm nay hai mươi hai.

Hôm nay hai mươi ba.

Hôm nay hai mươi bốn.

Hôm nay hai mươi lăm.

Hôm nay hai mươi sáu.

Hôm nay hai mươi bẩy.

Hôm nay hai mươi tám.

Hôm nay hai mươi chín.

C. CO-VERB BẰNG «BY MEANS OF»

Tôi	đi	Sài-Gòn	bằng xe hơi.
Chúng tôi		Cựu-Kim-Sơn	xe lửa.
Ông Bảng		Dà-Lạt	tầu bay.
Cô Thanh			máy bay.
Bà Xuân			

D. CONTRACTED FORMS HĂM- AND BĂM-

hăm	mốt	quyển sách
băm	hai	cái ghế
	ba	chữ
	tư	bài

nhăm

sáu

bảy

tám

chín

E. AUXILIARY VERBS ĐỪNG, NÊN AND PHẢI

Patterns :   (không/chưa) nên   V

            (không/chưa) phải   V

            phải nên   V

            đừng   V

            đừng nên   V

1.   Anh *nên* đến chào ông ấy.   *You should go and say hello to him.*

2.   Cô *nên* đến cám ơn bà ấy.   *You should go and thank her.*

3.   Ta không *nên* đợi lâu quá.   *Let's not wait too long.*

4   Ông chưa *nên* đi học vì ông chưa khỏi.   *You shouldn't go to class yet since you haven't recovered.*

5.   Xin lỗi ông, tôi *phải* đi ra nhà dày thép.   *Excuse me, I have to go to the post-office.*

6.   Tại sao chúng ta *phải* học tiếng Việt-Nam ?   *Why do we have to study Vietnamese ?*

7.   Ăn xong tôi *phải* đến bộ Kinh-Tế.   *After lunch I have to go to the Ministry of National Economy.*

8.   Một tuần chúng tôi *phải* học ba bài.   *We have to study three lessons a week.*

9.   Tuần nào tôi cũng *phải* trả độ băm lăm đô-la.   *Every week I must pay around thirty-five dollars.*

10.   Tôi đếm rồi, cô không *phải* đếm lại.   *I already counted them : you don't have to count again.*

11. Chúng ta *phải* nên học nhiều chứ không nên đi chơi.
    We must study hard and not go out.

12. Tôi chưa *phải* cạo đầu vì tóc tôi chưa dài lắm.
    I don't need a haircut yet because my hair isn't too long.

13. Ông *đừng* đi bây giờ.
    Don't leave right now.

14. Anh *đừng* nên mua đồng hồ kiểu ấy.
    Don't buy a watch of that make.

15. Xin ông *đừng* nói to quá.
    Please don't speak too loud.

16. Anh không có tiền mà cũng chưa học xong, *đừng* nên lấy vợ bây giờ.
    You haven't got any money and are not through with your studies either, so you shouldn't get married now.

F. TẠI, VÌ..... NÊN CONSTRUCTION

1. Ông ấy buồn *vì* bà ấy ốm luôn.
    (*Vì*) bà ấy ốm luôn *nên* ông ấy buồn.

2. Hôm nay tôi không đi học *vì* tôi bị cảm.
    Vì tôi bị cảm *nên* hôm nay tôi không đi học.

3. Tôi phải đếm lại *vì* tôi không nhớ bao nhiêu.
    (*Vì*) tôi không nhớ bao nhiêu *nên* tôi phải đếm lại.

4. Tôi cũng không gặp *vì* cô ấy bận lắm.
    (*Vì*) cô ấy bận lắm *nên* tôi cũng không gặp.

5. Tôi xin lấy giá rẻ *vì* ông là bạn ông Nam.
    (*Vì*) ông là bạn ông Nam *nên* tôi xin lấy giá rẻ.

6. Tôi không mời cô Thu *vì* cô ấy bận học thi.
    (*Vì*) cô Thu bận học thi *nên* tôi không mời cô ấy.

7. Ông ấy không phải trả tiền *vì* ông ấy làm ở bộ Ngoại-Giao.

(*Vì*) ông ấy làm ở bộ Ngoại-Giao *nên* ông ấy không phải trả tiền.

8.   Tôi không rõ *vì* bà ấy không nhắc lại.

(*Vì*) bà ấy không nhắc lại *nên* tôi không rõ.

Substitute *tại* for *vì* , and repeat the drill.

G. RỒI «THEN, AFTERWARDS»

Chúng tôi mở cửa, rồi học bài.

Ông ấy chào cò Thu, rồi đi ra.

Chúng tôi đóng cửa, rồi đếm tiền đô-la.

Hôm nay chúng ta học bài, rồi đi chơi nhà ông Nam.

Ông ấy làm chủ hiệu sách, rồi làm chủ hiệu đồng hồ.

Chúng tôi ra nhà dây thép, rồi đi mua đồng hồ.

Tôi giới-thiệu ông Brown, rồi tôi đi cạo đầu.

Bà ấy trả tiền, rồi đi Cựu-Kim-Sơn.

Anh ấy làm ở bộ Ngoại-Giao, rồi làm ở bộ Kinh-Tế.

Tôi đưa ông đến vườn Bách-Thảo, rồi tôi đi cạo đầu.

Tôi đi cạo đầu, rồi về dây nhé.

Năm giờ rồi : chúng ta đi mua sách, rồi đi ăn chứ !

FLUENCY DRILL

Tôi phải đi Cựu-Kim-Sơn mua sách.

Tôi chưa phải đi Cựu-Kim-Sơn mua sách.

Hôm nay tôi chưa phải đi Cựu-Kim-Sơn mua sách.

Cò ấy chưa đến nên hôm nay tôi chưa phải đi Cựu-Kim-Sơn mua sách.

Vì cò ấy chưa đến nên hôm nay tôi chưa phải đi Cựu-Kim-Sơn mua sách.

PART IV. GRAMMAR NOTES

8.1. Contractions hăm and băm. In speech, and some-
times in reading and writing too, *hăm* substitutes optionally for
hai mươi in numerals from 21 to 29, and *băm* for *ba mươi* in
numerals from 31 to 39. In the numerals between tens from 40
to 100, *mươi* may be dropped. Examples :

hai mươi tám	or	*hăm tám*	'28'
ba mươi bảy	or	*băm bảy*	'37'
sáu mươi tám	or	*sáu tám*	'68'

8.2. Months of the year. The months of the year from
the second to the tenth are denoted by expressions made
up of the word *tháng* 'month' and a cardinal number from 2
to 10, *tư* substituting for *bốn* 'four.' The expression *tháng một*
denotes eleventh month — although many speakers insist
on using *tháng mười một* as a more «logical» construction.
The first and twelfth lunar months are respectively *tháng giêng*
and *tháng chạp*. *Tháng mấy* (*mấy* 'how much? how many?')
asks which month of the year it is.

Constructions denoting lunar months are also applied to
the months of the Western calendar, January to December :

tháng tư	'April'	*tháng chạp*	'December'

8.3. Days of the month. For the first ten days of the
month — lunar or solar — the word *mùng* occurs preceding a
numeral from 1 to 10. For the other days the numeral alone
suffices. Note the questions to ask which day of the month it is :

hôm nay mùng mấy ?   if the date is between the 1st and
the 10th,

hôm nay mười mấy ?   if the date is between the 11th
and the 19th,

hôm nay hai mươi mấy ? or *hôm nay hăm mấy ?*
if the date is between the 21st and the 29th.

Other examples :

hôm mùng tám tháng giêng	'on the 8th of January'
hôm hăm mốt tháng một	'on the 21st of November'
hôm nay là hai mươi sáu tháng chạp	'Today is December 26'

8.4. Nên. Phải. Phải nên. Ought to. Should. Must.

Of the two auxiliary verbs *nên* and *phải*, the latter is stronger. While *nên* conveys the idea of suggestion and advice, *phải* and *phải nên* indicate an imperative necessity (duty, obligation, command, order). Examples :

Ông nên đi.	'You ought to go.'
Ông không nên đi.	'You should not go.'
Ông chưa nên đi.	'You shouldn't go yet.'
Ông phải đi.	'You have to go.'
Ông không phải đi.	'You don't have to go.'
Ông chưa phải đi.	'You don't have to go yet.'
Ông phải nên đi Cựu-Kim-Sơn.	'You must go to San Francisco.'

8.5. Đừng, đừng nên. Do not, let us not.

A main verb may be preceded by *đừng*, used alone or with *nên* (See 8.4) with the meaning 'don't, let's not.' Examples :

Xin ông đừng nói to quá.	'Please don't speak too loud.'
Ta đừng nói to quá.	'Let's not speak too loud.'
Ông đừng nên đi bây giờ.	'Do not leave right now.'

8.6. Because, since. Vì... nên.... Tại... nên....

We have seen the conjunctions *vì, tại* and *tại vì* 'for, because, since.' When the cause-clause comes first, the effect-clause is introduced by *nên* 'consequently, as a result.' Examples :

Ông ấy buồn *vì* bà ấy ốm luôn.

Vì bà ấy ốm luôn *nên* ông ấy buồn.

Ông ấy buồn *tại* bà ấy ốm luôn.

Tại bà ấy ốm luôn *nên* ông ấy buồn.

Ông ấy buồn *tại vì* bà ấy ốm luôn.

Tại vì bà ấy ốm luôn *nên* ông ấy buồn.

PART V. PRONUNCIATION

Practice 28. *Nucleus* /iʌ/. Practice the following words :

chia	'to divide'	*chiếp*	'to twitter'	*chiết*	'to cut'	*chiếc*	
							'piece'
mía	'sugar cane'			*miết*	'to apply'		
nia	'winnow basket'			*niết*			
nhia		*nhiếp*	'regency'	*nhiệt*	'hot'	*nhiếc*	
							'to scold'
nghĩa	'meaning'	*nghiệp*	'karma'	*nghiệt*	'austere'		
phía	'side'			*phiệt*	'lord'		
vía	'life principle'			*viết*	'to write'	***việc***	
							'work'
chiêm	'5th month harvest'	*chiên*	'sheep'	*chiêng*	'gong'		
		miên	'sleep'	*miếng*	'bite. morsel'		
niêm	'to paste'	*niên*	'year'	*niễng*	'zizania'		
nhiệm	'office'	*nhiên*	'natural'				
nghiêm	'severe'	*nghiên*	'ink slab'	*nghiêng*	'tilted'		
phiếm	'chat'	*phiền*	'to bother'				
viêm	'summer'	*viên*	'pill'	*viếng*	'to visit'		

Practice 29. *Nucleus* /uʌ/. Practice the following words :

chua	'sour'			*chuột*	'rat'	*chuộc*
						'to redeem'

mua	'to buy'		
nua	'old'	nuốt 'to swallow'	nuộc 'to tie'
nhụa	'messy'		nhuốc 'dirty'
(ngua)			
(phua)			
vua	'king'		vuốt 'to caress'
chuóm	'pond'	chuồn 'to escape'	chuống 'bell'
muỗm	'mango'	muón '10,000'	muống 'vegetable'
nuốm	'button'		nuống 'to spoil'
nhuộm	'to dye'		
		nguồn 'source'	
			vuống 'square'

Practice 30. *Nucleus /ɯʌ/.* Practice the following words

chưa	'not yet'			trượt 'to slip'	
				chước 'ruse'	
mưa	'rain'	mướp	'squash'	mướt 'cold'	
nửa	'bamboo'			nước 'water'	
nhựa	'sap'			nhược 'in case'	
ngựa	'horse'			ngược 'reverse'	
phứa	'carel essly'			phước 'happiness'	
vừa	'recently'			vược 'perch'	
chườm	'to massage'		trườn 'to crawl'	trường 'school'	
			mượn 'to borrow'	mường 'muong'	
				nương 'dry field'	
				nhường 'to cede'	
				ngượng 'embar-rassed'	
			phưỡn 'paunchy'	phương 'direction'	
			vườn 'garden'	vương 'king'	

Practice 31. *Tone Drill.*

(a) *Tôi không hay đi chơi.*   I don't go out often.

Hôm nay ông Xuân đi.   Mr. Xuân is leaving today

Ba anh đi ăn đi.   You three go ahead and eat.

Cô Thu mua bao nhiêu ?   How much did Miss Thu buy ?

Tôi không thấy ông Nam.   I didn't see Mr. Nam.

Tôi mua vé xi-nê.   I bought the movie tickets.

Ai không muốn ăn cơm ?   Who does not want to eat rice ?

Anh anh ấy không đi.   His brother is not going.

(c) *Anh ông Hảo không đi.*   M. Hao's brother is not going.

Hai ba người theo tôi.   Two or three men followed me

Xin ông vào trong kia.   Please come inside.

Tôi ra vườn mua hoa.   I went to the garden to buy flowers.

(d) *Anh tôi bảo tôi đi.*   My brother told me to go.

Ba ông ở chơi đây.   You three stay here.

Xin cô hỏi ông Nam.   Please ask Mr. Nam.

Cô Thu bảo anh Kim.   Miss Thu told Kim.

(c) *Ăn cơm Mỹ ngon không ?*   Is American food good ?

Anh Kim đã ăn chưa ?   Has Kim eaten yet ?

Ông Nam cũng đi chơi.   Mr. Nam also went out.

Anh tôi sẽ đi chơi.   My brother will go out.

(f) *Tôi đi tại anh Nam.*   I went because of Nam.

Ông đi Cứu-Kim-Sơn.   You go to San Francisco.

Cô Thanh lại đây chơi.   Miss Thanh came here to visit.

Không ai học ba trang   Nobody studied three pages.

PART VI. TRANSLATION

1. Ông Nam ơi, ông đi đâu đấy ? Tôi đi ra nhà **dây** *thép bỏ cái thư. 3. Mùng ba tháng chạp, một nghìn chín trăm* *sáu mươi ba.* 4. Ông ấy về đến Cựu-Kim-Sơn hôm hăm ba tháng giêng. 5. Ông Bảng có độ băm tám quyển sách. 6. Tại sao lâu thế ? 7. Tại vì bà ấy đi bằng xe hơi. 8. Theo ý tôi thì ông nên đi bằng máy bay, nhanh hơn. 9. Ông đừng đi xe lửa : đi xe hơi thích hơn. 10. Muốn đỗ đâu thì đỗ. 11. Muốn làm gì thì làm. 12. Muốn ăn gì thì ăn. 13. Muốn xem gì thì xem. 14. Tôi học bài, rồi đi ăn cơm, xong rồi đi cạo đầu. 15. Tháng này là tháng mấy ? 16. Tháng này là tháng tư. 17. Hôm nay mùng mấy ? 18. Hôm nay mùng chín. 19. Hôm nay mười mấy ? 20. Hôm nay mười sáu. 21. Hôm nay hăm mấy ? 22. Hôm nay hăm bảy. 23. Ông ấy phải đi cạo đầu, vì tóc dài quá. 24. Vì tôi chưa ăn nên tôi phải đi bây giờ. 25. Hôm nay tôi không phải đi làm.

PART VII.   « WHAT WOULD YOU SAY » TEST

1. Miss Thanh went back to the States in December, and you say :

   a. Cô ấy về Mỹ hôm mùng hai tháng giêng.

   b. Cô ấy về Mỹ hôm mùng hai tháng chạp.

   c. Cô ấy về Mỹ hôm mười bốn tháng một.

2. Explain that she went by plane and not by boat :

   a. Cô ấy đi bằng máy bay chứ không phải bằng xe lửa.

   b. Cô ấy đi bằng tầu thủy chứ không phải bằng máy bay.

   c. Cô ấy đi bằng máy bay chứ không phải bằng tầu thủy.

3. Somebody is planning a trip. You advise him to wait until January :

   a. Theo ý tôi anh nên đợi tháng giêng.

   b. Theo ý tôi anh không nên đi tháng giêng.

   c. Theo ý tôi anh nên đi bằng xe lửa.

4. You want to buy a movie camera, and you say :

   a̲ Tôi muốn mua một cái máy ảnh.

  b. Tôi không muốn mua máy bay.

  e. Tôi muốn mua máy quay phim.

5. Select a word to be added at the end of this sentence :

  Tôi chỉ muốn đi bằng máy bay _____.

  a. nhé.

  b. thôi.

  c. không.

6. You want to meet your friend at the restaurant at seven, and you say :

  a. Bẩy giờ tôi sẽ gặp anh ở hiệu ăn.

  b. Bẩy giờ tôi sẽ gặp anh ở hiệu sách.

  c. Bẩy giờ tôi sẽ gặp anh ấy ở hiệu ăn.

7. U.S. Independence Day is on :

  a. hai mươi nhăm tháng chạp.

  b. mười bốn tháng bẩy.

  c. mùng bốn tháng bẩy.

Be sure to imitate as closely as you can.
What you have heard, say it loud and clear.

LESSON NINE 9

Special classifiers. Nonclassified nouns

PART I. CONVERSATION

(*Trong tiệm ăn Quảng-Lạc*)

Brown

1. Hello, Mr. Nam. Please forgive me.

Chào ông Nam !
Xin lỗi ông.

2. Did you have to wait long?

Ông có phải đợi lâu không ?

Nam

3. No, I just got here ten minutes ago.

Không,
tôi mới đến được mười phút thôi.

Brown

4. May I introduce my friend, Mr. Kennedy... Mr. Nam.

Tôi xin giới thiệu bạn tôi.
ông Kennedy...
ông Nam.

Nam and Kennedy

5. Pleased to meet you.

Hân-hạnh gặp ông.

Nam

6. You speak Vietnamese very well.

Ông nói tiếng Việt-Nam hay lắm.

7. Where did you learn it ?

Ông học ở đâu đấy ?

Kennedy

8. I studied it in the States, in 1945, at the University of California.

Thưa ông
tôi học bên Mỹ,
năm 1945,
ở Đại-Học California.

Nam

9. Is that so ? Please sit down.

Thế à ?
Mời ông ngồi.

Brown

10. We missed the bus.

Chúng tôi nhỡ một chuyến xe buýt.

11. Are you hungry yet ?   *Ông đói chưa ?*

Nam

12. I'm only a little **bit** hungry.   *Tôi chỉ hơi đói một chút thôi.*

13. But Mr. Kennedy must be very hungry.   *Còn ông Kennedy, chắc đói lắm rồi.*

14. Let's start ordering some food, shall we ?   *Ta bắt đầu gọi các món ăn chứ !*

Waitress

15. What would you gentlemen like to have ?   *Thưa các ông dùng món gì ạ !*

Nam

16. Mr. Bảng, you're very fond of beef fried with tomatoes, aren't you ?   *Ông Bảng thích thịt bò sào cà-chua lắm, phải không ?*

Brown

17. Yes, I like that dish the best.   *Vâng. Món ấy, tôi thích nhất.*

Nam

18. How about Mr. Kennedy? What would you like to have ?   *Còn ông Kennedy, ông muốn xơi món gì ?*

Kennedy

19. I'd like to try steamed fish...   *Tôi muốn thử món cá hấp...*

Nam

20. Oh yes, they have excellent steamed fish in this restaurant...   *À phải, cá hấp ở hiệu này ngon lắm...*

21. Please let us have a dish of beef fried with tomatoes, a steamed fish... and **a** bowl of pork soup with winter melon.   *Cho chúng tôi một đĩa thịt bò sào cà-chua, một con cá hấp.. và một bát canh thịt lợn nấu với bí.*

22. I'm afraid two meat dishes and one kind of soup won't be enough.

Brown

Hai món thịt và một món canh, sợ ít quá.

23. In that case let's order some omelet and some roast duck too.... [orders those two dishes]...

24. Do you use pepper ?

Nam

Thế thì ta nên gọi thêm món trứng tráng và món thịt vịt quay... [gọi thêm hai món ấy]... Ông có dùng được ớt không ?

25. No, I can't eat hot stuff.

Kennedy

Thưa không, tôi không ăn cay được.

26. Would you gentlemen like to use chopsticks ?

Waitress

Thưa các ông dùng đũa chứ ?

27. Yes. Please give each of us a bowl of rice and a pair of chopsticks.

Nam

Vàng, có làm ơn cho mỗi người chúng tôi một bát cơm và một đôi đũa.

28. I'd like some fish sauce with vinegar please.

. . . .

Brown

Xin có chút nước mắm dấm.

. . . .

29. The soup is quite good, but the steamed fish isn't salty enough.

Kennedy

Canh ngọt quá, nhưng cá hấp hơi nhạt.

30. They didn't put enough fish sauce in.

Nam

Tại thiếu nước mắm.

31. The omelet is too salty. [Mr. Nam and Mr. Kennedy compare notes]

Brown

Trứng tráng mặn quá. [ông Nam và ông Kennedy nói chuyện]

32. Come on, please eat some
     more.

33. We're so busy talking that
     nobody's eating anything
     at all.

34. I had enough, thank you.

35. I'm also full, thank you.

36. Would you gentlemen like
     some dessert ?

37. We have pastry, fruit, and
     ice cream.

38. I'd like a banana.

39. How about you? Ice cream
     or cake ?

40. I'll take a dish of pine-
     apple ice cream.

41. And please give me two
     coconut cookies.

42. Would you like some tea
     or coffee ?

43. Could we have a pot of
     tea, two cups, and a cup
     of coffee ?

44. May I have some sugar ?

Brown
Kìa,
mời hai ông xơi nữa đi.
Mải nói chuyện
chẳng ai ăn cả.

Nam
Dạ, tôi ăn đủ rồi.

Kennedy
Tôi cũng no rồi,
cám ơn ông.

Waitress
Các ông có dùng đồ tráng
miệng không ạ ?
Chúng tôi có bánh ngọt,
hoa quả, kem.

Brown
Có cho tôi một quả chuối.

Nam
Ông xơi kem hay bánh
ngọt ?

Kennedy
Tôi ăn cốc kem dứa.

Nam
Còn tôi,
xin cô cho tôi hai cái
bánh dừa.

Waitress
Thưa các ông dùng nước
chè hay cà-phê ?

Nam
Xin cô cho chúng tôi một
ấm chè,
hai cái chén
và một tách cà-phê....

Brown
Xin ông chút đường...

45. I always put sugar in my tea.   *Bao giờ tôi cũng cho đường vào nước chè.*

46. But *no* lemon or milk.   *Chanh với sữa thì không.*

PART II. VOCABULARY

ạ!	P	[*polite particle at the end of utterances*]
ấm	N	*teapot, coffeepot CL cái ; teapotful, coffeepotful*
bánh	N	*cake, cookie CL cái, chiếc*
bánh ngọt	N	*cake, pastry*
bát	N	*eating-bowl CL cái ; eating-bowlful*
bắt đầu	V	*to begin, start*
bí	N	*winter melon, pumpkin, squash CL quả*
bò	N	*cow, ox, bull CL con*
thịt bò	N	*beef*
buýt	N	*bus*
cá	N	*fish CL con; fish*
cà-chua	N	*tomato CL quả*
cà-phê	N	*coffee*
canh	N	*soup*
cay	SV	*to be peppery-hot*
cốc	N	*glass [all shapes] CL cái ; glassful*
chanh	N	*lime, lemon CL quả*
nước chanh	N	*lime or lemon juice, limeade, lemonade*
chắc	SV	*to be firm, certain, sure ; firmly, certainly, surely*
chẳng	P	[*negative prefix, same as không*]
chè	N	*tea [leaves] ; tea [the beverage]*

nước chè	N	*tea [the beverage]*
chén	N	*cup CL cái ; cupful*
chuối	N	*banana CL quả*
chút	N	*tiny bit, short while*
một chút		*a little, a short while*
chuyến	N	*voyage, trip, time*
dạ	V	*to acknowledge a superior's utterance ; yes (I heard you), yes (you're right)*
dấm	N	*vinegar*
dùng	V	*to use, employ, take [food], have [food]*
dứa	N	*pineapple CL quả*
dừa	N	*coconut CL quả*
nước dừa	N	*coconut milk*
đại-học	N	*university education, university*
đĩa	N	*plate CL cái ; plateful*
đồ	N	*thing, object*
đồ ăn	N	*food*
đồ chơi	N	*toy*
đồ dùng	N	*tool*
đồ tráng miệng	N	*dessert*
đôi	N	*pair, couple*
đũa	N	*chopstick CL chiếc for single one, đôi for pair*
đường	N	*sugar*
gọi	V	*to call, summon, order*
hấp	V	*to steam*
hầu	V	*to wait upon, serve*
cô hầu bàn	N	*waitress*

hoa	N	*flower*
hoa quả	N	*fruit*
hơi	AV	*a little, slightly*
ít	SV	*to be little or few; to have little or few*
kem	N	*cream, ice cream*
kìa!	I	*hey! come on!*
làm ơn	N	*to do a favor; please*
lợn	N	*pig* CL con
thịt lợn	N	*pork*
mải	V	*to be absorbed [in a task]*
mặn	SV	*to be salty*
miệng	N	*mouth*
đồ tráng miệng	N	*dessert*
món	N	*dish, course*
mỗi	NU	*each*
mới	AV	*have/has just....*
nấu	V	*to cook*
no	SV	*to be full [after eating]*
nữa	A	*more, further*
nước	N	*water, [fruit] juice, [coconut] milk*
nước chè	N	*tea [the beverage]*
nước mắm	N	*fish sauce*
ngon	SV	*to be good to eat, be tasty*
ngọt	SV	*to be sweet-tasting; [of soup] to be tasty*
nhạt	SV	*to be flat, not salty enough*
nhỡ	V	*to miss [train, meal, etc.]*
nhỡ tàu		*to miss the boat [literally and figuratively]*
ớt	N	*pepper, pimento* CL quả, *hot* **sauce**

phút	N	minute
quả	N	fruit: CL for fruits, nuts
hoa quả	N	fruit [collectively]
quay	V	to roast [fowl, pig]
sào	V	to fry, stew
sợ	V	to be afraid, fear
sữa	N	milk
cà-phê sữa	N	milk and coffee
tách	N	cup [usually with handle] CL cái ; cupful
tiệm	N	store, shop
tiệm ăn	N	restaurant
thêm	V	to add ; to do or have in addition.
thiếu	SV	to be insufficient, lack
thịt	N	meat
thử	V	to try
tráng	V	to rinse [dishes after washing] ; to spread thin [dough, etc.] so as to make pancakes, omelets, etc.
đồ tráng miệng	N	dessert
trứng tráng	N	omelet
trứng	N	egg CL quả, cái
trứng tráng	N	omelet
trứng vịt	N	duck egg
vịt	N	duck CL con
trứng vịt	N	duck egg
vịt quay	N	roast duck
xe buýt	N	bus
xơi	V	to eat [polite verb used of other people]

PART III. PATTERN DRILL

A. RECENT PAST

Pattern :	Subject	vừa/mới/vừa mới	Verb

Tôi   vừa   đến được mười phút.

Chúng tôi   mới   gọi các món ăn.

Ông ấy   vừa mới   sào một đĩa thịt bò.

Các bà ấy   đi đến hiệu Quảng-Lạc.

Cô Mai và ông Kim   ăn cơm ở nhà cô Thu.

                                             nói chuyện với ông Bảng.

B. CLASSIFIERS

Xin ông cho tôi   một *cái* bát ăn cơm.

Xin cô làm ơn cho chúng tôi   *cái* dĩa.

                                          cái cốc.

                                          cái ấm.

                                          cái chén.

                                          cái tách.

                                          đôi đũa.

                                          bát cơm.

                                          dĩa thịt bò sào.

                                          cốc sữa.

                                          ấm chè.

                                          chén nước mắm.

                                          tách cà-phê.

                                          món canh.

                                          con cá hấp.

                                          quả chuối.

                                          con vịt quay nữa.

C. INCLUSIVENESS AND EXCLUSIVENESS WITH INDEFINITE

1. Tôi chưa đi tầu thủy bao giờ cả.

   I've never taken a boat trip.

2. Tôi chưa bao giờ đi tầu thủy cả.

   id.

3. Cô ấy không bao giờ chụp ảnh cả.

   She never takes pictures. (or) She never has her pictures taken.

4. Tôi không thích một quyển nào cả.

   I don't like any (book).

5. Hôm nào tôi cũng bận cả.

   I'm busy every day.

6. Không có một người nào biết chụp ảnh cả.

   Not one person knows how to take pictures.

7. Không (có) ai đi cả.

   No one is going.

8. Không (có) ai có máy quay phim cả.

   Nobody's got a movie camera.

9. Ông ấy không ăn gì cả.

   He doesn't eat anything.

10. Cô ấy không muốn làm gì cả.

    She doesn't want to do anything.

11. Bao giờ cô ấy cũng đi bộ cả.

    She always walks.

12. Quyển sách nào cũng có ảnh cả.

    Every book has pictures.

13. Người nào cũng học tiếng Việt-Nam cả.

    Everybody studies Vietnamese.

14. Ai cũng biết cả.

    Everyone knows.

15. Ai cũng có máy ảnh cả.

    Everyone has a camera.

16. Hôm nay tôi không đi đâu cả.

    I'm not going anywhere today.

17. Mải nói chuyện chẳng ai ăn cả.

    They're so busy talking that nobody's eating anything.

D. FINAL PARTICLE ĐẤY !

1.   Ông có phải đợi lâu không ?
     Ông có phải đợi lâu không đấy ?

2.   Ông học ở đâu ?
     Ông học ở đâu đấy ?

3.   Ông đói chưa ?
     Ông đói chưa đấy ?

4.   Thưa các ông dùng món gì ạ ?
     Thưa các ông dùng món gì đấy ạ ?

5.   Ông muốn xơi món gì ?
     Ông muốn xơi món gì đấy ?

6.   Ông có dùng được ớt không ?
     Ông có dùng được ớt không đấy ?

7.   Các ông dùng nước chè hay cà-phê ?
     Các ông dùng nước chè hay cà-phê đấy ?

8.   Cô Thanh về Mỹ hôm nào ?
     Cô Thanh về Mỹ hôm nào đấy ?

9.   Hôm nào thì cô ấy về đến Cựu-Kim-Sơn ?
     Hôm nào thì cô ấy về đến Cựu-Kim-Sơn đấy ?

10.   Vườn Bách-Thảo có xa không ?
     Vườn Bách-Thảo có xa không đấy ?

11.   Còn cô Thanh, bao giờ về Mỹ ?
     Còn cô Thanh, bao giờ về Mỹ đấy ?

12.   Máy ảnh của ông kiểu gì ?
     Máy ảnh của ông kiểu gì đấy ?

13.   Xong chưa ?
     Xong chưa đấy ?

14.   *Ông ấy có vợ chưa ?*
      Ông ấy có vợ chưa đấy ?

15.   *Ông ấy có con chưa ?*
      Ông ấy có con chưa đấy ?

16.   *Ông Xuân làm ở đâu ?*
      Ông Xuân làm ở đâu đấy ?

17.   *Cô nào học tiếng Việt-Nam ?*
      Cô nào học tiếng Việt-Nam đấy ?

E.   ANSWERS TO YES-OR-NO QUESTIONS

1.   *Hôm nay ông mạnh không ?*   — *Cám ơn ông, tôi mạnh.*

2.   *Hôm nay ông bận không ?*   — *Có, hôm nay tôi bận.*
      — *Không, hôm nay tôi không bận.*

3.   *Có đúng không ?*   — *Đúng.*
      — *Không đúng.*

4.   *Có học bài thứ ba chưa ?*   — *Tôi học bài thứ ba rồi.*
      — *Chưa, tôi chưa học bài thứ ba.*

5.   *Có đếm chưa ?*   — *Tôi đếm rồi.*
      — *Chưa, tôi chưa đếm.*

6.   *Có khó không ?*   — *Có.*
      — *Không.*

7.   *Ông có biết không ?*   — *Có, tôi có biết.*
      — *Không, tôi không biết.*

8.   *Ông là người Anh, phải không ?*   — *Phải, tôi là người Anh.*
      — *Không phải, tôi không phải là người Anh.*

9.   *Hai nghìn năm trăm có được không ?*   — *Được.*
      — *Không được .*

10. Ông ấy có vợ chưa ?   — Ông ấy có vợ rồi.
                                  — Chưa, ông ấy chưa có vợ.

11. Cô Thu có chị không?   — Có, cô ấy có chị.
                                  — Không, cô ấy không có chi.

12. Vườn Bách-Thảo có xa   — Có xa.
    không ?
                                  — Không xa.

13. Ông có muốn chụp ảnh   — Có.
    không ?
                                  — Không.

14. Tôi đi bằng xe lửa có được   — Được.
    không ?
                                  — Không được.

15. Ông có phải đợi lâu không?   — Có.
                                  — Không.

16. Ông đói chưa ?   — Tôi đói rồi.
                                  — Chưa, tôi chưa đói.

F. SUPERLATIVE

1. Ông ấy mạnh nhất.   *He is the strongest.*

2. Cái buồng ấy tốt nhất.   *That room is the best.*

3. Cái ghế này dài nhất buồng   *This bench is the longest in*
   này.   *this room.*

4. Cái cửa ấy lớn nhất.   *That window is the largest.*

5. Bài thứ ba mươi khó nhất.   *Lesson 30 is the most difficult.*

6. Tôi thích nhất món ấy.   *I like that dish the best.*

7. Đồng hồ Thụy-Sĩ tốt nhất.   *Swiss watches are the best.*

8. Máy ảnh Đức rẻ nhất.   *German cameras are the least*
                                 expensive.

FLUENCY DRILL

Cô cho chúng tôi một bát cơm và một đôi đũa.

Cô cho mỗi người chúng tôi một bát cơm và một đôi đũa.

Cô làm ơn cho mỗi người chúng tôi một bát cơm và một đôi đũa.

Xin cô làm ơn cho mỗi người chúng tôi một bát cơm và một
đôi đũa.

PART IV. GRAMMAR NOTES

9.1. Special Classifiers. Nouns denoting containers, such
as *ấm* 'teapot, coffeepot,' *bát* 'eating-bowl,' *cốc* ' glass,' *chén*
'cup,' *đĩa* 'plate, saucer,' *tách* 'cup,' take the general classifier
cái. They are also used as special classifiers to denote measures
or unit quantities : *một ấm chè* 'a pot (ful) of tea,' *một bát cơm*
'a bowl (ful) of rice,' *một cốc nước* 'a glass (ful) of water,' etc.
Note the difference between *một cái bàn* 'a table' and *một
bàn đồ ăn* 'a tableful of food.'

Beside general classifiers *cái* 'non-living thing' and **con**
'non-human living thing' there are a great many special classi-
fiers which have to be memorized together with the nouns they
are used to describe. In this lesson, we have *quả* 'fruit; object
shaped like a fruit,' *món* 'dish, course (of a meal),' *chuyến*
'journey, trip, ride.' Note this contrast :

một chiếc đũa	'a or one chopstick'
một đôi đũa	'a pair of chopsticks'

9.2. Non-Classified Nouns. Certain nouns do not take
classifiers. Examples : *chỗ* 'place,' *chuyện* 'story,' *giá* 'price,'
giờ 'hour,' *mùa* 'season,' *phút* 'minute,' etc.

9.3. Final particle ạ ! This polite particle is used by
children to elders, by shopkeepers to customers, and between
hosts and guests.

9.4. Final particle đấy! Questions, especially those using interrogatives such as *ai, gì, đâu, nào,* contain the final particle *đấy*? Examples :

Anh nói chuyện với ai đấy?	'To whom are you talking ?'
Anh làm gì đấy?	'What are you doing ?'
Cô đi đâu đấy?	'Where are you going ?'
Ông muốn mua cái nào đấy?	'Which one do you want to buy?'

9.5. Superlative. Nhất. We have seen the ordinal number *thứ nhất* 'the first.' When used after a stative verb the word *nhất* is comparable to the ending *-est* in English : *Bài thứ ba mươi khó nhất.* 'Lesson 30 is the most difficult.'

9.6 Verb xơi. This verb meaning 'to eat' is used when the subject is not the speaker himself. 'I ate already' is translated *Tôi ăn rồi*, but one says *Mời ông xơi cơm!* 'Please have some rice !'

9.7. Post verb cả. Inclusiveness and exclusiveness. The word *cả* 'at all' is found at the end of sentences expressing inclusive ideas such as 'everyone,' 'everything' and exclusive ideas such as 'no one,' 'nothing.' Examples :

Ai cũng đi cả.	'Everyone is going'
Không ai đi cả.	'No one is going.'

9.8. Verbs ít and thiếu. Some verbs have both intransitive and transitive uses. Thus the verb *ít* means both 'to be little, be few' (stative verb) and 'to have little, have few' (transitive verb.) When there is an object but no subject, the translation is 'there is little, there are few.' Likewise the verb *thiếu* means 'to be insufficient,' 'to lack,' 'there is a lack of.' This shows that the meaning of a word can only be learned through acquaintance with it in a variety of contexts.

PART V. PRONUNCIATION

Practice 32. *Initial Consonant /ñ/ (spelled* nh-*)*.

nhỉ 'final particle' *như* 'like' *nhu* 'sofe' *nhăm* 'five'

nhẽ 'to prick' *nhõ* 'to miss' *nhổ* 'to spit' *nhấn* 'to press'

nhe 'to show (teeth)' *nhà* 'house' *nhỏ* 'small'

Practice 33. *Final Consonant /ŋ/ (spelled* -ng *or* -nh*)*.

đình 'communal hall' *đừng* 'don't' *cùng* 'together'

bênh 'to side with' *nâng* 'to lift' *ông* 'Mr'

leng keng 'to tinkle' *hàng* 'row' *bằng* 'with' *đong* 'to measure'

Practice 34. *Initial Consonant /ŋ/ (spelled* ng- *or* ngh-*)*.

nghi 'to suspect' *ngư* 'fish' *ngu* 'dumb' *ngăn* 'to stop'

nghề 'trade' *ngờ* 'to doubt' *ngô* 'corn' *ngâm* 'to soak'

nghe 'to listen' *Nga* 'Russia' *ngỏ* 'opened'

Practice 35. *Tone Drill*.

(a)	*Tôi không hay đi chơi khuya.*	I don't often stay out late.
	Hôm nay ông Xuân ra đi.	Today Mr. Xuân is leaving.
	Cô Thu cho bao nhiêu cơm ?	How much rice did Miss Thu give ?
(b)	*Tôi không trông thấy ông Nam.*	I didn't see Mr. Nam.
	Ba cô kia muốn ăn cơm.	Those three young ladies want rice.
	Anh cho tôi vé xi-nê.	You give me the movie tickets.
(c)	*Ba tôi đi vào trong nam.*	My father went to the south.
	Cô Thu hôm nào đi chơi ?	When will Miss Thu go out?
	Ông Kim bao giờ đi Xiêm ?	When is Mr. Kim going to Siam ?

(d) *Ta nên đi thẳng vô nam* We should go straight to the south.

Xin ông sang hỏi ông Xuân. Please go over and ask Mr. Xuân.

Cô Thu không chỉ cho tôi. Miss Thu didn't show me

(e) *Hôm nay tôi vẫn hơi đau.* It still hurts a little bit today.

Anh đi, tôi cũng xin đi. If you go, I'll ask to go too.

Ai mua tôi cũng mua theo. If someone buys I'll buy too.

(f) *Hôm qua tôi bị đau chân.* Yesterday I got sore feet.

Hôm nay tôi định đi chơi. Today I plan to go out.

Hôm nay tôi tậu ô tô. Today I'll buy the car.

PART VI. TRANSLATION

(Listen once, then write down. Hand in translation later)

1. Xin lỗi, ông có phải đợi lâu không ? 2. Thưa không, tôi mới đến được mười lăm phút thôi. 3. Thế à ? 4. Mời các ông ngồi. 5. Các ông đói chưa ? 6. Chúng tôi nhỡ hai chuyến xe buýt. 7. Ông Nam chắc đói lắm rồi. 8. Tôi chỉ hơi đói một chút thôi. 9. Ta gọi các món ăn chứ ! 10. Ông Kim, ông muốn xơi món gì ? 11. Bà Kim, bà muốn dùng món gì ạ ? 12. Xin cô làm ơn cho chúng tôi một đĩa thịt bò sào cà chua. 13. Món này tôi thích nhất. 14. Tôi muốn thử món cá hấp. 15. Vâng, cá hấp ở hiệu này ngon lắm. 16. Ba món sợ thiếu 17. Năm quyển tôi sợ ít quá. 18. Tôi thích canh thịt lợn nấu với bí. 19. Ta nên gọi thêm món trứng tráng và món thịt quay. 20. Xin cô một đôi đũa và một chén nước mắm dấm. 21. Xin cô chút ớt. 22. Cá thấp nhạt lại thiếu nước mắm. 23. Món trứng tráng hơi mặn.

24. Mời ba ông xơi nữa đi chứ !   25. Mải nói chuyện chẳng ai ăn cả. 26. Cám ơn bà, tôi ăn đủ rồi. 27. Cám ơn cô, tôi no lắm rồi. 28. Mời các ông dùng đồ tráng miệng 29. Xin cô cho tôi một cái tách, 30. Xin cô cho tôi một tách cà-phê. 31. Tôi thích hoa quả hơn kem. 32. Tôi thích cho đường vào nước chè.

PART VII. « WHAT WOULD YOU SAY » TEST

1. You say 'Where's the restaurant ?'

    a. Hiệu ăn nào ?

    b. Hiệu ăn ở đâu ?

    c. Nhà giây thép ở đâu ?

2. The group is about to eat, and you ask your friend:

    a. Ông đói chưa ?

    b. Ông no chưa ?

    c. Ông ăn chưa ?

3. In the sentences below the people or things referred to are being counted individually. Fill in the blank space in each sentence with the proper classifier :

    a. Cô làm ơn cho tôi hai____chuối.

    b. Trong tiệm ăn này có năm____hầu bàn.

    c. Ông Tư có tám____vịt.

    d. Ông ấy có thể ăn được ba____cơm.

4. The waitress asks you what you want to eat, saying :

    a. Ông ăn gì ?

    b. Ông ăn cơm ở đâu ?

    c. Ông xơi gì ạ ?

5. You say you want rice and beef :

    a. Tôi muốn ăn kem dứa và bánh ngọt.

b. *Tôi muốn ăn cơm và thịt bò.*

c. *Tôi muốn ăn canh thịt lợn.*

6. What is the taste of tabasco sauce ?

    a. *mặn*   b. *ngọt*   c. *nhạt*

    d. *cay*   e. *ngon*   f. *chua*

7. Match these products with their respective tastes :

    a. *giấm*

    b. *đường*

    c. *nước mắm*

    d. *chuối*

    e. *nước*

    f. *ớt*

    g. *chanh*

PART I. CONVERSATION

Classroom activity (Trong lớp học)

1. Please come in.   *Mời ông vào.*

2. Please come in here, gentlemen.   *Mời các ông vào trong này.*

3. Please go out there.   *Xin các ông ra ngoài kia.*

4. Please sit down.   *Mời cô ngồi.*

5. Please stand up.   *Xin cô đứng lên.*

6. Please stand up.   *Xin ông đứng dậy.*

7. If anyone doesn't understand, please raise your hand. *Ai không hiểu xin dơ tay lên.*

8. Please sit down.   *Xin ông ngồi xuống.*

9. Please come here.   *Xin ông lại đây.*

10. Please stand here.   *Xin ông đứng chỗ này.*

11. Please go over there.   *Xin ông ra chỗ kia.*

12. Please go to the blackboard.   *Xin cô lên bảng.*

13. Please go ahead and write.   *Xin bà viết đi.*

14. We're going to have a dictation now.   *Bây giờ chúng ta viết ám-tả.*

15. Please write this word again.   *Xin cô viết lại chữ này.*

16. Please repeat from the beginning.   *Xin ông nhắc lại từ đầu.*

17. Please translate into English.   *Xin bà dịch ra tiếng Anh.*

18. Please read Lesson 4 once more. | *Xin cô đọc lại bài thứ tư một lần nữa.*

19. Please copy this sentence. | *Xin cô chép lại câu này.*

20. You must memorize this lesson. | *Ông phải học thuộc lòng bài này.*

21. Would you please go upstairs and get the black fountain-pen for me? | *Nhờ ông lên trên gác lấy dùm tôi cái bút máy đen.*

22. Please go downstairs and find the Vietnamese-English dictionary for me. | *Xin ông xuống dưới nhà tìm hộ tôi quyển tự-điển Việt-Anh.*

23. May I have the dictionary? | *Xin ông cho tôi xin quyển tự-vị.*

24. Could you lend me a pencil? | *Xin ông cho tôi mượn cái bút chì.*

25. Please hand me a sheet of paper. | *Xin ông đưa cho tôi một tờ giấy.*

26. Please close your book. | *Xin cô gập sách lại.*

27. Please open your book. | *Xin ông giở sách ra.*

28. Please turn to Page 128. | *Xin bà giở trang 128.*

29. Please open the door (or window). | *Xin ông mở cửa ra.*

30. Please shut the door (or window). | *Ông làm ơn đóng cửa lại.*

31. Please erase this word. | *Xin ông xóa chữ này đi.*

32. Please turn on the lights. | *Xin ông bật đèn lên.*

33. Please turn off the lights. | *Xin ông tắt đèn đi.*

34. Please turn on the fan(s). | *Xin ông vặn quạt lên.*

35. Please turn off the fan(s). | *Xin ông tắt quạt đi.*

36. Please pull up the blinds. | *Xin ông kéo mành lên.*

37. Please pull down the shades. | *Xin ông hạ mành xuống.*

38. Please bring three more chairs in here.	Ông làm ơn đem vào đáy ba cái ghế nữa.
39. Please bring some more chalk into the classroom for us.	Ông làm ơn đem thêm phấn vào lớp học cho chúng tôi.
40. Please pronounce this word again.	Xin cô đọc lại chữ này.
41. What does « tự-điển » mean ?	«Tự-điển» nghĩa là gì?

PART II. VOCABULARY

ám-tả	N	dictation
bảng	N	sign, placard, blackboard
bảng đen	N	blackboard
bật	V	to snap, switch (lights) on bật lên
bút	N	writing instrument, pen, pencil
bút chi	N	pencil
bút máy	N	fountain-pen
câu	N	phrase, sentence
chép	V	to copy
chỉ	N	lead
bút chỉ	N	pencil
dậy	V/RV	to wake up, get up, rise / up
đứng dậy	V	to stand up
ngồi dậy	V	to sit up
dịch	V	to translate [ra 'into']
dùm	V/CV	to help / for

dưới	V/CV	*to be below, under / down at*
dưới nhà	A	*downstairs*
đem	V	*to take, bring*
đem theo		*to take along, bring along*
đèn	N	*lamp, lantern*
đứng	V	*to stand, be standing*
đứng dậy	V	*to stand up*
đứng lên	V	*to stand up*
gác	N	*upper floor, upper story*
trên gác	A	*upstairs*
lên gác	V	*to go upstairs*
gập	V	*to fold; to close [book] gập lại*
giấy	N	*paper CL tờ for sheets*
giơ	V	*to raise giơ lên*
giở	V	*to take out; to turn [book] giở ra; to turn to [page]*
hạ	V	*to lower [price, flag, curtain,...] hạ xuống*
hiểu	V	*to understand*
hộ	V/CV	*to help, assist / for, in place of*
kéo	V	*to pull, drag, draw*
kéo lên	V	*to pull up*
kéo xuống	V	*to pull down*
lại	V/CV	*to come / up, down*
đóng lại	V	*to shut [door]*
gập lại	V	*to close [book]*
lần	N	*time, turn, round*
lên	V/CV	*to go up, come up / up*

đứng lên	V	*to stand up*
lòng	N	*intestines, innards ; heart*
(học) thuộc lòng	V	*to know by heart, memorize*
lớp	N	*grade, class ; classroom* lớp học
lớp học	N	*classroom*
mành	N	*shade, blinds*
mượn	V	*to borrow [tool, cash]*
cho mượn	V	*to lend [tool, cash]*
nghĩa	N	*meaning*
nghĩa là	V	*to mean*
ngoài	CV	*out*
nhờ	V	*to rely upon	please*
phấn	N	*chalk*
quạt	N	*fan*
tay	N	*hand, arm*
tắt	V	*to extinguish ; to switch [lights] off, turn [electrical appliance] off* tắt đi
tìm	V	*to look for*
tìm thấy	V	*to find, find out*
tìm ra	V	*to find out*
tờ	CL	*CL for sheets of paper*
tự-diễn	N	*dictionary CL* quyển
tự-vị	N	*dictionary CL* quyển
thấy	V/RV	*to perceive*
tìm thấy	V	*to find, find out*
thuộc	V	*to know by heart* thuộc lòng
(học) thuộc lòng	V	*to know by heart, memorize*

trên	V/CV	*to be above, on / up*
vặn	V	*to turn, screw, twist; to switch [lights] on, turn [electrical appliance] on vặn lên*
viết	V	*to write*
Việt		*Vietnamese*
Việt-Anh		*Vietnamese-English*
xóa	V	*to erase, cross [đi 'out']*
xóa đi	V	*to erase*
xuống	V/CV	*to go down, come down / down*
ngồi xuống	V	*to sit down*

PART III. PATTERN DRILL

A. VERBS OF MOTION

Mời	*ông*	*vào đây.*	'come in here'
Xin	*các ông*	*vào trong này.*	'come in here'
	cô	*vào trong kia.*	'go in there'
	các cô	*ra đây.*	'come out here'
	bà	*ra ngoài này.*	'come out here'
	các bà	*ra ngoài kia.*	'go out there'
	anh	*lại đây.*	'come here'
	các anh	*lên đây.*	'come up here'
		xuống đây.	'come down here'
		đi lên bảng.	'go to the blackboard'
		đi lên gác.	'go upstairs'
		đi xuống dưới nhà.	'go downstairs'

B. RESULTATIVE VERBS

A : Please stand up.

B : I (or We) stand up.

C : He, she (or They) stand up.

(A)	(B)	(C)
1. Xin ông đứng lên.	Tôi đứng lên.	Ông ấy đứng lên.
2. Xin các ông đứng lên.	Chúng tôi đứng lên	Các ông ấy đứng lên.
3. Xin cô đứng dậy.	Tôi đứng dậy.	Cô ấy đứng dậy.
4. Xin các cô đứng dậy.	Chúng tôi đứng dậy.	Các cô ấy đứng dậy.
5. Xin bà ngồi xuống.	Tôi ngồi xuống.	Bà ấy ngồi xuống.
6. Xin các bà ngồi xuống.	Chúng tôi ngồi xuống.	Các bà ấy ngồi xuống.
7. Xin bà giơ tay lên.	Tôi giơ tay lên.	Bà ấy giơ tay lên.
8. Xin các bà giơ tay lên.	Chúng tôi giơ tay lên.	Các bà ấy giơ tay lên.
9. Xin cô bật đèn lên.	Tôi bật đèn lên.	Cô ấy bật đèn lên.
10. Xin các cô bật đèn lên.	Chúng tôi bật đèn lên.	Các cô ấy bật đèn lên.
11. Xin ông kéo mành lên.	Tôi kéo mành lên.	Ông ấy kéo mành lên.
12. Xin các ông kéo mành lên.	Chúng tôi kéo mành lên	Các ông ấy kéo mành lên.
13. Xin ông hạ mành xuống.	Tôi hạ mành xuống.	Ông ấy hạ mành xuống.
14. Xin các ông hạ mành xuống.	Chúng tôi hạ mành xuống.	Các ông ấy hạ mành xuống.

15. Xin ông giở sách ra. Tôi giở sách ra. Ông ấy giở sách ra.

16. Xin các ông giở sách ra. Chúng tôi giở sách ra. Các ông ấy giở sách ra.

17. Xin cô mở cửa ra. Tôi mở cửa ra. Cô ấy mở cửa ra.

18. Xin các cô mở cửa ra. Chúng tôi mở cửa ra. Các cô ấy mở cửa ra.

19. Xin bà gập sách lại. Tôi gập sách lại. Bà ấy gập sách lại.

20. Xin các bà gập sách lại. Chúng tôi gập sách lại. Các bà ấy gập sách lại.

21. Xin ông đóng cửa lại. Tôi đóng cửa lại. Ông ấy đóng cửa lại.

22. Xin các ông đóng cửa lại. Chúng tôi đóng cửa lại. Các ông ấy đóng cửa lại.

23. Xin ông đóng cửa vào. Tôi đóng cửa vào. Ông ấy đóng cửa vào.

24. Xin các ông đóng cửa vào. Chúng tôi đóng cửa vào. Các ông ấy đóng cửa vào.

25. Xin ông xóa bảng đi. Tôi xóa bảng đi. Ông ấy xóa bảng đi.

26. Xin các ông xóa bảng đi. Chúng tôi xóa bảng đi. Các ông ấy xóa bảng đi.

27. Xin ông tắt đèn đi. Tôi tắt đèn đi. Ông ấy tắt đèn đi.

28. Xin các ông tắt đèn đi. Chúng tôi tắt đèn đi. Các ông ấy tắt đèn đi.

C. ANYONE. WHOEVER

1. Ai không hiểu xin giơ tay lên. *Would anyone who doesn't understand please raise his hand?*

2. Ai có phấn xin đem vào lớp học.

Would anyone who has some chalk please bring it into the classroom ?

3. Ai vào rồi xin ngồi xuống.

Those of you who are in the room please sit down.

4. Ai viết ám-tả xong xin dịch ra tiếng Anh.

Whoever has finished the dictation can go ahead and translate it into English.

5. Ai đi học cũng phải có tự-vị.

Anyone who comes to class must have a dictionary.

6. Ai đếm xong rồi xin ngồi xuống.

If you have finished counting please sit down.

7. Ai ốm xin đừng đi làm.

If you are sick please don't come to work.

8. Ai muốn mua thì mua.

Anyone who wants to buy can buy.

9. Ai muốn đi thì đi.

Anyone who wants to go can go.

10. Ai muốn đi đâu thì đi.

Everyone is free to go wherever he pleases.

11. Ai không thích giấm có thể gọi chanh.

Anyone who doesn't like vinegar can ask for some lemon.

D. ADDITION AND MULTIPLICATION

Patterns : Hai *với* ba là mấy?　— Hai *với* ba là năm.

　　　　　Hai *lần* ba là mấy?　— Hai *lần* ba là sáu.

Một	với	một	là _____ .	Một	lần	một	là _____ .
Hai		hai		Hai		hai	
Ba		ba		Ba		ba	
Bốn		bốn		Bốn		bốn	
Năm		năm		Năm		năm	

Sáu	với	sáu là_____.		Sáu lần	sáu là_____	
Bảy		bảy		Bảy	bảy	
Tám		tám		Tám	tám	
Chín		chín		Chín	chín	
Mười		mười		Mười	mười	

E. « THERE » CONSTRUCTIONS

1. Ông đã vào (trong) vườn Bách-Thảo bao giờ chưa?

    Have you ever been in the Botanical Gardens?

    — Chưa, tôi chưa vào *trong ấy* bao giờ.

    — No, I've never been there.

    — Tôi vào *trong ấy* rồi.

    — Yes, I have.

2. Ông ấy vào trong Chợ-Lớn làm gì?

    What did he go to Cholon for?

    — Ông ấy vào *trong ấy* mua thịt quay.

    — He went there to buy some roast pork.

3. Trong hiệu ấy bán gì?

    What do they sell in that store?

    — *Trong ấy* bán bút máy.

    — They sell fountain-pens in there.

    — Tôi không biết *trong ấy* bán gì.

    — I don't know what they sell in there.

4. Ngoài phố có bán cà chua không?

    Do they sell tomatoes out in the street ?

    — Có, *ngoài ấy* có bán.

    — Yes, they do.

    — Không, *ngoài ấy* không có bán.

    — No, they don't.

5. Cô ấy ra (ngoài) vườn làm gì?

    What did she go out to the garden for ?

    — Cô ấy ra *ngoài ấy* tìm hoa.

    — She went out there to look for some flowers.

6. Ngoài Hà-Nội đồ ăn có đắt không?

    Is food expensive in Hanoi ?

    Ngoài ấy đồ ăn đắt lắm.

    — Food is very expensive there.

7. Trên gác có đủ ghế không? | Are there enough chairs upstairs ?

— Trên ấy có đủ ghế. | — Yes, there are enough chairs.

— Trên ấy không đủ ghế. | — No, there are not enough.

8. Ai ở trên gác nhà này? | Who lives on the upper floor of this building ?

— Tôi không biết ai ở trên ấy. | — I don't know who lives up there.

9. Ông đã lên gác chưa ? | Have you been upstairs ?

— Thưa bà chưa, tôi chưa lên trên ấy. | — Not yet. I haven't been up there yet.

— Thưa bà, tôi lên trên ấy rồi. | — Yes, I haven't been up there.

10. Dưới nhà có tự-vị không? | Is there any dictionary downstairs ?

— Có, dưới ấy có hai quyển. | — Yes, there are two of them down there.

— Không, dưới ấy không có quyển nào cả. | — No, there is not any down there.

11. Anh đóng cửa sổ dưới nhà chưa ? | Did you close the windows downstairs ?

— Tôi đóng cửa sổ dưới ấy rồi. | — Yes, I did.

12. Dưới nhà có quạt máy không ? | Is there any electric fan downstairs ?

— Có, dưới ấy có quạt máy. | — Yes, there is.

— Không, dưới ấy không có quạt máy. | — No, there is not any.

13. Bên Mỹ có nước mắm không ? | Do they have nuoc mam in America ?

— Có, bên ấy có nước mắm. | — Yes, they do.

14. Bên Pháp tiền nhà rẻ lắm,   *Rent is very cheap in France,*
    phải không ?   *isn't it ?*
    — Vâng, bên ấy tiền nhà   *— Yes, rent is very cheap over*
    rẻ lắm.   *there.*

15. Tôi ở Thụy-Sĩ ba năm.   *I lived in Switzerland for three*
        years.

    Đồng hồ bên ấy tốt nhất.   *Their watches are the best.*

FLUENCY DRILL

Một nghìn một trăm mười một.	'1,111'
Hai nghìn hai trăm hai mươi hai.	'2,222'
Ba nghìn ba trăm ba mươi ba.	'3,333'
Bốn nghìn bốn trăm bốn mươi bốn.	'4,444'
Năm nghìn năm trăm năm mươi nhăm/lăm.	'5,555'
Sáu nghìn sáu trăm sáu mươi sáu.	'6,666'
Bảy nghìn bảy trăm bảy mươi bảy.	'7,777'
Tám nghìn tám trăm tám mươi tám.	'8,888'
Chín nghìn chín trăm chín mươi chín.	'9,999'

PART IV. GRAMMAR NOTES

10.1. Verbs of motion. Such verbs as *vào* 'to enter,' *ra* 'to go out of,' *đi* 'to go,' *lại* 'to come,' *lên* 'to go up,' *xuống* 'to go down' denote motion. They may take a direct object :

vào đây	'come here'
ra đây	'come (out) here'
đi Cựu-Kim-Sơn	'go to San Francisco'
lại nhà cô Thu	'go to Miss Thu's house'
lên gác	'go upstairs'
xuống đây	'come down here'

A verb of motion may also be followed by a co-verb comparable to English « up,» « down,» « out,» « into,» etc.

về đến nhà	'come home'
vào đến nhà	'come into the house'
ra đến vườn	'come to the garden'
đi đến tiệm ăn	'go to the restaurant'
đi vào lớp	'enter the classroom'
đi ra nhà dây thép	'go to the post office'

The co-verb serves as it were as an arrow pointing to a direction, and the noun that follows denotes the destination.

Note that the Vietnamese for 'to translate into' is *dịch ra.*

Note also that the verb *ra* is used for the movement from a point in Central or South Vietnam to a point in the north. Likewise *vào* means 'to go south from an area of higher latitude (within the territory of Vietnam).'

10. 2. Resultative verbs. Two verbs may be used to describe an action, the second one denoting the result:

Tôi đứng lên	'I stand up.'
Cô ấy đứng dậy	'She stood up.'
Ông ấy ngồi xuống.	'He sat down.'
Tôi tìm thấy rồi.	'I found (it).'

It is clear that both verbs share a subject (*tôi, cô ấy, ông ấy*). But a noun may be found between the two verbs, and this noun is both the object of the first verb and the subject of the second verb :

Tôi giơ tay lên.	'I raised my hand.'
Tôi mở cửa ra.	'I opened the window.'

Note that there is a difference between *không tìm thấy* 'did not find' and *tìm không thấy* 'looked but could not find.'

10. 3. Ai. Whoever. *Ai* 'who?' has also the meaning 'whoever, anyone who.' The student is reminded of the meaning 'everyone' in the inclusive construction (see 7.3.) which ends with the word *cả* (9.7.) Ex.:

Ai không hiểu?	'Who didn't understand?'
Ai hiểu xin đứng lên.	'Whoever understood please stand up.'
Không ai hiểu cả.	'No one understands.'
Ai cũng hiểu cả.	'Everybody understands.'

10. 4. Lần. Time. The meaning of *lần* is 'time, turn, round, occurrence.' Examples :

mấy lần?	'how many times?'
một lần	'once'
hai lần	'twice'
ba lần nữa	'three more times'
lần trước	'last time'
lần này	'this time'
Hai lần hai là bốn.	' Two times two is four.'

10. 5. Here. There. The positions « here » and « there » are considered relative to some other position :

	'here'	'there'	'there (farther)'
'in'	*trong này*	*trong ấy*	*trong kia*
'out'	*ngoài này*	*ngoài ấy*	*ngoài kia*
'up'	*trên này*	*trên ấy*	*trên kia*
'down'	*dưới này*	*dưới ấy*	*dưới kia*
'over'	*bên này*	*bên ấy*	*bên kia*

10. 6. Please. Polite forms. The student should get used to such polite forms as *Mời ông* '(I) invite you,' *Xin ông* '(I) beg you,' *Nhờ ông* '(I) rely on you,' and when requesting that something be done as a favor the co-verbs *dùm* 'to help' and *hộ* 'to assist' are considered more polite than *cho* 'to give'.

> *Xin ông làm ơn tìm dùm tôi quyển tự-vị.*
>
> or *Xin ông làm ơn tìm quyển tự-vị dùm tôi.*
>
> 'Please find the dictionary for me.'

PART V. PRONUNCIATION

Practice 36. */ay, ɔy, and ʌy/.* Practice the following words :

ai	'who'	*áy náy*	'worried'	*ấy*	'that'
tai	'ear'	*tay*	'hand'	*tây*	'west'
cai	'foreman'	*cay*	'hot'	*cây*	'tree'
bài	'lesson'	*bay*	'to fly'	*bẩy*	'seven'
đai	'girdle'	*đay*	'jute'	*đây*	'here'
gai	'thorn'	*gay go*	'tense'	*gây*	'to cause'
thái	'to cut up'	*thay*	'to change'	*thấy*	'to find'
mai	'tomorrow'	*may*	'lucky'	*mấy*	'how many'

Practice 37. */in, en and ɛn/.* Practice the following words :

tin	'news'	*tên*	'name'	*tẽn*	'embarrassed'
chín	'nine'	*trên*	'above'	*chén*	'cup'
mìn	'mine'	*mến*	'fond of'	*men*	'ferment'
bin	'battery'	*bên*	'side'	*bèn*	'then'
xin	'to beg'	*sên*	'snail'	*sen*	'lotus'
nghìn	'thousand'	*nghển*	'to strech'	*nghẹn*	'choked'

Practice 38. Reduplicative words.

luôn luôn	'often, always'	*đen đen*	'blackish'
nho nhỏ	'smallish'	*đo đỏ*	'reddish'
buồn buồn	'a little sad'	*cay cay*	'rather hot'
chậm chậm	'rather slow'	*dài dài*	'longish'
chua chua	'rather sour'	*trăng trắng*	'whitish'

PART VI. TRANSLATION

(Listen once, then write down. Hand in translation later)

1. *Chúng tôi sẽ vào.* 2. *Chúng tôi sẽ vào trong ấy* 3. *Chúng tôi sẽ ra ngoài kia.* 4. *Chúng tôi sẽ ngồi xuống.* 5. *Chúng tôi sẽ đứng lên.* 6. *Chúng tôi sẽ đứng dậy.* 7. *Ai không hiểu xin giơ tay lên.* 8. *Mời ông ngồi xuống.* 9. *Mời ông lại đây.* 10. *Mời ông đứng chỗ này* 11. *Mời ông ra chỗ kia.* 12. *Mời ông lên bảng.* 13. *Xin các ông viết đi.* 14. *Bây giờ chúng ta viết ám tả.* 15. *Xin ông viết lại chữ này.* 16. *Xin ông nhắc lại từ đầu.* 17. *Xin cô dịch ra tiếng Anh.* 18. *Xin ông đọc lại bài thứ tư một lần nữa.* 19. *Xin các ông chép lại câu này.* 20. *Các ông phải học thuộc lòng hai bài này.* 21. *Nhờ cô lên trên gác lấy dùm tôi cái bút máy đỏ.* 22. *Xin ông xuống dưới nhà tìm hộ tôi quyển tự-điển Anh-Việt.* 23. *Ông làm ơn cho tôi xin quyển tự-vị.* 24. *Xin cô cho tôi mượn cái bút chì.* 25. *Xin ông đưa cho tôi một tờ giấy.* 26. *Xin cô gập sách lại.* 27. *Xin anh giở sách ra.* 28. *Xin ông giở trang 232.* 29. *Xin bà mở cửa ra.* 30. *Anh làm ơn đóng cửa lại.* 31. *Xin cô xóa chữ này đi.* 32. *Xin anh bật đèn lên.* 33. *Xin cô tắt đèn đi.* 34. *Xin anh vặn quạt lên.* 35. *Xin bà tắt quạt đi.* 36. *Xin anh kéo mành lên.* 37 *xin*

cô hạ mảnh xuống. 38. Ông làm ơn mang vào đây ba
cái ghế nữa. 39. Cô làm ơn đem thêm phấn vào lớp học
cho chúng tôi. 40. Xin anh đọc lại chữ này. 41. Tự-điển
nghĩa là gì ?

PART VII. « WHAT WOULD YOU SAY » TEST

1. It's time to go to class, and you say to your classmates :
    a. Mời các ông vào lớp.
    b. Chúng ta đi vào lớp đi.
    c. Xin ông vào lớp học bài.

2. You ask Miss Green to stand up and go to the blackboard :
    a. Xin cô đứng dậy và lên bảng.
    b. Xin cô xóa bảng đi.
    c. Xin cô bảo cô ấy lên bảng.

3. New Year's Day is on :
    a. mùng bốn tháng bảy.
    b. mùng một tháng giêng.
    c. mười bốn 'háng bảy

4. When your guests have entered the room and you have
   greeted them, you say :
    a. Mời ông ngồi chơi.
    b. Mời các ông xơi cơm.
    c. Mời các ông ngồi chơi ạ.

5. The waitress asks you what you want to eat, saying :
    a. Thưa ông muốn dùng món gì ?
    b. Ông ăn gì ?
    c. Ông ấy không ăn gì cả, phải không ạ ?

6. You don't understand your friend, and tell him :

    a.   Tôi không hiểu bạn ông nói gì.

    b.   Tôi không hiểu, xin ông nhắc lại.

    c.   Ai không hiểu xin giơ tay lên.

7. You ask Mrs. Nam if **Mr. Xuân** is married :

    a.   Thưa cô, ông ấy có vợ chưa ?

    b.   Thưa bà, ông Xuân có vợ không ?

    c.   Thưa bà, ông ấy có mấy đứa con ?

TRUE-FALSE TEST

The following sentences will be read to the student, each sentence twice. The student is to decide whether each statement is *generally* true or false, after taking it down :

1. *Cô Green là vợ ông Brown.*
2. *Ông Hill cũng là bạn của ông Nam.*
3. *Ông Brown gọi cô Thu là « Bà ».*
4. *« Five chairs » là năm cái ghế.*
5. *Một năm có hai mươi tháng.*
6. *Mỗi năm có năm mươi hai tuần.*
7. *Ông Brown ra nhà dây thép mua đồng hồ.*
8. *Ông Fox trước làm cùng một sở với cô Green, nhưng bây giờ làm chủ hiệu sách.*
9. *Bà Hill là vợ ông Hill và ở Cựu-Kim-Sơn. Bà ấy ốm luôn.*
10. *Tên Việt-Nam của ông Fall là Xuân.*
11. *Longines là đồng hồ Thụy-Sĩ.*
12. *Bên Mỹ các hiệu «drugstore» bán đồ ăn.*
13. *Ông Kim làm ở hiệu đồng hồ Đức-Âm.*

14. *Giá cái đồng hồ ấy ba nghìn đồng, nhưng ông Bảng chỉ phải trả có hai nghìn năm trăm thôi.*

15. *Vì cô Thu làm cho chính-phủ Mỹ nên cô ấy không phải trả tiền tàu thủy về Mỹ.*

16. *Tôi có thể đến nhà dây thép cạo đầu được.*

17. *Ông Kennedy cùng ông Nam và ông Brown ăn cơm ở liệm ăn Quảng-Lạc.*

18. *Ông Kennedy học tiếng Việt-Nam ở Đại-Học California.*

19. *Trong lớp học nếu tôi không hiểu thì tôi giơ tay lên.*

20. *Sài-gòn giời không nắng lắm.*

21. *Mùa hạ ai cũng thích dùng quạt máy.*

22. *Chính-phủ Mỹ không có Bộ Ngoại-Giao.*

23. *Theo ý tôi xe hơi nhanh hơn máy bay.*

24. *Tàu thủy không lâu hơn tàu bay.*

25. *« Three bananas » là ba quả chuối.*

MORE TRANSLATION

1. Translate into English

Ông Kennedy mới đến Việt-Nam được một tuần. Bạn ông là ông Brown giới-thiệu ông với ông Nam. Ông Nam mời hai ông bạn Mỹ đi ăn cơm Việt-Nam ở tiệm Quảng-Lạc. Ông Nam đến trước, đợi mười phút thì hai ông kia đến. Ba người ăn một bát canh, một đĩa thịt bò sào, một con cá hấp, một đĩa trứng tráng và một đĩa thịt vịt. Ông Kennedy biết dùng đũa. Ăn tráng miệng và dùng cà-phê xong, ông Nam trả tiền. Ba người chào ông chủ tiệm ăn rồi đi đến Vườn Bách-Thảo chụp ảnh. Xong rồi ông Nam đưa ông Kennedy đi mua bút máy ở hiệu Việt-Nam.

2. Translate into Vietnamese.

Mr. Brown and Miss Green study Vietnamese together. In two months they studied ten lessons. Miss Green can count in Vietnamese now. As for Mr. Brown he is able to speak, read and translate Vietnamese into English. Miss Green will study only for three more weeks. She will have to go back to America since her aunt is ill.

Miss Thu is a friend of Miss Green's. She has two older brothers and one younger brother, named Xuân, Hạ and Đông. Mr. Hạ is not married, but Mr. Xuân is already married and has four children, two boys and two girls. Mr. Xuân works in the Department of Foreign Affairs whereas Mr. Hạ works in the Department of Economic Affairs. Mr. Hạ is getting married. Mr. Đông is taking English lessons at the University

LESSON ELEVEN 11

Conjunction nếu. Final particles đâu ! and mà !

PART I. CONVERSATION

(Ông Kim sắp đi Nhật-Bản)

Nam

1. Hello, Kim. Where are you going with your umbrella ?

Kìa anh Kim,
vác ô đi đâu đấy ?

2. It's not raining !

Giời có mưa đâu !

Kim

3. Well, the paper says it's going to rain this afternoon.

Ấy, báo nói
chiều hôm nay mưa mà !

4. How about you ?

Còn anh đi đâu đấy ?

Nam

5. I'm coming from the library.

Tôi ở thư-viện về.

6. I kept reading the newspapers and got so sleepy.

Đọc báo mãi
buồn ngủ quá !

7. Let's park our bikes in here for a chat first !

Đỗ xe đạp vào đây
nói chuyện đã !

Kim

8. Well, what a beautiful new bike.

Úi chà !
Xe mới diện quá !

9. How much did it cost ?

Bao nhiêu tiền đấy !

Nam

10. Well, I lost the old bike, so I had to buy this one.

Ấy
tôi đánh mất cái xe cũ,
phải mua cái này đấy.

11. Do you plan to take a lot of clothes with you when you go to Japan this time ?

Lần này đi Nhật
anh có định đem theo
nhiều quần áo không ?

Kim

12. No, I'll be gone only four
or five months this time.

*Không,
chuyến này tôi đi có bốn
năm tháng thôi mà !*

13. If I need something I'll
buy it in Hongkong.

*Nếu có cần thứ gì
thì tôi sẽ mua ở Hương-
Cảng.*

Nam

14. Yes, Hongkong has all
kinds of merchandise.

*Ừ, Hồng-Công thì đủ các
thứ hàng-hóa.*

15. I heard that American
goods are very cheap
there.

*Tôi nghe nói
hàng Mỹ rẻ lắm.*

16. Much cheaper than in the
U.S.

Rẻ hơn bên Mỹ nhiều.

Kim

17. Not very cheap.

Không rẻ lắm đâu.

18. But even if they are cheap
you still have to have mo-
ney.

*Mà có rẻ thì cũng phải
có tiền chứ !*

Nam

19. You have no lack of mo-
ney.

Anh thì thiếu gì tiền !

Kim

20. You can say that, but I
don't have much.

*Anh nói thế,
chứ tôi làm gì có nhiều!*

21. Just enough to eat.

Đủ ăn thôi.

Nam

22. Remember to buy for me
a real good raincoat, O.K ?

*Anh nhớ mua hộ tôi một
cái áo mưa thật tốt nhé!*

Kim

23. I'll remember.

Nhớ.

24. How about shirts ? Do you want to buy any ?

Còn sơ-mi, anh có muốn mua không ?

Nam

25. Oh yes, shirts...

À có, sơ-mi...

26. Please buy a dozen for me.

Anh mua dùm tôi một tá...

27. Six with long sleeves and six short-sleeved.

Sáu cái dài tay, sáu cái cộc.

28. Make sure they are good.

Hạng tốt nhé !

Kim

29. What colors ?

Màu gì ?

Nam

30. Either white or blue.

Một là trắng, hai là xanh.

Kim

31. What size ?

Số bao nhiêu ?

Nam

32. Thirteen and a half, thirty-three.

Cổ tôi mười ba rưỡi, còn tay số băm ba.

33. Write it down, otherwise you'd forget.

Anh biên đi, không có lại quên đấy !

Kim

34. How can I forget ?

Quên thế nào được !

35. Did I forget anything before ?

Trước đây tôi có quên cái gì đâu !

Nam

36. How long do you intend to stop in Hongkong?

Thế anh định ghé Hồng-Công bao lâu ?

Kim

37. A week or two, to buy presents for my wife and children.

Một hai tuần, để mua quà cho nhà tôi và các cháu.

38. And then I'll be in Taiwan for about ten days.

Rồi tôi còn sang Đài-Loan độ mười ngày.

Nam

39. And from there you go right to Japan ?

Sau đó anh đi Nhật ngay à ?

Kim

40. Yes.

Vâng.

41. The Omida Company is expecting me at the end of the month !

Hãng Omida đợi tôi cuối tháng mà !

Nam

42. When will you be back ?

Thế bao giờ anh về ?

Kim

43. Right now I don't know yet.

Ngay bây giờ tôi chưa biết.

44. After negotiating with their company, I'll have to wait for my boss to wire me before I can fix a date to go back.

Sau khi điều-đình với công-ty của họ, tôi phải đợi ông chủ hãng tôi đánh dây thép cho tôi, rồi mới định ngày về được.

Nam

45. Well, before leaving would you call me on the phone ?

Thôi, thế trước khi đi anh gọi dây nói cho tôi nhé !

Kim

46. O.K. I'll call you when I get all my papers.

Vâng, tôi sẽ gọi dây nói cho anh khi nào tôi xong giấy má.

Nam

47. You haven't got your passport yet ?

Anh chưa lấy được giấy thông-hành à ?

48. Yes, but I'll still have to apply for visas from the British, Chinese and Japanese consuls.

Kim

Lấy được rồi,
nhưng mà tôi còn phải
xin dấu kiểm-nhận
của lãnh-sự Anh, Trung-
Hoa và Nhật.

Nam

49. O.K., I'll see you!

Thôi chào anh nhé !

Kim

50. Good bye!

Chào anh !

PART II. VOCABULARY

áo	N	shirt, blouse, jacket, coat, tunic CL cái
quần áo	N	clothes, clothing
áo mưa	N	raincoat CL cái
áo sơ-mi	N	shirt [Western style] CL cái
ấy !	I	well !
bao lâu	A	how long
chẳng bao lâu	A	soon
không bao lâu	A	soon
báo	N	newspaper CL tờ [with đọc or xem ' to read']
biên	V	to write down, note down
buồn ngủ	SV	to be sleepy
cần	V	to need, want
cần phải	V	to need to, have to
còn	AV	still
cổ	N	neck ; collar cổ áo

cộc	SV	[of garment] to be short ; [of shirt] to be short-sleeved cộc tay
công ty	N	company, firm
cũ	SV	to be used, be old [opp. mới]
chà !	I	[exclamation of surprise, admiration] hah ! fine !
úi chà !	I	[exclamation of surprise, admiration] hah ! fine !
cháu	N	grandchild ; nephew, niece CL người, đứa / my child
các cháu	N	my children ; your children
chiều	SV/N	to be (late) afternoon, be early evening / (late) afternoon, early evening
dấu	N	mark, track, print, trace ; tone mark, diacritical mark ; seal, stamp CL con
đánh dấu	V	to mark, punctuate, put tone marks
dóng dấu	V	to stamp
dấu kiểm-nhận	N	visa, seal of approval
đã	AV/A	have already, has already / first
Đài-Loan	N	Taiwan
đánh	V	to strike, beat, hit
đánh dây thép	V	to send a telegram, wire
đánh mất	V	to lose [an object]
đạp	V	to kick [with sole or heel], tread, step on
xe đạp	N	bicycle
đâu !	P	[strongly negates the statement]

điều-đình	V	*to negotiate, arrange*
định	V	*to decide, intend ; to fix, determine*
đỗ	V	*to stop, park* [*vehicle*]
ghé	V	*to stop off at*
dây	N	*wire, string, rope*
dây nói	N	*telephone* [*with* gọi '*to call*']
giấy má	N	*papers, documents*
hàng	N	*merchandise, goods* hàng-hóa ; *shop, store* cửa hàng
hàng-hóa	N	*merchandise, goods*
hãng	N	*company, firm*
hạng	N	*class, category*
họ	PR	*they, them*
Hồng-Công	N	*Hongkong*
Hương-Cảng	N	*Hongkong*
kìa	I	*hi there !*
kiểm-nhận	V	*to certify, visa*
dấu kiểm-nhận	N	*visa*
khi	N/C	*time*[*when something happens*]/ *when*
một khi	C	*once...*
sau khi	C	*after...*
trước khi	C	*before...*
không có	A	*otherwise, or, before*
lại	AV	*instead* [*the main verb is contrary to expectations*]
làm gì	PH	[*phrase corresponding to negative particle* không]

lãnh-sự	N	consul
mà	C	but nhưng mà
mà !	P	[the speaker insists on the content of the sentence]
mãi	V	to continue, go on
mất	V	to lose, spend, take [money, time]
đánh mất	V	to lose [an object]
mới	SV	to be new [opp. cũ]
mới	AV	only then
nếu	C	if, in case, should
ngay	A	at once, immediately
ngay bây giờ	A	right now
ngày	N	day, daytime
nghe	V	to listen
nghe nói	V	to hear (people say)
nghe thấy	V	to hear [as a result of listening]
ngủ	V	to sleep
buồn ngủ	SV	to be sleepy
nhà tôi	N	my house ; my wife, my husband
Nhật	N	Japan / Japanese
Nhật-Bản	N	Japan / Japanese
ô	N	umbrella
quà	N	present, gift
quần	N	trousers, pants CL cái
quần áo	N	clothes, clothing
sang	V	to go over, come over
sang năm	A	next year

sau	SV	*to be behind, be after*
lần sau	N	*next time*
sau khi	C	*after...*
số	N	*number, figure CL con ; amount, quantity, size*
sơ-mi	N	*shirt áo sơ-mi*
tá	N	*dozen*
tay	N	*sleeve tay áo*
cộc tay	SV	*to be short-sleeved*
dài tay	SV	*to be long-sleeved*
thật	SV	*to be true, be real	real (ly)*
thông-hành	V	*to go through*
giấy thông-hành	N	*passport*
thư-viện	N	*library*
Trung-Hoa	N	*China	Chinese*
úi chà !	I	*(exclamation of surprise, admiration) hah ! fine ! wow !*
ừ	I	*to consent	yes*
vác	V	*to carry (on shoulder)*
xanh	SV	*to be blue, be green*
xe đạp	N	*bicycle*

PART III. PATTERN DRILL

A. FINAL PARTICLE ĐÂU ɪ

Pattern : | Subject | có | verb (object) | đâu | 'How can you say?'

1. Ông Kim có đi Đức đâu !   *Mr. Kim did not go to Germany.*
2. Giời có nắng đâu !   *It's not sunny.*
3. Chiều hôm nay tôi có đi thư viện đâu !   *I did not go to the library this afternoon.*

4. Tôi có đọc báo đâu !　　　I did not read the newspaper.

5. Tôi có ngủ đâu !　　　I didn't sleep.

6. Tôi có nói gì đâu !　　　I didn't say anything.

7. Ông ấy có bảo tôi đâu !　　He did not tell me.

8. Cô ấy có mua đâu !　　　She did not buy.

9. Hàng Mỹ có rẻ đâu !　　American goods are not cheap.

10. Chúng tôi có đem tiền theo đâu !　　We did not bring any money with us.

11. Tôi có quên bao giờ đâu !　　I never forget.

12. Anh ấy có nhớ bao giờ đâu !　　He never remembers.

13. Tôi có ghé Hương-Cảng đâu !　　I didn't stop in Hongkong.

14. Tôi có đi Nhật ngay đâu !　　I am not going to Japan right away.

15. Tôi có biết đâu !　　　I didn't know.

16. Tôi có đánh dây thép đâu !　　I didn't send the telegram.

17. Anh có gọi dây nói cho tôi đâu !　　You didn't call me on the phone.

18. Tôi đã xong giấy má đâu !　　I haven't got all my papers.

19. Ông ấy có lấy được giấy thông-hành đâu !　　He couldn't get a passport.

20. Tôi có biết dịch đâu !　　I don't know how to translate.

21. Tôi có mượn tự-vị của anh đâu !　　I didn't borrow your dictionary.

22. Tôi có dùng bút máy của ông đâu !　　I didn't use your fountain-pen.

23. Họ có nhỡ xe đâu !　　They didn't miss the train.

24. Ông ấy có thích ăn cá đâu !　　He doesn't like to eat fish.

25. Người Mỹ có ăn cay được đâu !　　Americans can't eat hot stuff.

26. Tôi *có* cho đường vào canh *đâu* ! | *I didn't put sugar in the soup.*

27. Tôi *có* biết tráng trứng *đâu* ! | *I don't know how to make an omelet.*

28. Tôi ăn *có* no *đâu* ! | *I didn't have enough to eat.*

29. Cô ấy *có* bao giờ dùng đồ tráng miệng *đâu* ! | *She never eats dessert.*

30. *Có* phải người Mỹ nào cũng nhiều tiền *đâu* ! | *(It's) not (true that) every American has plenty of money.*

B. FINAL PARTICLE ĐÂU !

Pattern : | Subject | không | verb (Object) | đàu ! | 'I know' 'Believe me'

1. Ông Kim *không* đi Đức *đâu* ! | *Mr. Kim is not going to Germany.*

2. Giời *không* nắng *đâu* ! | *It's not sunny.*

3. Chiều hôm nay tôi *không* đi thư-viện *đâu* ! | *I am not going to the library this afternoon.*

4. Tôi *không* đọc báo *đâu* ! | *I am not going to read the newspaper.*

5. Tôi *không* ngủ *đâu* ! | *I'm not going to sleep.*

6. Tôi *không* nói gì *đâu* ! | *(Don't worry.) I won't say anything.*

7. Ông ấy *không* bảo tôi *đâu* ! | *Honest ! He didn't tell me.*

8. Cô ấy *không* mua *đâu* ! | *(Don't waste your time trying to sell to her.) She's not going to buy its.*

9. Hàng Mỹ *không* rẻ *đâu* ! | *(Don't kid yourself.) American goods are not cheap.*

10. Chúng tôi *không* đem tiền theo *đàu* ! | *We don't have any money with us.*

11. Tôi *không* quên bao giờ đâu ! — *I'll never forget.*

12. Anh ấy *không* nhớ bao giờ *đâu* ! — *He'll never remember.*

13. Tôi *không* ghé Hương-Cảng *đâu* ! — *I'm not going to stop in Hong-kong.*

14. Tôi *không* đi Nhật ngay *đâu* ! — *I'm not going to Japan right away.*

15. Tôi *không* biết *đâu* ! — *I don't know.*

16. Tôi *không* đánh dây thép *đâu* ! — *I won't send telegrams.*

17. Anh ấy *không* gọi dây nói cho cô ấy *đâu* ! — *He didn't call her on the phone, I know.*

18. Tôi *chưa* xong giấy má *đâu* ! — *I haven't got all my papers.*

19. Ông ấy *không* lấy được giấy thông-hành *đâu* ! — *He can't get a passport.*

20. Tôi *không* biết dịch *đâu* ! — *I can't translate.*

21. Tôi *không* mượn tự-vị của anh *đâu* ! — *(Don't worry.) I'm not going to borrow your dictionary.*

22. Tôi *không* dùng bút máy của ông *đâu* ! — *I won't use your fountain-pen.*

23. Họ *không* nhỡ xe *đâu* ! — *They didn't miss the train.*

24. Ông ấy *không* thích ăn cá *đâu* ! — *He doesn't like to eat fish.*

25. Người Mỹ *không* ăn cay được *đâu* ! — *Americans can't eat hot stuff.*

26. Tôi *không* cho đường vào canh *đâu* ! — *I don't put sugar in the soup.*

27. Tôi *không* biết tráng trứng *đâu* ! — *I can't make an omelet.*

28. Tôi ăn *không* no *đâu !*   *Believe me, I'm not full from eating.*

29. Cô ấy *không* bao giờ dùng đồ tráng miệng *đâu !*   *She never eats dessert.*

30. *Không* phải người Mỹ nào cũng nhiều tiền *đâu !*   *Take my word, not every American has plenty of money.*

C. FINAL PARTICLE *MÀ* !

Pattern : | Statement | mà ! | 'I told you! 'I understand'

1. Ông Kim sắp đi Đức mà !   *Mr. Kim is going to Germany soon.*

   Ông Kim không đi Đức mà !   *Mr. Kim is not going to Germany.*

2. Giời mưa mà !   *I told you it's raining.*
   Giời không nắng mà !   *I told you it's not sunny out.*

3. Chiều hôm nay tôi đi học mà !   *I told you I go to school this afternoon.*
   Chiều hôm nay tôi không ăn cơm nhà mà !   *I told you I'm not going to eat at home this afternoon.*

4. Tôi đọc báo mà !   *I told you I read the newspaper too.*

   Tôi không đọc báo mà !   *I told you I don't read the newspaper.*

5. Tôi buồn ngủ rồi mà !   *I told you I'm sleepy.*
   Tôi không ngủ mà !   *I told you I didn't sleep.*

6. Tôi đã nói với anh mà !   *I told you so !*
   Tôi không nói gì mà !   *I told you I didn't say anything.*

7. Ông ấy bảo tôi mà !   *I told you he told me.*
   Ông ấy không bảo tôi mà !   *I told you he didn't tell me.*

8. Cô ấy sẽ mua mà !   *I told you she will buy it.*
   Cô ấy không mua mà !   *I told you she is not interested in buying it.*

9. Hàng Mỹ rẻ mà !   *I told you American goods are cheap.*

   Hàng Nhật không rẻ hơn   *I told you Japanese goods are not*
   hàng Việt-Nam mà !   *cheaper than Vietnamese goods.*

10. Chúng tôi đem theo nhiều *We brought a lot of money.*
    tiền mà !
    Chúng tôi không có tiền   *We haven't got any money.*
    mà !

11. Tôi đã bảo tôi quên mà ! *I told you I forgot.*
    Tôi đã bảo tôi không quên *I told you I won't forget.*
    mà !

12. Tôi nhớ mà !   *I remember.*
    Tôi không nhớ mà !   *I told you I don't remember.*

13. Tôi định ghé Cựu-Kim-   *I intend to stop in San Fran-*
    Sơn mà !   *cisco.*

    Tôi sẽ không ghé ở đấy   *I won't stop there.*
    mà !

14. Tôi phải đi Nhật ngay mà ! *(Don't you see ?) I must go to Japan at once.*

    Tôi không phải đi ngay   *I don't have to go right away.*
    mà !

15. Tôi biết mà !   *I know.*
    Tôi không biết mà !   *I don't know – as I told you before.*

16. Tôi đánh dày thép rồi   *I sent the telegram.*
    mà !
    Tôi không có tiền đánh   *I told you I don't have the*
    dày thép mà !   *money to send a telegram.*

17. Anh ấy có gọi dày nói   *He did call her twice on the*
    cho cô ấy hai lần mà !   *phone.*
    Anh ấy không gọi dày nói *He did not phone to invite her.*
    mời cô ấy mà !

18. Tôi xong giấy má rồi mà.   *I got all my papers.*
    Tôi chưa xong giấy má   *I haven't got all my papers.*
    mà !

19. Ông ấy lấy được giấy   *He got his passport.*
    thông-hành rồi mà !
    Ông ấy không lấy được   *He just could not get a pass-*
    giấy thông-hành mà !   *port.*

20. Tôi biết dịch mà !   *I know how to translate.*
    Tôi không biết dịch mà !   *I told you I can't translate.*

21. Kìa, tôi mượn tự-vị của   *Hey, I borrowed your diction-*
    anh mà !   *ary.*
    Tôi không mượn tự-vị của   *I told you I didn't borrow your*
    anh mà !   *dictionary.*

22. Tôi nhớ tôi cho anh mượn   *I remember I did lend you my*
    bút máy của tôi mà !   *fountain-pen.*
    Tôi không dùng bút máy   *I told you I didn't use your*
    của ông mà !   *fountain-pen.*

23. Họ đã bảo họ nhỡ tầu mà !   *They said they missed the train.*
    Tôi đã bảo họ không nhỡ   *I have said they did not miss*
    tầu mà !   *the train.*

24. Ông ấy thích ăn thịt vịt   *He likes to eat duck.*
    mà !
    Ông ấy không thích nước   *He doesn't like nuoc mam, I*
    mắm mà !   *told you !*

25. Ông Mỹ này ăn cay được   *This American gentleman can*
    mà !   *eat hot stuff.*
    Người Mỹ không ăn được   *American people can't eat*
    đồ cay mà !   *hot stuff.*

26. Tôi cho đường vào cà-   *I already put sugar in the cof-*
    phê rồi mà !   *fee.*
    Tôi chưa cho đường vào   *I haven't put sugar in the cof-*
    cà-phê mà !   *fee yet.*

27. Tôi biết sào thịt bò mà !   *I know how to fry beef.*
    Tôi không biết quay vịt   *I told you I can't roast a duck.*
    mà !

28. Tôi no rồi mà !
    Tôi chưa no mà !

I told you I'm full.
I told you I'm not full.
(I'm still hungry).

29. Cô ấy chỉ ăn đồ tráng miệng thôi mà !
    Cô ấy không bao giờ dùng đồ tráng miệng mà !

She only eats dessert.

I told you she never eats dessert.

30. Ông ấy bảo người Mỹ nào cũng nhiều tiền mà !
    Không phải người Việt-Nam nào ở bên Mỹ cũng có tiền mà !

He said every American has plenty of money.
(It's) not (true that) every Vietnamese in the U.S. has money.

D. CONJUNCTIONS *NHUNG* AND *MA*

1. Ông Hill khỏe nhưng bà Hill ốm luôn.

Mr. Hill is fine, but Mrs. Hill is frequently ill.

2. Bà ấy nhắc lại nhưng tôi cũng không hiểu.

She repeated, but I still couldn't understand.

3. Trong buồng này có sáu cái ghế nhưng chúng tôi cần tám cái.

There are six chairs in this room, but we need eight of them.

4. Trong lớp học có mười người mà chỉ có năm cái ghế thôi.

There are ten persons in the classroom but only five chairs.

5. Tiếng Việt-Nam không khó lắm nhưng cũng không dễ lắm.

Vietnamese is not very difficult but not very easy either.

6. Bài này ngắn nhưng khó.

This lesson is short but hard.

7. Bài này ngắn mà khó nhỉ !

This lesson is short, but (curiously enough)it's difficult, don't you think ?

8. Hôm nay tôi không đi làm nhưng bận ở nhà.

I am not working today, but I'm busy at home.

9.	Ông Hill là bạn ông Nam mà tôi không biết.	*Mr. Hill is a friend of Mr. Nam, and I didn't know it.*
10.	Thế mà tôi quên chưa hỏi ông.	*(It's so,) yet I forgot to ask you.*
11.	Họ mời tôi đến chơi nhưng tôi chưa có thì giờ.	*They invited me to come over, but I haven't had time.*
12.	Tên Việt-Nam của cô ấy là Thanh mà tôi không bao giờ nhớ cả.	*Her Vietnamese name is Thanh, but oddly enough I never remember (it).*
13.	Đồng hồ nhà dây thép chín giờ rồi mà các ông chưa đi à ?	*It's nine already by the post-office clock, yet you gentlemen haven't left ?*
14.	Tôi muốn mua đồng hồ nhưng không có tiền.	*I want to buy a watch, but haven't got any money.*
15.	Cái đồng hồ này rẻ mà tốt.	*This watch is cheap yet good.*
16.	Ba nghìn nhưng tôi xin lấy ông hai nghìn thôi.	*(It's) three thousand, but I will charge you only two thousand.*
17.	Ông ấy còn đi học mà đã lấy vợ à ?	*He's still going to school — and married !*
18.	Mới năm giờ mà anh đã đói à ?	*It's only 5 o'clock, and you are hungry ?*
19.	Hôm nay giời đẹp nhưng ít nắng.	*The weather's fine today, but there's little sun.*
20.	Đi tầu thủy rẻ hơn nhưng mà lâu lắm.	*It's cheaper to go by boat, but it takes very long.*
21.	Tôi có học nhưng quên rồi.	*I did study (it), but have forgotten now.*
22.	Thịt vịt rẻ mà ngon.	*Duck is cheap yet good to eat.*
23.	Tôi muốn đi chơi Hồng-Kông nhưng không đủ tiền.	*I want to go to Hongkong but don't have enough money.*

24. Chanh này nhỏ mà nhiều nước.

These lemons are small but have plenty of juice.

25. Chuối Mỹ lớn nhưng không ngon.

American bananas are big but not good.

E. *MỚI* «THEN AND ONLY THEN»

1. Có đọc báo thì mới biết.

You have to read the paper in order to know it.

2. Tôi đợi anh tôi ở thư-viện về tôi mới đi.

I'm waiting for my brother to come back from the library before I go.

3. Phải có tiền mới mua được xe mới chứ !

You have to have money before you can buy a new car.

4. Họ có mời thì tôi mới đến.

I'll come only if they invite me.

5. Lấy đồng hồ rồi tôi mới giả tiền.

I'll pay only when I take the watch.

6. Nếu tôi không mệt thì tôi mới đi.

I'll go only if I am not tired.

7. Nếu tôi không hiểu thì bà ấy mới nhắc lại.

Only if I don't understand will she repeat.

8. Vì cô ấy bận nên cô ấy mới không đi học.

She doesn't go to school only because she is busy.

9. Bà ấy có khỏe mới đi Cựu-Kim-Sơn được.

She can go to San Francisco only if she is well.

10. Ông có bán rẻ tôi mới mua.

I'll buy only if you give me a good price.

11. Ông giả tiền ngay tôi mới bán.

I'll sell only if you pay cash.

12. Giời có nắng mới chụp được ảnh màu.

The weather has to be sunny before you can take color pictures.

13. Hăm chín tháng giêng cô ấy mới về đến Cựu-Kim-Sơn.

She won't get back to San Francisco before January 29.

14. Tại bà ấy đi bằng tàu thủy nên mới lâu thế.

It took that long only because she went by boat.

15. Tôi có cần mới hỏi anh.

I asked you because I had to.

16. Các anh có thích cá hấp tôi mới gọi.

I'll order some steamed fish only if you like it.

17. Phải có ớt mới ngon.

It will only taste good if you put some pepper in.

18. Có kem cà-phê tôi mới ăn.

I won't have any unless it's coffee ice cream.

19. Các ông có giơ tay lên họ mới biết.

They won't know until you gentlemen raise your hands.

20. Có tự-vị tôi mới dịch được.

I have to have a dictionary before I can translate.

21. Chúng tôi phải ra bộ Kinh-Tế mới mượn được quyển sách này đấy.

We had to go to the Department of National Economy in order to borrow this book.

22. Cô ấy tìm hai tiếng đồng hồ mới thấy.

She looked for two hours before she found it.

23. Nếu có cần tôi mới ghé Đà-nẵng.

I'll stop in Danang only if necessary.

24. Xong giấy má tôi mới đi.

I'll have to get all the papers before I go.

F. NEGATION WITH *LÀM GÌ...*

1. Tôi *không* có tiền.

Tôi *làm gì* có tiền !

2. Buồng này không có cái bàn nào.

Buồng này *làm gì* có cái bàn nào!

3. Buồng ấy không có ghế.

Buồng ấy *làm gì* có ghế !

4. Cái nhà ấy không có cửa sổ.

Cái nhà ấy làm gì có cửa sổ !

5. Cô ấy không bận lắm.

Cô ấy làm gì bận lắm !

6. Anh tôi không có đủ tiền mua đồng hồ.

Anh tôi làm gì có đủ tiền mua đồng hồ !

7. Cô ấy không có anh.

Cô ấy làm gì có anh !

8. Ông ấy không có vợ.

Ông ấy làm gì có vợ !

9. Bà ấy không có em gái.

Bà ấy làm gì có em gái !

10. Máy ảnh của tôi không có phim.

Máy ảnh của tôi làm gì có phim !

11. Mười hai đồng thì không có máy ảnh tốt.

Mười hai đồng thì làm gì có máy ảnh tốt !

12. Vườn này không có hoa.

Vườn này làm gì có hoa !

13. Cô ấy chưa về đến Cựu-Kim-Sơn.

Cô ấy làm gì đã về đến Cựu-Kim-Sơn !

14. Ông Bảng không có xe hơi.

Ông Bảng làm gì có xe hơi !

15. Bên Mỹ không có nước mắm.

Bên Mỹ làm gì có nước mắm !

G. ĐÃ MEANING 'FIRST'

1. Anh đợi tôi ăn đã.

Wait for me to eat first.

2. Mời ông xơi cơm di đã.

Please eat first.

3. Đợi cô ấy khỏe đã.

Wait until she gets well.

4. Tôi phải đi Nhatrang đã.

I have to go to Nhatrang.

5. Chúng ta học nói đã, rồi mới học dịch.

We learn how to speak first. then how to translate.

6. Chúng ta ăn đã, rồi nói chuyện sau.

Let's eat first, then talk later.

7. Tôi sào thịt bò đã rồi mới   *I'll fry the beef first, then (and*
    tráng trứng.   *only then) make the omelet.*

8. Chị đợi tôi về đã, dừng   *Please wait until I come back,*
    đi ngay bây giờ.   *don't go right now.*

9. Đóng cửa lại đã, rồi mới   *Close the windows first before*
    bật đèn.   *you turn on the lights.*

10. Vào đây nói chuyện đã.   *Come on in here for a chat first.*

FLUENCY DRILL

Tôi phải đợi ông chủ hãng tôi.

Tôi phải đợi ông chủ hãng tôi đánh dây thép.

Tôi phải đợi ông chủ hãng tôi đánh dây thép cho tôi.

Tôi phải đợi ông chủ hãng tôi đánh dây thép cho tôi đã.

PART IV. GRAMMAR NOTES

11.1. Final particle đâu ! The final particle *đâu*! is used
to emphasize negation :

(a)   It denies or negates a statement when the predication
has the optional *có* (emphatic). The subject may be first,
second, or third person.

(b)   It assures of the content (negative) when the predi-
cation has either *không* or *chưa*. The subject may be either
first or third person.

Giời có nắng đâu !   'It's not sunny.   (How can you say ?)'

Giời không nắng đâu !   'It's not sunny.   (Believe me.)'

11.2. Final particle mà ! This particle denotes the speak-
er's insistence on the content of the predication or his impa-

tience caused by the hearer's inability to see something already said before. 'I told you!' is the closest English equivalent.

Tôi biết mà.   'I know. (You don't have to tell me again.)'

Tôi không biết mà.   'I don't know — as I told you before.'

11.3. Conjunction mà. The conjunction *nhưng*, introduced in Lesson 3, begins a clause which is at variance with what one would expect. When the clause is introduced by *mà* 'but strangely, but interestingly,' the content is violently at variance with what one would expect. Examples:

Bài này dài nhưng dễ.   'This lesson is long but easy.'

Bài này dài mà dễ.   'This lesson is long, but oddly enough not difficult.'

Bài này dài nhưng mà dễ.   'This lesson is long but easy.'

11.4. Auxiliary verb đã. We have seen *sắp, sẽ, vừa* (or *mới*, or *vừa mới*) used as auxiliary verbs to indicate respectively futurity and recentness. *Đã* indicates that the action is past. The order in which the most common auxiliary verbs occur is summarized as follows :

-3	-2	-1	0
cũng	đã sẽ	không chẳng	Main **Verb**
	sắp mới vừa vừa mới chưa		

11.5. Particle đã. When occurring at the end of a sentence, *đã* can be translated 'first,' meaning that the action or

state denoted by the sentence has to take place or exist first—
before something else ensues. Examples :

> *Anh đợi tôi ăn đã.* 'Let me eat first.'
> *Chúng ta học nói đã,* 'We learn how to speak first,
> *rồi mới học dịch.* then how to translate.'

For *mới*, see **11.6**.

11.6. Mới. Then and only then. We have seen the auxi-
liary verb *mới* which indicates recent past. There is another
auxiliary verb *mới* which means that the action denoted by the
main verb does not take place until or unless some condition
is fulfilled. Examples :

> (1) *Có đọc báo thì mới biết.* 'You have to read the paper
> in order to know it.'
> (2) *Họ có mời thì tôi mới* 'I'll come only if they invite
> *đến.* me.'

In (1), reading the newspaper is the necessary condition,
and in (2), an invitation is required.

N. B. The two above-mentioned auxiliary verbs *mới* are
not to be confused with the stative verbs *mới* 'to be new, be
newly acquired' (opposite *cũ* 'to be used, be old').

11.7. Idiomatic forms of negation. Làm gì. Thiếu gì. In
colloquial speech, some forms are used to replace regular nega-
tion particles. Thus,

> làm gì = không / chẳng
> thiếu gì = không / chẳng thiếu gì.

Examples :

Tôi *không* có tiền. *becomes* Tôi *làm gì* có tiền!
Cô ấy *không thiếu gì* tiền. *becomes* Cô ấy *thiếu gì* tiền !

11.8. Three or four. Forms like 'three or four,' 'five or six,' etc. are made simply by omitting the 'or.'

Examples :

bốn năm tháng	'four or five months'
hai ba người	'two or three men'
bẩy tám trăm đô-la	'seven or eight hundred dollars'
năm sáu nghìn chữ	'five or six thousand words'

11.9. A pair of. In English you say 'a pair of trousers,' 'a pair of scissors,' etc. Vietnamese simply uses the classifier *cái* 'individual thing or object.' Thus *một cái quần* 'a pair of trousers.'

11.10. Kia and kìa. In Lesson 3, we have encountered the specifier *kia* 'that (further off than *ấy*).' This SP has a special meaning after *hôm* and *năm* :

hôm kia	'day before yesterday'
năm kia	'year before last'
(but *ngày kia*	'day after tomorrow' !)

Kìa, the specifier meaning 'that (previous to *kia*)', is used only after *hôm* 'day,' *năm* 'year.' Used with *ngày*, it means 'that (after *kia*).' *Hôm kìa* 'day before day before yesterday, three days ago,' *năm kìa* 'three years ago,' *ngày kìa* 'two days after tomorrow.'

Used as interjection (I), *kìa* means something like 'Hey, come on ! (Lesson 9). It is commonly employed in contexts where the person addressed fails to see something : *kìa* is then preceded by *kia*. *Kia kìa*'(that one) over there.' In greetings. the form *kìa* followed by the name or title of the person addressed has the informality of 'Hi there !'

11.11. Conjunction néu (mà). If. In case. When the sub-ordinate clause is introduced by *nếu* (*mà*) 'if,' the main clause is ordinarily introduced by *thì* 'then, in that case.' When the main clause begins a sentence then *thì* is not found. For *thì*, see 6.7.

> *Nếu* (*mà*) *ông không hiểu* (*thì*) *tôi sẽ nhắc lại.*
> *Tôi sẽ nhắc lại nếu* (*mà*) *ông không hiểu.*
> 'If you don't understand I'll repeat it.'
> 'I'll repeat if you don't understand.'

11.12. Idioms with đánh and đóng. Note such idiomatic expressions as

đánh dấu	'to mark, punctuate, put tone marks'
đánh dây thép	'to send a telegram, wire'
đánh mất	'to lose (an object)'
đóng dấu	'to affix a stamp'

11.13. Lại.

(1) The core meaning of *lại* is 'to come.'

> *Lại đây.*   'Come here.'

(2) As an auxiliary verb *lại* means 'resumes [doing something]', but if used after the main verb *lại* means 'again over' :

lại viết	'resumes writing'
viết lại	'writes over, rewrites'
lại làm	'resumes doing'
làm lại	'does over'
lại đánh máy	'resumes typing'
đánh máy lại	'types over'

(3) *Lại* also means 'contrary to expectations'

> *Tôi đã bảo đừng nói,*   'I told you not to say it. Why
> *tại sao anh lại nói.*   did you do it ?'

PART V. PRONUNCIATION

Practice 39. */aw, aɪw ɑnd ʌw/.* Practice the following words :

chảo	'to greett'	cháu	'grandchild'	trâu	'buffalo'
cao	'tall'	cau	'areca'	cầu	'sentence'
bao	'pack (age)'	báu	'precious'	bầu	'to elect'
đảo	'peach'	đau	'to hurt'	đầu	'head'
gạo	'raw rice'	gàu	'scoop'	gấu	'bear'
sao	'why'	sau	'after'	sâu	'deep'

Practice 40. */iw and iʌw/.* Practice the following words :

chịu	'to bear'	chiều	'afternoon'
thiu	'spoiled'	thiều	'insufficient'
bíu	'to cling'	biểu	'to present'
miu	'miaow'	miếu	'temple'
dịu	'gentle'	diều	'kite'
líu	'tongue-tied'	liều	'daring'

Practice 41. */uy and uʌy/.* Practice the following words :

túi	'pocket'	tuổi	'year, age'
cúi	'to bend down'	cuối	'end'
bụi	'dust'	buổi	'half a day'
đùi	'thigh'	đuổi	'to chase'
mùi	'smell'	muối	'salt'
núi	'mountain'	nuôi	'to bring up'

PART VI. TRANSLATION

(Listen once, then write down. Hand in translation later)

1. Ông ấy đi đâu đấy. 2. Ông ấy đi đâu? 3 Ông ấy có đi đâu ! 4. Ông ấy không đi đâu cả. 5. Ông ấy không đi đâu ! 6. Anh vác ô đi đâu đấy ? 7. Tôi ở thư-viện về. 8. Tôi vừa ở

Nhật-Bản về mà ! 9. *Đọc sách mãi buồn ngủ quá !* 10. *Ngồi đây nói chuyện đã !* 11. *Lần này đi Pháp ông có định đem theo nhiều quần áo không?* 12. *Nếu cần cái gì xin ông cho tôi biết.* 13. *Tôi nghe nói hiệu ấy bán đủ các thứ hàng hóa.* 14. *Hàng Mỹ đắt lắm.* 15. *Tôi làm gì có tiền !* 16. *Cô ấy thì thiếu gì tiền !* 17. *Tôi muốn mua một tá sơ-mi dài tay.* 18. *Ông ấy định mua hai tá sơ-mi cộc tay.* 19. *Hạng tốt nhất thì bao nhiêu tiền?* 20. *Số bao nhiêu ?* 21. *Biên đi, không có lại quên.* 22. *Bà muốn lấy màu gì ?* 23. *Nhà tôi thích màu xanh.* 24. *Trước khi về, xin ông đánh dây thép cho tôi nhé !* 25. *Sau khi đến Hồng-Công anh gọi dây nói cho tôi nhé !* 26. *Khi nào ông ấy đến, tôi sẽ cho ông biết.* 27. *Ông Hill là bạn ông Kennedy mà tôi không biết.* 28. *Tôi sẽ ghé Đài-Loan một hai tuần, và Hồng-Công độ mười ngày.* 29. *Tôi biết, nhưng tôi phải đợi anh tôi về tôi mới có thể đi được.*

PART VII. « WHAT WOULD YOU SAY » TEST

1. You ask where your friend Kim is going, and you say :

    a. *Kìa anh Kim, anh ấy có đi đâu !*

    b. *Kìa anh Kim, anh đi đâu đấy ?*

    c. *Kìa anh Kim, anh ấy không đi đâu !*

    d. *Kìa anh Kim, anh ấy định đi đâu ?*

2. The weather is fine, and you say :

    a. *Giời mưa mà !*

    b. *Giời không mưa mà !*

    c. *Giời không nắng đâu !*

    d. *Giời đẹp lắm mà !*

3. Dinner is ready, but you have to read the newspaper first, so you say :

    a. *Tôi phải đọc báo đã.*

    b.   *Tôi phải đọc sách đã.*

    c.   *Tôi đã đọc quyển ấy hai lần rồi.*

    d.   *Tôi phải viết thư cho nhà tôi đã.*

4. You want to pass for a poor man, and you say :

    a.   *Tôi không có đủ tiền.*

    b.   *Chúng tôi thiếu gì tiền.*

    c.   *Tôi thiếu gì tiền.*

    d.   *Tôi làm gì có tiền.*

5. Somebody asks you how long you are going to stop in Hongkong, and you say :

    a.   *Tôi định không ghé Hương-Cảng.*

    b.   *Tôi định sẽ ghé Hương-Cảng.*

    c.   *Tháng sau chúng tôi định đi Hương-Cảng·*

    d.   *Tôi định sẽ ghé Hương-Cảng độ hai tuần.*

6. Which do you need for a trip abroad ?

    a,   *dây thép.*

    b.   *giấy thông-hành.*

    c.   *dây nói.*

    d.   *sơ-mi dài tay.*

7. Which one grants visas ?

    a.   *chủ hãng Trung-Hoa·*

    b.   *chủ hiệu sách.*

    c.   *lãnh-sự.*

    d.   *chủ công-ty Quảng-Lạc.*

LESSON TWELVE **12**
Reduplications. French loan-words

PART I. CONVERSATION

(*Buổi sáng ở nhà ông Nam*)

Huyền

1. The downpour last night certainly made it cool.

Đêm hôm qua mưa rào mát quá nhỉ !

Nam

2. Yes. I slept so well.

Vâng, tôi ngủ ngon quá.

3. Didn't need the fan.

Không cần quạt.

Huyền

4. I also slept like a log.

Tôi cũng thế, ngủ như chết.

Nam

5. Hey, look, Huyen.

Kìa, anh Huyền, trông kìa.

6. It's pitch black out.

Giời tối như mực.

7. With all this thunder and lightning is it going to rain again ?

Sấm chớp thế hình như lại muốn mưa nữa chăng ?

Huyền

8. It's raining *already.*

Bắt đầu mưa rồi còn gì !

9. Shut that window before the desk gets all wet.

Anh đóng cái cửa ấy lại, không có ướt cả bàn giấy bây giờ !

Nam

10. Another cup of coffee ?

Anh uống tách cà-phê nữa nhé.

Huyền

11. Yes, thank you.　　　　　　Vâng, cám ơn anh.

Nam

12. Sugar ?　　　　　　　　　Đường ?

Huyền

13. Just a spoonful...　　　　　Một thìa thôi...

14. Would you like a cigarette?　Anh hút thuốc lá không ?

Nam

15. I have been coughing quite　Dạo này tôi hay ho
    often lately, so I quit　　　nên thôi không hút nữa.
    smoking.

Huyền

16. One cigarette won't hurt　　Một điếu có sao ?
    you.

17. I smoke at least one pack　Tôi thì mỗi ngày phải
    a day...　　　　　　　　　một bao là ít...

18. Have you got a match?　　Anh có diêm không ?

Nam

19. No, I haven't got any.　　Không, tôi không có
　　　　　　　　　　　　　　　diêm.

20. I only have a lighter.　　Chỉ có bật lửa thôi.

21. Look in that drawer.　　　Anh tìm trong ngăn kéo
　　　　　　　　　　　　　　　ấy xem.

22. No, the other one...　　　Không, ngăn kia kia...

23. You don't find it?　　　　Không thấy à ?

Huyền

24. No, it isn't here.　　　　Không,
　　　　　　　　　　　　　　　không có.

Nam

25. Look in my coat pocket.　Anh tìm trong túi áo tôi
　　　　　　　　　　　　　　　xem.

Huyền

26. Here it is.　　　　　　　Đây rồi !

27. Oh, it's very pretty.
    Đẹp quá nhỉ !

28. Where did you get it ?
    Mua ở đâu đấy ?

Nam

29. My brother sent it to me from England.
    Anh tôi gửi từ bên Ăng-lê về cho tôi đấy.

Huyền

30. Is Bac still over there ?
    Ông Bắc còn bên ấy không ?

Nam

31. No, he came back here last year around New Year's time.
    Không, ông ấy về đây dạo Tết năm ngoái.

Huyền

32. Where does he live now ?
    Bây giờ ông ấy ở đâu ?

Nam

33. At first he lived on Freedom Avenue, near the railroad station, you know.
    Lúc đầu ông ấy ở đường Tự-Do, gần nhà ga ấy mà !

34. Or rather, when he just arrived he had to stay in Dong-A (East Asia) Hotel...
    À không, lúc mới về ông ấy phải ở khách-sạn Đông-Á...

Huyền

35. In a hotel ?
    Ở ô-ten à ?

Nam

36. Yes, there was no place to stay.
    Ừ, làm gì có nhà !

37. Now he has moved to Tran Hung Dao Street.
    Bây giờ ông ấy dọn đến phố Trần-Hưng-Đạo rồi.

38. Beyond Independence Avenue, between the park and my uncle's house.
    Quá chỗ Đại-lộ Độc-lập, giữa cái vườn hoa và nhà chú tôi.

Huyền

39. It certainly is quieter over there.
    Ở đấy chắc yên tĩnh hơn.

40.	Yes, the other place is too noisy...	*Nam* *Vâng,* *chỗ kia ầm ĩ quá...*
41.	Look, the match box is right here beside the coffee-pot, yet we didn't see it.	*Huyền* *Kìa,* *bao diêm ở ngay bên cạnh ấm cà-phê mà mình không nhìn thấy.*
42.	Yeh!	*Nam* *À !*
43.	It has stopped raining, shall we go out ?	*Huyền* *Thôi,* *tạnh mưa rồi,* *mình đi ra phố chứ ?*
44.	Where're you going in such a rush ?	*Nam* *Đi đâu mà vội vàng thế ?*
45.	Take it easy.	*Cứ từ từ.*
46.	After I shave and take a bath, I'll go with you.	*Cạo mặt,* *tắm rửa xong,* *tôi đi với anh.*
47.	I have to take a shower too.	*Huyền* *Tôi cũng phải tắm một cái.*
48.	I'm as dirty as a pig.	*Bẩn như lợn.*
49.	You go ahead and take your shower.	*Nam* *Anh tắm trước đi.*
50.	Here are a towel and some soap.	*Khăn mặt đây,* *xà-phòng đây.*
51.	Thank you.	*Huyền* *Cảm ơn anh.*

PART II. VOCABULARY

Ăng-lê	N	Great Britain, England / British, English
bên Ăng-lê		in England
người Ăng-lê		Englishman, Englishmen
tiếng Ăng-lê		English
ầm	SV	to be noisy
ầm ầm	SV	to be noisy
ầm ĩ	SV	to be noisy
bàn giấy	N	desk
bao	N	package. pack, box
bắc	N	north / northern
đông-bắc		north-east
tây-bắc		north-west
bật lửa	N	cigarette lighter
buổi	N	half a day, session
buổi chiều	N	afternoon
buổi sáng	N	morning
buổi tối	N	evening
cả	V	all, the whole, there is wholly
cạnh	N	side / to be beside
bên cạnh		to be by the side of / beside
ở (bên) cạnh		to be by the side of / beside
còn gì (nữa)	PH	[used at the end of a sentence to denote that something has long started]
cứ	AV	to continue to
chăng ?	FP	it seems to me, I guess, I presume, I suspect, could it be that...

chết	V	*to die ; [of timepiece or motor] to stop*
đánh chết	V	*to beat to death*
chớp	V	*to flash, blink, wink	lightning*
chú	N	*father's younger brother CL người, ông*
diêm	N	*match CL cái*
bao diêm	N	*box of matches*
dọn	V	*to arrange, put in order, clear ; to prepare ; to move to another house dọn nhà*
dọn nhà	V	*to clean up the house ; to move to another house*
đại-lộ	N	*avenue, boulevard, highway*
đảy rồi !	PH	*oh, here it is ! I found it !*
đêm	N	*night*
điều	N/CL	*smoking pipe CL cái ; CL for cigarettes*
độc-lập	SV/N	*to be independent	independence*
đông	N	*cast	eastern*
đông-bắc		*north-east*
đông-nam		*south-east*
Đông-Á	N	*East Asia	East Asian*
Đông-Nam-Á	N	*Southeast Asia	Southeast Asian*
đường	N	*road, street, avenue CL con*
ga	N	*railroad station*
nhà ga	N	*railroad station [the building]*
gửi	V	*to send*
giữa	SV	*to be in the middle, between, among*

hay	AV	*to have the habit of [doing so-and-so] / often, frequently*
hình	N	*form, shape, appearance ; photograph, picture [= ảnh]*
hình như	V	*to seem / it seems, seemingly*
ho	V	*to cough*
thuốc ho	N	*cough drops, cough medicine, cough syrup*
hút	V	*to inhale, smoke*
ít nhất	A	*at least*
kia !	FP	*instead*
khách-sạn	N	*hotel*
khăn	N	*towel khăn mặt*
khăn mặt	N	*towel, washcloth*
khăn tắm	N	*bath towel*
lá	N	*leaf*
thuốc lá	N	*cigarette CL điếu*
là ít	A	*at least*
lúc	N	*time, moment, instant*
lúc đầu	N	*(at) the beginning*
mà	C	*and*
mát	SV	*to be fresh, be cool*
mặt	N	*face*
cạo mặt	V	*to shave*
khăn mặt	N	*towel, washcloth*
mình	N/PR	*body / I [= ta], we [inclusive, = chúng ta]*
chúng mình	PR	*we [inclusive]*
một mình	A	*by oneself*
mưa rào	V	*to rain hard / downpour*
mực	N	*ink*

nam	N	south / southern
đông-nam		south-east
tây-nam		south-west
năm ngoái	N	last year
ngay	A	right, right away, at once
ngăn	N	compartment, drawer
ngăn kéo	N	drawer
ngủ như chết	V	to sleep like a log
nhiều nhất	A	at most
nhìn	V	to look
nhìn thấy	V	to see. perceive
như	EV	to be like
ô-ten	N	hotel
quá	V	to go beyond, go past
rửa	V	to wash, clean
tắm rửa	V	to wash up
sáng	SV	to become dawn [subject giời] dawn, morning, forenoon buổi sáng
sao	V	to matter
có sao !		what difference does it make ?
không sao !		no trouble, it doesn't matter
sấm	V	to thunder [subject giời / thunder
tạnh	V	to stop raining [subject giời] tạnh mưa
tắm	V	to bathe
tắm rửa	V	to wash up
tây	N	west / western

tây-bắc		*north-west*
tây-nam		*south-west*
tết	N	*festival ; New Year's festival*
tối	SV	*to become dark [in the evening or because of clouds, subject giời] / evening* buổi tối
túi	N	*pocket*
từ từ	SV	*to be slow, leisurely*
tự-do	SV	*to be free / freedom*
thìa	N	*spoon CL* cái ; *spoonful*
thuốc	N	*drug medicine ; cigarette* thuốc lá
thuốc lá	N	*cigarette CL* điếu
trông	V	*to look*
trông thấy	V	*to see, perceive*
trông kìa !		*look over there !*
uống	V	*to drink*
ướt	SV	*to be wet*
vội	SV	*to be in a hurry, be hasty, be urgent, be pressing*
vội vàng	SV	*to be in a hurry*
xà-phòng	N	*soap*
yên-tĩnh	SV	*to be quiet*

PART III. PATTERN DRILL

Pattern : | Không (phải)... | ...kia ! | 'Not...,...instead'

1. **Không phải ngăn ấy, ngăn kia kia !**   *Not that drawer, the other one !*

2. **Không phải quạt giấy, quạt điện kia !**   *Not the paper fan, I mean the electric fan.*

3. Tôi không muốn ngồi bàn giấy, tôi muốn ngồi bàn ăn kia !

I don't (want to sit at the desk), I want to sit at the dining table.

4. Không, chúng tôi muốn uống nước chè kia !

No, we want to drink tea (instead of something else).

5. Cô Thanh kia, không phải cô Thu !

It was Miss Thanh, not Miss Thu.

6. Không phải túi ngoài, túi trong kia !

Not the outside pocket, the inside pocket.

7. Bà ấy nói có thế thôi à ? — Không. Bà ấy nói nhiều kia ! Nhưng tôi chỉ nhớ có thế thôi.

So she said only that much ! — No. She said a lot. But I only remember that much.

8. Không, quyển tự-vị Việt-Anh kia, chứ không phải Anh-Việt.

No, the Vietnamese-English dictionary, not the English-Vietnamese one.

9. Bài thứ mười kia, chứ không phải bài thứ chín.

Lesson 10, not lesson 9.

10. Anh đừng đánh giây thép. Ông ấy muốn anh gọi giây nói kia !

Don't send telegrams. He wants you to telephone instead.

11. Tôi muốn mua đồng hồ Thụy-Sĩ kia !

I want to buy a Swiss watch.

12. Chủ nhật hai mươi kia, chứ không phải chủ nhật hăm bẩy đâu !

Sunday the 20th, not Sunday the 27th.

13. Thứ bẩy sau kia, chứ không phải thứ bẩy này !

Next Saturday, not this Saturday.

14. Không phải thứ tư này, thứ tư trước kia !

Not this Wednesday, but last Wednesday.

15. Ông Nam là người Mỹ à ? — Không, ông Bảng mới là người Mỹ kia !

Is Mr. Nam American ? — No, Mr. Bảng is American.

16. **Cái này à ?**   *This one ?*
    — Không, cái kia kia !   *— No, that one over there.*

17. **Không phải Xuân làm ở**   *Not Mr. Xuân who works in the*
    Bộ Kinh-Tế, Xuân làm ở   *Department of National Econo-*
    Bộ Ngoại-Giao kia !   *my, but the one who works*
                                    in the Department of Foreign
                                    Affairs.

18. **Vườn Bách-Thảo kia !**   *The Botanical Gardens instead !*

19. **Họ muốn đi bộ kia !**   *They want to walk instead !*

20. **Tôi muốn anh đọc lại chữ**   *I want you to pronounce this*
    này kia !   *word again.*

B. « HOW'S THE WEATHER OUT ? »

Answer the following questions :

1. **Đêm hôm qua giời có mưa**   *Did it rain last night ?*
   không ?

2. **Bây giờ giời có nắng**   *Is the sun out now ?*
   không ?

3. **Lúc giời mưa có sấm**   *Was there any thunder during*
   không ?   *the rain ?*

4. **Anh có thấy giời chớp**   *Did you see that flash of*
   không ?   *lightning ?*

5. **Chiều hôm nay giời có mát**   *Is it cool this afternoon ?*
   không ?

6. **Tối nay giời có mát hơn**   *Is it cooler this evening ?*
   không ?

7. **Giời tối chưa ?**   *Is it dark yet ?*

8. **Giời sáng chưa ?**   *Is it daylight yet ?*

9. **Giời mưa chưa ?**   *Has it started to rain ?*

10. **Giời sắp mưa chăng ?**   *Is it going to rain ?*

11.	Giời muốn mưa nữa chăng ?	*Is it going to rain again ?*
12.	Ở Việt-Nam giời có hay mưa không ?	*Does it rain often in Vietnam ?*
13.	Ở Cựu-Kim-Sơn có hay mưa rào không ?	*Do you have a lot of thunder-showers in San Francisco ?*
14.	Mùa xuân giời có đẹp lắm không ?	*Is the weather very fine in the spring ?*
15.	Tạnh mưa chưa ?	*Has it stopped raining yet ?*
16.	Giời tối rồi, anh có muốn bật đèn lên không ?	*It's getting dark. Do you want to turn on the light ?*

C. FINAL PARTICLE CHĂNG !

1.	Ông ấy ốm chăng !	*Could it be that he's sick ?*
2.	Giời sắp mưa chăng !	*Is it going to rain ?*
3.	Tối thế này, giời sắp mưa chăng !	*It's so dark, is it going to rain ?*
4.	Giời sắp mưa nữa chăng !	*Is it going to rain again ?*
5.	Tôi sợ không đủ chăng !	*I'm afraid it won't be enough.*
6.	Tôi sợ bài này khó quá chăng !	*I'm afraid this lesson might be too difficult.*
7.	Ông ấy đi đâu ? Ra nhà giây thép chăng !	*Where did he go ? To the post-office ?*
8.	Cô ấy quên chăng !	*May be she forgot.*
9.	Cái này đắt quá chăng !	*This is too expensive, I suspect.*
10.	Bà ấy đói rồi chăng !	*Is she hungry already ?*
11.	Anh ấy muốn chụp ảnh chăng ?	*Does he want to take some pictures ?*
12.	Các ông ấy muốn xem phong-cảnh chăng !	*Maybe they want to look at the scenery.*

13. Các cô ấy nhỡ tầu chăng !   *Maybe they missed the boat (or plane or train).*

14. Ông ấy ho. Nhiều ớt quá chăng !   *He's coughing. Does it have too much pepper ?*

15. Tôi không dám cho nhiều ớt, sợ cay quá chăng !   *I didn't dare put too much pepper in (because) I'm afraid it'd be too hot.*

16. Tôi sợ họ ăn không no chăng, nên đã gọi thêm đồ tráng miệng.   *I was afraid they didn't have enough to eat, so I ordered more dessert.*

17. Bà ấy sợ anh không ăn được nước mắm chăng !   *She's afraid you cannot eat nước-mam.*

18. Cô ấy không thích chụp ảnh chăng !   *Maybe she doesn't want to have her picture taken.*

19. Hai món thịt và một món canh, sợ ít quá chăng !   *I'm afraid two meat courses and one kind of soup won't be enough.*

20. Ít cơm thế này, sợ thiếu chăng !   *I'm afraid this much rice won't be enough.*

D. CÒN GÌ NỮA !

Pattern : | Rồi - Predication | còn gì (nữa) ! |

1. Mưa rồi còn gì nữa !   *It's already raining !*

2. Giời bắt đầu mưa rồi còn gì nữa !   *It started to rain already !*

3. Bài này học rồi còn gì nữa.   *We studied this lesson already.*

4. Chúng tôi đếm rồi còn gì nữa.   *We already counted (them).*

5. Cô ấy đi từ thứ sáu trước rồi còn gì nữa.

She left last Friday.

6. Tôi đã bảo anh hai ba lần rồi còn gì nữa.

I already told you a couple of times.

7. Sao ông đợi đến bày giờ mới nói? Ông ấy sắp về nước rồi còn gì nữa !

Why did you wait until now to speak up ? He's already about to go home.

8. Họ đi Cựu-Kim-Sơn rồi còn gì nữa !

They've already gone to San Francisco.

9. Sao anh không đến ? Họ mời rồi còn gì nữa !

Why aren't you coming ? They already invited you.

10. Bày giờ anh mới bán ả ! Bà ấy mua từ lâu rồi còn gì nữa !

You are selling (it) now ? She bought (one) long ago.

11. Đói à ! Vừa mới ăn rồi còn gì nữa !

Hungry ? But you just ate !

12. Ướt cả bàn giấy rồi còn gì nữa !

The desk got all wet.

13. Sắp đến Tết rồi còn gì nữa !

New Year's is coming soon.

14. Tạnh mưa rồi còn gì nữa !

It stopped raining.

15. Tôi tưởng anh cạo mặt rồi còn gì nữa !

I thought you already shaved.

E. KHÔNG CÓ

1. Đóng cửa lại, không có ướt cả bàn giấy bày giờ !

Close the window before the desk gets all wet.

2. Vác ô đi, không có ướt cả đấy !

Take your umbrella, otherwise you'll get all wet.

3. Chúng ta đến chơi ông ấy không có ông ấy buồn.

Let's go and see him, otherwise he'd feel depressed.

4. Chúng ta nên đi ngay, không có nhỡ tầu đấy. — *We'd better go right away, or we'd miss the train.*

5. Anh biên đi, không có lại quên ! — *Write it down, otherwise you'd forget.*

6. Đem nhiều tiền đi, không có lại thiếu ! — *Bring a lot of money with you, otherwise you'd be short of cash.*

7. Đừng hút thuốc lá nữa, không có ho. — *Stop smoking cigarettes, or you'll develop a cough.*

8. Anh dọn đi, không có ở đây ầm quá. — *You'd better move, it's too noisy here.*

9. Ông nên đi ngay, không có nhà dây thép đóng cửa. — *You'd better go immediately, before the post-office closes.*

10. Ăn nữa đi, không có tối đói. — *Eat some more, or you'll be hungry in the evening.*

11. Sào thêm thịt bò đi, không có không đủ đàu ! — *Better fry some more beef, or we won't have enough.*

12. Cho thêm nước mắm vào, không có canh nhạt quá. — *Add some nước-mam, otherwise the soup would be too flat.*

13. Cho ít muối chứ, không có mặn, không ai ăn được· — *Don't put too much salt, otherwise it'd be too salty, and nobody would be able to eat it.*

14. Tôi phải vừa ăn vừa học, không có không thuộc bài. — *I have to study while eating, otherwise I wouldn't know the lesson.*

15' Anh làm ơn biên vào đây, không có tôi hay quên lắm. — *Please write (it) in here, I very often forget.*

FLUENCY DRILL

Tìm trong cái ngăn kéo kia.
Anh tìm trong cái ngăn kéo kia.

Anh tìm trong cái ngăn kéo kia *xem*.

Anh *làm ơn* tìm trong cái ngăn kéo kia xem.

Anh làm ơn tìm trong cái ngăn kéo kia xem *có diêm không*.

PART IV. GRAMMAR NOTES

12.1. Final particle kia ! Instead. The particle *kia !* at the
end of a sentence denotes that the content of the sentence is
preferred or actually exists rather than something else already
suggested or stated. Examples :

Không phải ngăn ấy, ngăn kia kia !	'Not that drawer, the other one !'
Không, tôi muốn uống nước H *dừa kia !*	'No, I want to drink some coconut milk instead.'

For *kia*, meaning 'that (further off than *ấy*), see Lesson
3 and also Note 11.10.

The word immediately preceding the final particle *kia !*
receives a heavy stress — indicated by a raised *H*. In normal
speech Vietnamese say / kə / instead of / kiʌ /. That is why
some writers render this particle as *cơ !*

12. 2 Reduplications. In the pronunciation drill of Les-
son 10, ten two-syllable words are given, which contain either
complete or partial repetition : *luôn luôn, nho nhỏ, buồn buồn,
chậm chậm, chua chua, đen đen, đo đỏ, cay cay, dài dài,* and
trăng trắng. Each of these dissyllabic units occurs freely in
various constructions, and therefore rightly deserves the status

of a « word. » Now we have seen that the underlined syllable (*)
generally occurs as a word too, while each of the items *nho,
đo* and *trăng* cannot be used by itself. *Nho, đo* and *trăng* are
derived respectively from *nhỏ* 'to be small', *đỏ* 'to be red' and
trắng 'to be white' by partial repetition. In *luôn luôn, buồn
buồn, chậm chậm, chua chua, đen đen, cay cay,* and *dài dài,*
the repetition is complete. This is true with the two formations
ầm ầm 'to be quite noisy' and *từ từ* 'to be slow or leisurely'
found in this lesson.

In *nho nhỏ, đo đỏ* and *trăng trắng*, the partial similarity
is final, that is, the two syllables of the word agree in terminal
sounds — they rime together. Note that the tones are different :
the derived syllable has the high level tone.

The other two reduplications introduced in this lesson
are *ầm ĩ* 'to be extremely noisy' (from *ầm* 'to be noisy'), and
vội vàng 'to be in a hurry' (from *vội* 'to be in a hurry'). In the
latter case' the pattern can be represented as follows :

C-x ∼ C-àng

(*) « Morpheme » is the technical term for each of these smallest
meaningful items which make up a polysyllabic syntactic word. Here are two
English sentences having the same syntactic frame :
The gentleman with large teeth asked for some soy sauce.
The countess with reddish hair asked for some cranberry sauce.
Each of the words separated in writing by a space is a syntactic word since
it performs some specific syntactic function. Thus, *gentleman* is comparable to
countess, large to *reddish,* and *cranberry* to *soy.* If we examine the words
gentleman, countess, reddish and *cranberry* more closely, we shall find the compo-
nents of each of them :

gentleman	=	gentle	+ man
countess	=	count	+ ess
reddish	=	red	+ ish
cranberry	=	cran	+ berry

The portions *gentle, man, count, -ess, red, -ish, cran-,* and *berry* are examples
of English morphemes,

This means that the initial consonant (C) of the basic syllable is retained in the derived syllable, while its final part — or rime — represented by -*x* becomes -*àng* in the second syllable. Several examples of this reduplicative pattern will be given in the pronunciation drill of this lesson. Other patterns will be encountered later in the course.

12. 3 Loan-words. The existence of a considerable number of reduplicative words — made up of two syllables (see Note 12.2) and also of four syllables (as we shall see later) — is a tolerably good argument against the often unqualified statement that Vietnamese is a « monosyllabic » language.

Another kind of evidence can be found in the Chinese-borrowed elements of the vocabulary. These loan-words from Chinese have been given a pronunciation which suggests that of Chinese words at the time they were borrowed, but which is different from present-day Chinese pronunciation. They are mostly learned words found in writing, in formal speech, and deal with political, military, economic, concepts and the like. They have been called Sino-Vietnamese. Examples are :

ám-tả	'write in the dark'	'dictation'
đại-lộ	'large street'	'avenue, boulevard'
độc-lập	'stand by oneself'	'independent'
thư-viện	'house for books'	'library'

There are also words which have been borrowed from the French language, such as

ăng-lê	< *anglais*	'English'
ga	< *gare*	'railroad station'
ô-ten	< *hôtel*	'hotel
sơ-mi	< *chemise*	'shirt'
xà-phòng	< *savon*	'soap'
etc.		

12.4. Final particle chăng! The final particle *chăng*! (from *chẳng* 'not', a word we have seen in Lesson 9) denotes that the speaker raises a possibility which he strongly suspects. Rough equivalents arc 'I suspect,' 'I guess,' 'Could it bc that...?'

Ông ấy ốm chăng!	'Could it be that he's sick?'
Giời sắp mưa chăng!	'Is it going to rain?'
Tôi sợ có quên chăng!	'I was afraid you might have forgotten'

12.5. Còn gì (nữa). This idiomatic expression follows a sentence (usually having *rồi*) to affirm that whatever action or state expressed in the sentence has actually taken place or existed.

Mưa rồi còn gì nữa!	'It's already raining!'
Họ đi rồi còn gì nữa!	'They've already left.'

12.6. Semelfactive classifiers. A semelfactive classifier indicates single action. It is a classifier for verbs, that is to say it is compounded with a preceding numeral (usually *một* 'one') to form the cognate object of a verb. The most frequently found semelfactive classifier is *cái*, as in *tắm một cái* 'to take a bath (or shower),' *đánh một cái* 'to strike a blow,' *ngủ một cái* 'to take a nap,' *đạp một cái* 'to kick once,' etc. But we shall encounter several examples of this type of classifier being a term which specifies, for instance, the instrument used to deliver the blow when the verb means 'to strike,' 'to hit,' 'to spank,' etc.

12.7. Similes. Phrases expressing likeness as well as other figures of speech are used, especially by women, to add color to the language. Examples:

ngủ như chết	'sleep like dead, — sleep like a log'

nhanh như chớp	'fast like lightning, — as fast as lightning'
nhanh như điện	'fast like electricity, as fast as lightning'
tối như mực	'dark like ink, — pitch-black'
bẩn như lợn	'dirty like pig, — as dirty as a pig'

12. 8. Points of compass. The four cardinal points are always named in this order: *đông, tây, nam, bắc,* 'east, west south, north.' Note also the word order in compounds denoting intermediate directions:

đông-nam	'southeast'
đông-bắc	'northeast'
tây-nam	'southwest'
tây-bắc	'northwest'

12. 9. Homonyms. We have seen three words *hay*, meaning 'to be interesting ; well' (Lesson 5), 'or' (Lesson 6), and 'to have the habit of (doing so-and-so) ; often, frequently' (Lesson 12), respectively. Their common pronunciation is/hay/ and should not be confused with / hay /, spelled *hai* and meaning 'two.' Vietnamese has many words which are pronounced alike. In order to keep these homophones — or homonyms — apart the student should remember how each word is used in a sentence. For instance :

(a) *Quyển sách này hay lắm.*   'This book is very interesting.'
    Tôi muốn mua một quyển   'I want to buy a real (ly) good
    sách thật hay.   book.'
    Ông nói tiếng Việt-Nam   'You speak Vietnamese very
    hay lắm.   well.'

(b) *Em giai hay em gái ?*   'A younger brother or sister.'
   Anh uống cà-phê hay nước   'Do you want coffee or tea?'
   chè ?
   Buổi sáng tôi thích uống   'In the morning I like to drink
   cà-phê hay nước chè.   either coffee or tea.'
(c) *Tôi hay tắm vào buổi tối.*   'I usually take a shower in the
                                   evening.'

   Trước tôi hay đi Đà-Lạt.   'I used to go to Dalat very often.'
   Ở đây giời không hay mưa.   'It doesn't rain very often here.'

In (a), *hay* is a stative verb (SV). (In the third example, it occurs as an adverb modifying *nói tiếng Việt-Nam.*)

In (b), the word *hay* is a conjunction (C) meaning 'or,' 'either... or...'

In (c), *hay* is an auxiliary verb (AV) which always precedes the main verb.

12.10. Mà 'so that.' In Lesson 11, we have seen two words *mà.* When occurring as conjunction — sometimes in the form *nhưng mà* — this word means 'but (oddly enough).' *Mà* can also follow *nếu* meaning 'if, in case.' Then we also have the final particle *mà!* when the speaker insists on the content of his sentence. (See Notes 11.3, 11.11, and 11.2 respectively.)

Another use of *mà* is introduced in this lesson. This word is used between two verbs or verbal phrases, the second of which denotes either result or purpose. Examples :

(a) *Anh ngồi xuống mà ăn.*   'Sit down and eat.'
(b) *Lấy máy ảnh của tôi mà*   'Use my camera to take
   chụp.   pictures.'
(c) *Dùng tự-vị mà dịch.*   'Use the dictionary to translate.'
(d) *Ra nhà dây thép mà · bỏ*   'Go to the post-office to mail
   thư.   the letter.'

(e)	*Anh đi đâu mà vội vàng thế ?*	'Where are you going in such a rush ?'
(f)	*Họ bị đói mà chết.*	'They were starved to death.'
(g)	*Có đọc báo mà xem.*	'Read the newspaper, and you'll see.'
(h)	*Có khi người ta buồn mà ốm.*	'There are times when people become ill because of sorrow.'
(i)	*Chúng tôi vì bận mà không đi được.*	'We were busy, so we couldn't go.'
(j)	*Chị vào Chợ-Lớn mà mua thịt quay.*	'Go to Cholon to buy some roast pork.'
(k)	*Tôi sợ mà phải ăn.*	'I had to eat because I was afraid (of him).'

In (f), (h), (i) and (k), the result-or consequence-clause could be introduced by *nên*, that is to say, we may say

(f)   *Họ bị đói nên chết.*

(h)   *Có khi người ta buồn nên ốm.*

(i)   *Chúng tôi vì bận nên không đi được.*

(k)   *Tôi sợ nên phải ăn.*

PART V. PRONUNCIATION

Practice 42. / ưy and ưΛy /. Practice the following words :

chửi	'to curse'	*tươi*	'fresh'
cửi	'weaving'	*cười*	'to laugh, smile'
gửi	'to send'	*bưởi*	'pomelo'
ngửi	'to smell'	*đười ươi*	'orang-utan'
		mười	'ten'
		người	'man, person'

rưỡi	'and a half'
sưởi	'to warm oneself'
lười	'lazy'

Practice 43. / ưw and ưʌw /. Practice the following words :

tửu	'wine, alcohol'	*khướu*	'blackbird'
cừu	'sheep'	*bướu*	'hump'
mưu	'ruse, scheme'	*rượu*	'wine, alcohol'
Nữu-Ước	'New York'	*hươu*	'roe deer'
lựu	'pomegranate'		

Practice 44. / Cw-/· Practice the following words with abialized consonants :

tuy	'although'	*thuế*	'tax'
quý	'precious'	*tuế*	'age'
thủy	'water'	*quê*	'native village'
khuy	'button'	*huệ*	'lily'
duy	'only'		
nguy	'dangerous'	*ô uế*	'dirt, filth'
húy	'tabooed'	*suễ*	'able to'
		quả	'fruit'
que	'stick'	*khóa*	'lock'
khỏe	'strong'	*góa*	'widowed'
hoe	'red'	*sóa*	'to erase'

PART VI. TRANSLATION

(Listen once, then write down. Hand in translation later)

1. Đêm hôm qua anh ngủ có ngon không ? 2. Giời má! quá, tôi ngủ như chết. 3. Kìa, giời muốn mưa nữa chăng ? 4. Tạnh mưa rồi còn gì nữa ? 5. Anh làm ơn đóng hộ cửa lại, không có ướt cả. 6. Anh uống cà-phê nữa nhé ? 7. Vâng, cám ơn anh. 8. Ông ấy hay ho nên thôi không hút thuốc lá nữa. 9. Xin lỗi anh.— Không sao. 10. Mỗi ngày tôi hút một bao là ít. 11. Chị làm ơn tìm dùm trong ngăn kéo xem có cái bật lửa của nhà tôi không. 12. Sáng nào chú tôi cũng phải uống hai ba tách cà-phê, rồi hút hai ba điếu thuốc lá. 13. Không phải cái bút ấy, cái bút đỏ kia ! 14. Bật lửa đẹp quá nhỉ ! 15. Anh tôi gửi từ bên Pháp về cho tôi đấy. 16. Ông Lâm còn ở bên Mỹ không ? 17. Không, ông ấy không còn ở bên ấy nữa, dọn về Việt-Nam từ tháng giêng năm ngoái. 18. Lúc đầu chúng tôi không hiểu. Bây giờ chúng tôi mới hiểu. 19. Nhà tôi bảo ở phố ấy gần nhà ga nhưng lại xa sở quá. 20. Làm gì mà ầm ầm thế ? 21. Nhà tôi ở ngay bên cạnh vườn hoa, nên yên tĩnh lắm, 22. Gần đường Trần-Hưng-Đạo ầm ĩ lắm. Đừng dọn. 23. Đi đâu mà vội vàng thế ? Vào đây uống nước chè nói chuyện đã 24. Tôi phải đi cạo đầu một cái rồi mới đi chơi được 25. Hình như ông ấy có ba trăm đồng là ít. 26. Anh cứ tự-do, muốn ăn bao nhiêu thì ăn. 27. Ít nhất bốn điếu, và nhiều nhất 20 điếu. 28. Tạnh mưa rồi mà mình không biết. 29. Giời chưa sáng, còn tối như mực, ngủ nữa đi.

PART VII « WHAT WOULD YOU SAY » TEST

1. If asked whether you had a good night's rest, you reply :

   a. Không có quạt nên tôi không ngủ được, anh ạ.

   b. Cám ơn ba, đêm hôm qua tôi ngủ ngon lắm ạ.

   c. Tối hôm qua mưa rào mát quá.

   d. Chiều hôm qua giời lại mưa nữa.

2. It looks like rain, and you say :

   a. Giời muốn mưa chăng ? Anh cho tôi mượn cái ô.

   b.   *Giời sắp nắng rồi, mình đi chụp ảnh đi.*

   c.   *Tôi gặp mưa giữa đường nên ướt cả quần áo.*

   d,   *Giời hay mưa nên chú tôi cảm luôn, ho luôn :*

3. Your host wants you to have some more coffee, and you say :

   a.   *Cà-phê sữa ngon lắm. Tôi thích lắm.*

   b.   *Tôi uống ba tách rồi còn gì nữa.*

   c.   *Cám ơn anh, anh cho tôi một điếu thôi.*

   d.   *Xin cỏ một thìa đường thôi, không có ngọt quá.*

4. You say « Me too, » or « So am I, » or « So do I, » or « I don't either ».

   a.   *Có sao.*

   b.   *Chúng tôi cũng thế.*

   c   *Không sao, anh cứ đi đi.*

   d.   *Tôi cũng thế.*

5. You want a red pencil, but are given a black pencil, so you say :

   a.   *Không phải bút chì, tôi cần bút mực kia.*

   b.   *Không phải cái bút máy này, cái kia kia.*

   c.   *Tôi cần bút chì đỏ kia. Bút chì đen viết không rõ.*

   d.   *Chắc anh ấy thích bút chì xanh hơn.*

6. You talk about your lung condition, and you say :

   a.   *Lúc đầu tôi không ho. Dạo này tôi thôi không hút thuốc lá nữa, thế mà sáng nào cũng ho nhiều.*

   b.   *Tôi đi mưa, quần áo bị ướt, nên bị cảm.*

   c.   *Ông ấy uống nhiều cà-phê quá nên không ngủ được.*

   d.   *Thuốc ho ấy, tôi gửi từ bên Mỹ về cho chú tôi đấy.*

7. Your friend drives too fast, so you say :

   a.   *Anh ấy đi đâu cũng vội vàng.*

   b.   *Anh đi đâu mà vội vàng thế ?*

    c.   Anh ấy đi rồi, tôi mới từ từ theo sau.

    d.   Tôi bảo cô ấy đi từ từ, nhưng cô ấy không nghe.

8. If your friend says « Tôi muốn cạo mặt, » you show him

    a.   nhà dây thép

    b.   nhà ga

    c.   nhà ô-ten

    d.   nhà tắm

9. Three men have a total of one pack of cigarettes. Which of the following four distributions are possible ?

    a.   Mỗi người hút bảy điếu thuốc lá.

    b.   A hút mười điếu, B hút mười điếu, còn C bị ho nên không hút điếu nào cả.

    c.   A lấy tám điếu, còn hai người kia (B và C) mỗi người lấy sáu điếu.

    d.   A lấy sáu điếu, B lấy mười một điếu, còn C lấy đúng năm điếu và một bao diêm.

10. 'I·ll telephone him when I arrive'

    a.   Khi nào đến Cựu-Kim-Sơn thì tôi sẽ gọi dây nói cho ông ấy.

    b.   Khi ghé Cựu-Kim-Sơn tôi có gọi dây nói cho ông ấy hai lần mà !

    c.   Trước khi đến Cựu-Kim-Sơn, tôi sẽ đánh dây thép cho ông ấy.

    d.   Sau khi mua bán xong tôi mới có thể đến chơi nhà chị được.

11. I heard they already left for Dalat'

    a.   Tôi ngủ như chết, chẳng nghe thấy gì cả.

    b.   Tạnh mưa rồi, làm gì có sấm !

    c.   Tôi nghe nói họ đi Đà-Lạt từ tháng giêng mà !

    d.   Mùa này ở đây hay mưa rào lắm.

LESSON THIRTEEN 13

Stress. Final particle nghe!

PART I. CONVERSATION

(Ông Bảng đi nhờ xe hơi ông Lâm)

Bảng

1. Hello! Where are you gentlemen going?

Chào các ông.
Các ông đi đâu đấy?

Lâm

2. We're going to Cho-Lon to eat some noodles.

Chúng tôi đi Chợ-Lớn ăn phở.

3. Do you want to come?

Ông đi không?

Bảng

4. No, thank you.

Cám ơn hai ông.

5. Some other time.

Để khi khác.

6. I thought I'd go buy a new pair of shoes.

Tôi định đi mua một đôi giầy mới.

7. If you know a good store, tell me about it.

Ông có biết hiệu nào tốt, làm ơn chỉ cho tôi.

Thinh

8. Let me see...

Xem nào!

9. There's the Van-Loi store on Le-Thanh-Ton Street.

Ở đường Lê-Thánh-Tôn có hiệu Vạn-Lợi.

10. Seems they sell socks too.

Hình như bán cả bít-tất nữa.

Lâm

11. Let me show you the way.

Để tôi chỉ đường cho ông.

12. You go straight ahead, OK?

Ông đi thẳng đây nghe!

13. And when you pass the park with the Tran-Hung-Dao statue, turn left...

Quá cái vườn hoa có tượng Trần-Hưng-Đạo thì rẽ tay trái...

Bảng

14. Turn left...

Rẽ tay trái...

Thinh

15. Yes, turn left, then walk about one hundred meters, then turn right.

*Ừ,
rẽ tay trái,
đi độ một trăm thước thì rẽ tay phải.*

16. The shoe store is right at the corner, next to the laundry.

*Hiệu giầy ở ngay đầu phố,
bên cạnh hiệu thợ giặt.*

Lâm

17. It's not a laundry, it's a tailor shop.

*Thợ giặt đâu !
Thợ may đấy chứ !*

Thinh

18. Oh yes !

Ừ nhỉ !

Lâm

19. There's a huge tamarind tree in front of it.

Đằng trước có một cây me to tướng.

20. Let's see, I guess I can drop you there... since we have the car.

*À này,
hay là tôi đưa ông đến đó,
nhân tiện có xe hơi đây.*

Bảng

21. Wonderful !

Thế thì còn gì bằng !

22. Thank you very much.

Cám ơn ông lắm.

Thinh

23. You sit in the front here.

Mời ông ngồi đằng trước này.

24. I'll sit in the back.

Tôi ngồi đằng sau.

25. Hey, lock that door, so that you won't fall out. [otherwise you'd fall out of the car into the street, then it'd be dangerous.]

Lâm

Ấy, ông khóa cửa lại. *Không có nó ngã xuống đường thì nguy.*

26. What're you yawning for after all the sleep you've had ?

Thinh

Ngáp gì ? Ngủ nhiều thế mà còn ngáp !

27. Look at all those people over there.

Bảng

Trông kìa, đằng kia 'bao nhiêu là người.

28. What's going on ?

Cái gì đấy ?

29. Oh, a little boy riding on a bicycle ran into a car.

Lâm

Ấy, thằng bé con đi xe đạp đâm vào ô-tô.

30. Is he hurt ?

Bảng

Nó có làm sao không ?

31. He fractured his skull,

Lâm

Vỡ đầu.

32. and was bleeding a lot.

Chảy bao nhiêu là máu.

33. He broke his left arm, too.

Thinh

Gãy tay trái nữa.

34. He's being taken to the hospital...

Xe vào nhà thương rồi...

35. I thought [he broke] his right arm.

Lâm

Tôi tưởng tay phải chứ !

36. Poor boy !

Bảng

Tội-nghiệp !

37. Are we there already ?

Đến nơi rồi à !

38. I'll get out.

Tôi xuống nhé !

39. Thanks a lot.	*Cám ơn ông lắm.*
40. I'd have been lost without you.	*Không có ông thì tôi đã lạc đường rồi, còn gì !*

PART II. VOCABULARY

H

!bao nhiêu (là)...!	NU	*so much, so many... !*
bằng	V	*to equal / as... as*
bé	SV	*to be small, be young*
thằng bé (con)	N	*liitle boy*
con bé (con)	N	*little girl*
bít-tất	N	*sock CL chiếc for one, đôi for a pair*
cả	V	*also, as well as, even*
đến (cả)		*even [verb preceded by cũng]*
cả (đến)		*even [verb preceded by cũng]*
cả... nữa		*also, as well as, too*
cày	N	*plant, tree*
con	SV	*to be young, be small*
con	CL	*CL for young girls, CL for « contemptible women »*
chảy	FV	*[of liquid] to run, flow*
chỉ	FV	*to show, point [vào 'at']*
chiếc	CL	*CL for one of a pair*
đằng	N	*way, direction, side*
để	V/CV	*to place, put ; to let [someone do something] / in order to để mà ; in order that, so that để cho*
để cho		*in order that, so that*
để khi khác	PH	*some other time*

để mà		*in order to*
đâm	FV	*to prick, stab ; to collide* [*vào 'against'*]
đến nơi	V	*to arrive*
đó	SP	*that* [= ấy] *; there, that place* [= đấy]
gãy	SV	[*of stick-like objects, tooth, bone*] *to be broken. Cf.* vỡ
giặt	FV	*to wash, launder*
thợ giặt	N	*laundryman*
giầy	N	*shoe CL* chiếc *for one,* đôi *for a pair* [*with verb* đi *'to wear,'* đi... vào *'to put on'*]
hay là	C	*or (=* hay*)*
khác	SV/FV	*to be other, be different*	*to differ from, have different ...*
khóa	V/N	*to lock*	*lock*
lạc	SV	*to be lost, go astray, lose one's way* [đường]
máu	N	*blood*
chảy máu	V	*to bleed*
may	FV	*to sew, make clothes*
thợ may	N	*tailor*
me	N	*tamarind CL* cây *for tree,* quả *for pod-like fruit*
nó	PR	*it* [*child, animal*], *he, she, they* [*familiar*]
chúng nó	PR	*they*
nơi	N	*place, location* [= chỗ]
đến nơi	V	*to arrive*

ngã	V	to fall [as by stumbling or trip-ping]
dấu ngã	N	tilde, diacritical mark used to indicate the high broken tone ; high broken tone in Vietnamese
ngáp	V	to yawn
nghe !	FP	[used at the end of imperative sentences] hear me ?
nguy	SV	to be dangerous, be perilous
nhà thương	N	hospital
nhân tiện	PH	incidentally
ô tô	N	automobile, car [= xe hơi]
phải	SV	to be right [opp. of left], be right [opp. of wrong]
bên (tay) phải	N	right (hand) side
tay phải	N	right arm, right hand, right (hand side)
rẽ tay phải		to turn to the right
phở	N	a dish of noodles served with beef or chicken
rẽ	FV	to turn [right or left]
tay phải	N	right arm, right hand, right (hand side)
tay trái	N	left arm, left hand, left (hand side)
to tướng	SV	to be huge, be enormous
tôi-nghiệp !		what a pity ! poor thing !
tướng	SV	to be huge, be enormous to tướng
to tướng	SV	to be huge, be enormous

tượng	N	*statue*
thằng	CL	*CL for young boys, CL for « contemptible men »*
thằng bé (con)	N	*little boy*
thẳng	SV	*to be straight*
thợ	N	*artisan, workman, worker [with làm 'to be']*
thợ giặt	N	*laundryman*
thợ may	N	*tailor*
thước	N/CL	*yardstick, ruler CL cái / yard, meter*
thương	SV	*to be wounded R [=bị thương]*
bị thương	SV	*to be wounded, be injured*
nhà thương	N	*hospital*
trái	SV	*to be left [opp. of right], be wrong [opp. of right]*
bên (tay) trái	N	*left (hand) side*
tay trái	N	*left arm, left hand, left (hand) side*
rẽ tay trái		*to turn to the left*
vỡ	SV	*[of glassware, chinaware, etc.] to be broken. Cf.* gãy
đánh vỡ	V	*to break [glassware, chinaware, etc.]*
xe	V	*to transport, take*
xem nào !		*let me see, let's see*

PART III. PATTERN DRILL

A.   BAO NHIÊU (LÀ)

1.   *Trong buồng này có bao nhiêu cái bàn ?*
Trong buồng này có bao nhiêu (là) bàn !

2,   *Trong buồng học có bao nhiêu cái ghế ?*
Trong buồng học có bao nhiêu (là) ghế !

3.   *Bài này có bao nhiêu chữ mới ?*
Bài này có 'bao nhiêu (là) chữ mới !

4.   *Nhà này có bao nhiêu cửa sổ ?*
Nhà này có bao nhiêu (là) cửa sổ ?

5.   *Ông ấy có bao nhiêu quyển sách ?*
Ông ấy có 'bao nhiêu (là) sách !

6.   *Sài-Gòn có bao nhiêu hiệu sách ?*
Sài-Gòn có 'bao nhiêu (là) hiệu sách !

7.   *Tháng này ông đánh bao nhiêu cái dây thép đi Đà-Lạt ?*
Tháng này ông ấy đánh bao nhiêu (là) dây thép đi Đà-Lạt !

8.   *Hôm nay hiệu mình bán bao nhiêu đồng hồ ?*
Hôm nay hiệu mình bán 'bao nhiêu (là) đồng hồ !

9.   *Cô ấy có bao nhiêu tiền ?*
Cô ấy có bao nhiêu (là) tiền !

10.   *Ông bà ấy có bao nhiêu đứa con ?*
Ông bà ấy có bao nhiêu (là) con !

11.   *Khi ở Hồng-Công chị chụp bao nhiêu ảnh ?*
Khi ở Hồng-Công tôi chụp 'bao nhiêu (là) ảnh !

12.   *Thưa bà muốn mua bao nhiêu hoa ạ ?*
Bà ấy mua bao nhiêu (là) hoa !

13.　*Các anh trông thấy bao nhiêu chiếc máy bay ?*
　　Chúng tôi trông thấy 'bao nhiêu (là) máy bay !

14.　*Đằng trước cửa có bao nhiêu chiếc xe hơi ?*
　　Đằng trước cửa có bao nhiêu (là) xe hơi !

15.　*Sài-Gòn có bao nhiêu hiệu ăn ?*
　　Chợ.Lớn có 'bao nhiêu (là) tiệm ăn !

16.　*Nhà tôi cho bao nhiêu nước mắm vào bát canh ?*
　　Nhà tôi cho' bao nhiêu (là) nước mắm vào bát canh !

17.　*Cây chuối này có bao nhiêu quả ?*
　　Cây chuối này có bao nhiêu (là) quả !

18.　*Thằng Hanh nó ăn bao nhiêu kem ?*
　　Thằng Hanh nó ăn bao nhiêu (là) kem !

19.　*Các ông ấy cho con Hảo bao nhiêu bút chì ?*
　　Các ông ấy cho con Hảo bao nhiêu (là) bút chì !

20.　*Ở đấy có bao nhiêu người ?*
　　Ở đó có bao nhiêu (là) người !

B. BẰNG 'AS... AS'

1. Máy ảnh Nhật bằng máy ảnh Mỹ.	*Japanese cameras are as good as American cameras.*
2. Đồng hồ Mỹ đắt bằng đồng hồ Thụy-Sĩ.	*American watches are as expensive as Swiss watches.*
3. Ô-tô Pháp không đắt bằng ô-tô Mỹ.	*French cars are not so expensive as American cars.*
4. Tiếng Đức không khó bằng tiếng Việt-Nam.	*German is not so difficult as Vietnamese.*
5. Xe Ăng-lê cũng tốt bằng xe Đức.	*British cars are as good as German cars.*

6. Con bé con này khỏe bằng anh nó.

This little girl is as strong as her older brother.

7. Ông ấy không nói nhanh bằng ông.

He doesn't talk as fast as you.

8. Tôi không thể đếm nhanh bằng anh ấy.

I can't count so fast as he does.

9. Bài này ngắn bằng bài ấy, nhưng dài hơn những bài kia.

This lesson is as short as that one, but longer than the other ones.

10. Tháng này chúng tôi không bận bằng tháng giêng.

This month we are not so busy as in January.

11. Tôi gọi ông ấy bằng chú.

He is my father's younger brother (literally : I call him chú).

12. Ông gọi ông Nam bằng gì ?

What's the relation between you and Mr. Nam (literally : What do you call Mr. Nam) ?

13. Thế thì còn gì bằng !

Wonderful ! (literally : if it's so, then there is nothing like it).

14. Còn gì khó chịu bằng phải đi bộ lúc giời mưa rào mà không có ô.

There is nothing so unpleasant as to walk in the rain without an umbrella.

15. Đi tầu thủy không đắt bằng đi máy bay, phải không ?

Going by boat is not so expensive as going by plane, is it ?

16. Thư-viện này cũng nhiều sách bằng thư-viện Đại-học.

This library has got as many books as the university library.

17. Quyển tự-vị này không đủ bằng quyển tôi mua ở Cựu-Kim-Sơn.

This dictionary is not so complete as the one I bought in San Francisco.

18. Giầy Việt-Nam cũng tốt bằng giầy Ăng-lê.

Vietnamese shoes are just as good as British shoes.

C. CẢ 'ALSO, EVEN'

1. Cả anh tôi cũng đi nữa.   *My brother's also going.*

2. Cả đến ông Brown cũng bị mệt vì đi bộ nhiều quá.   *Even Mr. Brown was tired because it was a long walk.*

3. Cả đến mấy cái bàn họ cũng lấy đi.   *They even took those few tables.*

4. Chúng tôi còn đánh cả dây thép nữa.   *We even sent telegrams.*

5. Tôi gặp cả cô Green nữa.   *I also met Miss Green.*

6. Hiệu chúng tôi bán cả sách nữa.   *Our store carries books too.*

7. Các hiệu thuốc ở Mỹ bán cả đồ ăn nữa.   *American drugstores sell even food.*

8. Đến cả tôi cũng còn không ăn được bốn bát cơm.   *Even I cannot eat four bowls of rice.*

9. Chú tôi bảo bên Mỹ có cả nước mắm nữa.   *My uncle said they even have nuoc mam in the United States.*

10. Hiệu ấy bán cả bí nữa.   *That store even sells winter melon.*

11. Ông ấy biết dùng cả đũa nữa.   *He even knows how to use chopsticks.*

12. Bà ấy bảo cả đến nấu cơm cô ấy cũng chẳng biết.   *She[1] said that she[2] doesn't even know how to cook rice.*

13. Hiệu Vạn-Lợi bán cả bít-tất nữa.   *The Van-Loi store sells socks too.*

D. DAYS OF THE WEEK

Ex.: Hôm qua là *chủ nhật*, hôm nay là *thứ hai*.

Hôm qua là _____, hôm nay là _____.

[Start from each of the other six days of the week.]

E. DAYS OF THE MONTH

Ex.: Hôm kia là *mùng một,* hôm qua là *mùng hai,* hôm nay là *mùng ba.*

Hôm kia là _____, hôm qua là _____, hôm nay là _____.

[Start from the 4th, 7th, 10th..., 25th, 28th, and 29th.]

F. NUMBERS

Count from 1 to 50, using

1.	*cái quần*	'pair of trousers'
2.	*cái sơ-mi cộc tay*	'short-sleeved shirt'
3.	*đôi giày*	'pair of shoes'
4.	*đôi bít-tất*	'pair of socks'
5.	*quả chuối*	'banana'
6.	*chiếc xe đạp*	'bicycle'
7.	*cây me*	'tamarind tree'
8.	*bao thuốc lá*	'pack of cigarettes'
9.	*điếu thuốc lá*	'cigarette'
10.	*tách cà-phê*	'cup(ful) of coffee'
11.	*thìa đường*	'spoonful of sugar'

PART IV. GRAMMAR NOTES

13. 1. Stress In Vietnamese. Bao nhiêu (là). In Lesson 2 we have learned the phrase *bao nhiêu* meaning 'how much?' how many?' If the syllable *bao* receives heavy stress the question is changed into an exclamatory sentence, and the meaning becomes 'so much... !' or 'so many... !' Contrast the **following pairs:**

bao nhiêu người ?	'*bao nhiêu (là) người* !
'how many people ?'	'so many people !'
bao nhiêu máu ?	'*bao nhiêu (là) máu* !
'how much blood ?'	'so much blood !'

The symbol ' stands for «heavy stress», and the word *là* enclosed in parentheses is optional. (See *Introductory Chapter*, p. XIX.) Note that in most exclamatory sentences with ' *bao nhiêu (là)* the classifier is absent.

13. 2. Final particle nghe ! This final particle (FP) occurs at the end of authoritative commands or friendly advice. The hearer is either an inferior (child, younger sibling, etc.) or an equal. The closest English translation is 'hear me ?'

13. 3. To Wear (continued). Đi. In Lesson 5 (Note 5.7) we have seen the verb *đeo* meaning 'to wear (things such as jewels, eye glasses, a wrist watch, etc.)' If the noun denotes 'shoe (s)' then the verb *đi* 'to walk, go' is used. To express the idea of 'putting on (clothing and the like)' a resultative compound with *vào* is used, and we have *đeo vào, đi vào*, etc.

13. 4. To Break. Vỡ. Gãy. Where a particular language seems to be vague or ambiguous another language can be quite specific. This does not mean that either is better or worse than the other. English may have only one word for 'to wear' but in other cases it may be very specific and technical. With this idea of relativity in ease of expression in mind we shall mention another case where special Vietnamese words are needed to say 'to break.' If the subject of the verb denotes a glass, a bowl or a pane of glass, the term is *vỡ*. But if the object which is broken is along, slender, brittle thing such as a stick, a pencil, a bone (or a tooth), then the verb is *gãy*.

In such resultative compounds as *đánh vỡ*, *đánh gãy*, etc. (with *đánh* 'to hit, strike beat' preceding the verb "to break") the action of breaking is not deliberately destructive but is due rather to carelessness. If the object is smashed, pounded on, bent, etc. so as to break the action-verb will so indicate, just as the result-verb tells us about the fragility and shape of the broken object.

13-5 Bằng. As... As. As. We have encountered the word *bằng* meaning 'by means of' (Lesson 2) and 'by' (Lesson 8). In this lesson this item has two more meanings. First it denotes equality or equation. Examples :

(a) Subject-Verb-Object

Cái này bằng cái kia.

'This equals that (in quality, worth, etc.)'

(b) Subject-Verb-Coverb-Object

Cái này đắt bằng cái kia.

'This is as expensive as that.'

In sentences 11 and 12 in Pattern Drill (b), *bằng* is used as coverb to the main verb *gọi* 'to call.'

Tôi gọi óng ấy bằng chú.

(I call him as *chú*) 'He is my father's younger brother.'

Ông gọi ông Nam bằng gì ?

(You call Mr. Nam as what ?) 'What's the relation between you and Mr. Nam ?'

Note also the idiom *Thế thì còn gì bằng !* 'Wonderful !' (Sentence 13 in Pattern Drill *b*).

13.6. Cả. Even. In a sentence with an indefinite such as *gì*, *đâu*, *ai*, etc., *cả* has been translated 'at all.' Examples :

Cô ấy không ăn gì cả.   'She does not eat anything at all.'

Ai ông ấy cũng chào cả.   'He greets everybody.'

(The student is referred back to Lesson 9 for more examples of sentences indicating inclusiveness and exclusiveness.)

Whenever *cả* is used before a noun there is a choice between the meanings 'all..., the whole...' and 'as well as, also, even.'

When the meaning of 'even' is clear the possibilities are :

cả (đến) đến (cả)	cũng	Verb	nữa.

13. 7. Con. Meanings of the word *con* can be summarized as follows :

(a) as a noun, it means 'child' with classifier *đứa* for young ones, and *người* for grownup ones. Cf. *con gái* 'daughter' and *con giai* 'son' in Lesson 6.

(b) as a classifier, it means 'living thing, animal'. Examples: *hai con bò* 'two cows,' *một con cá* 'a fish.' See Lesson 9, Note 1.

(c) as an adjective (or stative verb), it means 'small, young.' Examples : *vịt con* 'duckling,' *lợn con* 'shoat,' *thằng bé con* 'small boy.'

(d) as a classifier, it means either 'young girl' [parallel to *thằng*] or 'contemptible woman regardless of age' [parallel to *thằng*].

The following sentence illustrates all **four** grammatical **uses of *con* :**

(a)   (d)   (c)   (b)   (c)

Con gái ông Bình bảo con bé con cho hai con lợn con ăn.

'Mr. Binh's daughter told the small girl to feed the two little pigs.'

The student should avoid both terms *thằng* and *con* discussed in (d).

13. 8. Nó. It. She. He. They. The student should also be aware of the fact that, beside the meaning 'it (child, animal),' *nó* is used as third person pronoun (he, she, they) only when familiar or contemptuous reference is made. Care should be taken to use in place of *nó* such descriptive phrases as

cô ấy or *cô ta*	'she'	*các cô ấy*	'they'
bà ấy or *bà ta*	'she'	*các cô ta*	'they'
ông ấy or *ông ta*	'he'	*các bà ấy*	'they'
anh ấy or *anh ta*	'he'	*họ*	'they'

13.9. Special classifiers. Note the two classifiers *đôi* 'pair' and *chiếc* 'one of a pair' in the following examples :

một đôi đũa	*một chiếc đũa*
'a pair of chopsticks'	'a or one chopstick'
một đôi giầy	*một chiếc giầy*
'a pair of shoes'	'a or one shoe'
một đôi bit-tất	*một chiếc bit-tất*
'a pair of socks'	'a or one sock'

Quả is a classifier used with many nouns denoting plant species to designate the fruit of the species. Examples :

quả bí	*cây bí*
'pumpkin, winter melon'	'pumpkin vine'
quả cà chua	*cây cà chua*
'tomato'	**'tomato plant'**

quả chanh	*cây chanh*
'lemon, lime'	'lemon tree'
quả chuối	*cây chuối*
'banana'	'banana tree'
quả dứa	*cây dứa*
'pineapple'	'pineapple plant'
quả dừa	*cây dừa*
'coconut'	'coconut palm'
quả me	*cây me*
'tamarind'	'tamarind tree'
quả ớt	*cây ớt*
'pepper'	'pepper plant'

Thước in *một cái thước* means 'ruler, measuring stick' and takes the classifier *cái*. But in such expressions as *một trăm thước* it is a classifier (or measure or quantifier) and the equivalent is a noun denoting a unit of length — meter, yard, etc.

PART V. PRONUNCIATION

Practice 45. Tone sequence. ‾ ´ ` ? ~

Ai thấy thằng Hiển cũng vậy.	'So does every one who sees Hiển.'
Ai có tiền của cũng cực.	'Anybody who has some means suffers somehow.'
Anh có tiền bảo-lãnh hộ.	'You have money, so please guarantee it.'
Anh muốn làm hỏi lão Thịnh.	'If you want to take the job ask old Thịnh.'
Không có tiền kể cũng cực.	'It's tough indeed not to have any money.'

Practice 46. Alliteration patterns.

Ăn ốc xong, em ông Ân học Ăng-lê ầm ỉ.

'After eating the snails Mr. Ân's younger brother made a lot of noise studying English.'

Bà Bảng là bạn bà Bính bị ốm bốn hôm.

'Mrs. Bảng, a friend of Mrs. Bính's, was sick for four days.'

Thôi, tôi không thích đem tự-vị đến thư-viện đâu.

'No, I do *not* like to bring the dictionary to the library.'

PART VI. TRANSLATION

(Listen once, then write down. Hand in translation later)

*1. Ông đi Chợ-Lớn không? Nhân tiện có xe hơi mà !
2. Cám ơn các ông. Để khi khác. Bây giờ tôi phải ra nhà dây thép, rồi đến hiệu thợ giặt lấy sơ-mi. 3 Thưa ông tôi muốn đi chơi Vườn Bách-Thảo. Ông làm ơn chỉ đường cho tôi. 4 Tôi định đi cạo đầu rồi mới mua giầy. 5 Xem nào... Ông đi thẳng đây nhé! Quá hiệu thợ giặt thì rẽ tay phải. À quên, rẽ tay trái 6. Đằng trước thư-viện có hai cây me to tướng, phải không ?. 7 Hay là nhân tiện có xe hơi tôi đưa ông đi Chợ-Lớn mua giầy nhé!. 8 Thế thì còn gì bằng !Tôi sợ lạc đường lắm. Đường phố ở đây khó tìm lắm. 9. Xin ông đóng cửa lại, không có nó ướt cả bây giờ. 10. Xin ông khóa cửa lại không có nó ngã xuống đường thì nguy. 11. Đỗ đằng trước hay đằng sau cái xe này? Đỗ đằng kia kìa. 12. Cái gì đấy ?—Nó ngã xe đạp: 14 Có làm sao không? Không, không làm sao cả — Có, gẫy tay phải. 14 Tội nghiệp thằng bé con, chảy bao nhiêu là máu! 15. Ông ấy đi nhanh quá, xe hơi đâm vào một cái cây. Vỡ đầu, phải vào nhà thương ba tuần lễ. 16. Kìa, đến nơi chưa? Quá nhà dây thép rồi mà ! 17. Tôi tưởng cái tượng ở*

vườn hoa ấy là tượng Trần-Hưng-Đạo. 18. Chợ-Lớn có bao nhiêu là tiệm ăn mà tôi không biết ! 19. Chợ-Lớn có bao nhiêu tiệm ăn, tôi không biết ! 20. Tiếng Nhật có khó bằng tiếng Việt Nam không ?— Không, không khó bằng. 21. Bên Mỹ có cả nước mắm nữa. 22. Tôi đánh vỡ cái đồng hồ của tôi nên phải đeo đồng hồ của anh tôi. 23. Tôi vừa đánh gãy cái bút chì đỏ của thằng Quý.— Đánh gãy hay đánh mất ? 24. Ông ấy là em giai ông Bằng nên con ông Bằng gọi ông ấy bằng chú. 25. Cô Ngọ, con gái ông Bính, bảo con bé ấy cho hai con vịt con ăn, nhưng nó không nghe. 26. Tôi mất chiếc giày bên trái và chiếc bít tất bên phải.

PART VII. « WHAT WOULD YOU SAY » TEST

1. You are late, so you ask for a ride :

    a. *Tôi sợ nhỡ tàu, ông làm ơn cho tôi đi nhờ xe hơi.*
    b. *Chúng tôi nhỡ hai chuyến xe buýt.*
    c. *Tôi bị nhỡ xe lửa nên phải đi nhờ xe ông Lâm.*
    d. *Nhờ ông đóng cửa xe hơi lại không có mưa ướt.*

2. The salesman in the shoe store is trying hard, but you decline, saying :

    a. *Cám ơn cô, giày tôi còn mới, còn tốt lắm.*
    b. *Cám ơn ông lắm. Để khi khác tôi sẽ mua.*
    c. *Tôi cần một đôi giày trắng thật rẻ.*
    d. *Ông làm ơn chỉ cho tôi hiệu giày Vạn-Lợi.*

3. A Vietnamese friend got loss in Grand Central Station. You take him to the 42nd Street entrance and show him the way to the New York Public Library.

    a. *Ông cứ đi thẳng đấy, đến Đường Broadway thì rẽ tay phải.*

b.   Ông đi thẳng Phố 42, đến Đường Số 5 thì rẽ tay trái :
thư.viện ở bên tay phải.

c.   Tôi là người Cựu-Kim-Sơn nên không biết đường.

d.   Tôi cũng định đi đến thư-viện Đại.học Columbia. Ông
cùng đi với tôi, sẽ không sợ lạc.

4.   There is a big crowd in front of the railroad station, so
you say :

     a.   Đẳng trước nhà ga có bao nhiêu người ?

     b.   Đẳng sau nhà dây thép có bao nhiêu là ô-tô !

     c,   Đẳng sau nhà ô-ten có bao nhiêu cây me ?

     d.   Đẳng trước nhà ga có bao nhiêu là người, nói cười
       ầm ĩ.

5.   You comment about the Vietnamese language :

     a.   Tiếng Việt-Nam không khó bằng tiếng Đức.

     b.   Tiếng Nhật.Bản cũng khó bằng tiếng Trung-Hoa.

     c.   Thế thì còn gì bằng ! Tôi đang muốn học tiếng Pháp.

     d.   Chúng tôi định đi Đà-Lạt bằng xe hơi, nhưng ít thì
       giờ nên phải đi bằng máy bay. Nhanh hơn, nhưng
       không rẻ bằng.

6.   Somebody was in an accident, so you inquire :

     a.   Ông ấy có làm sao không ?

     b.   Ông ấy không làm sao cả.

     c.   Cái gì đấy ?

     d.   Tại sao anh ngáp nhiều thế ?

7.   You are bargaining at the haberdasher's :

     a.   Mỗi bát phở bao nhiêu tiền ?

     b.   Hiệu này bán cả bít-tất nữa à ?

     c,   Đôi bít-tất này đắt quá. Một đô-la được không ?

    d.   Tôi cần mua mấy đôi bít.tất trắng. Anh có biết ở đâu có bán không ?

8. If asked on a sunday what day of the week it is, you answer :

    a.   Hôm qua là mùng bảy, hôm nay là mùng tám.

    b.   Xem nào. Hôm kia là thứ sáu, hôm qua là thứ bảy, hôm nay là chủ nhật.

    c.   Chủ-nhật nào chúng tôi cũng đi Chợ-Lớn ăn phở.

    d.   Chủ-nhật nhà thương có mở cửa không ?

9. On the left are some classifiers, on the right are some nouns. Draw a line to connect one or more on the left with each one on the right in order to indicate which classifiers are used with which nouns.

    a.   một tách   *me*

    b.   hai điếu   *chuối*

    c.   ba quả   *giầy*

    d.   bốn đôi   *cà phê*

    e.   năm bao   *bít-tất*

    f.   sáu chiếc   *thuốc lá*

    g.   bảy thìa   *đường*

    h.   tám cây   *dứa*

    i.   chín quyển   *dừa*

    j.   mười tờ   *đũa*

                          giấy

                          sách

10. If you were alone in Vietnam, your family (if any) being in the U.S.A., which of these might be true ?

    a.   Tôi ở Việt-Nam một mình. Tháng sau nhà tôi mới sang.

    b.   Nhà tôi ở Mỹ với các cháu, sang năm mới về nước.

    c.   Nhà tôi và các cháu chưa về đến nơi vì còn ghé Nhật-Bản.

    d.   Tôi chưa có vợ.

    e.   Dạo ấy tôi ở bên Anh một mình.

LESSON FOURTEEN **14**

Kinship terms

PART I. CONVERSATION

(Họ hàng)

		Bảng

1. Excuse me, Mr. Nam.

   Ông Nam,
   xin lỗi ông.

2. I looked up these few words in the dictionary, but I still don't understand their meanings clearly.

   Mấy chữ này,
   tôi có tra tự-vị,
   nhưng vẫn chưa hiểu rõ
   nghĩa.

   Nam

3. Please sit down.

   Mời ông ngồi chơi.

4. After I sharpen this pencil I'll explain them to you one by one.

   Tôi gọt cái bút chì này,
   rồi tôi sẽ giảng cho ông
   từng chữ một.

   Bảng

5. Yes, please explain and give some examples. Only then will I able to understand.

   Vâng, xin ông cắt nghĩa
   và cho thí-dụ
   tôi mới hiểu được.

   Nam

6. Let me see...

   Xem nào...

   Bảng

7. What's the difference between *bác* and *chú* ?

   Thưa ông, chữ bác *và chữ* chú *khác nhau chỗ nào?*

   Nam

8. My father's older brother is my *bác*, whereas *chú* refers to father's younger brother.

   Bác tôi
   là anh của thày tôi,
   còn chú tôi
   là em giai của thày tôi.

Bảng

9. Then what should I call
    my mother's brothers ?

Thế anh em giai của me
tôi,
tôi phải gọi là gì ?

Nam

10. In English the word is still
    « uncle », but in Vietnam-
    ese the word is *cậu.*

Tiếng Anh thì vẫn là
uncle,
nhưng tiếng Việt thì là
cậu.

11. Regardless of whether the
    man is older or younger
    than your mother.

Anh giai hay em giai
cũng thế.

12. Do you see ?

Ông hiểu không ?

Bảng

13. One's father's younger
    brother is called *chú.*

Em giai bố mình phải
gọi bằng chú.

14. His younger sister is called
    cô. Is that right ?

Em gái bố mình phải gọi
bằng cô, phải không ?

Nam

15. Check !

Đúng.

16. The term *cô* also applies
    to one's father's older
    sister, although in many
    families they use the term
    bác.

Chị bố mình cũng gọi
là cô,
tuy có nhiều gia-đình
dùng chữ bác.

Bảng

17. How about these words ?

Thế còn những chữ này?

Nam

18. Well, *thím* means the wife
    of one's *chú,* and *mợ*
    means the wife of one's
    cậu.

Ấy, thím là vợ của chú,
còn mợ là vợ của cậu
mình.

Bảng

19. How complicated !

Rắc rối quá nhỉ !

Nam

20. Yes, Vietnamese distinguishes clearly close relatives and distant relatives, those on one's father's side and those on one's mother's side.

     Phải,
tiếng Việt - Nam phân-
biệt rõ ràng
họ xa hay họ gần,
bên nội hay bên ngoại.

Bảng

21. Oh yes, please explain also the two words *nội* and *ngoại*.

     Nhân tiện
xin ông giảng luôn hai
chữ nội ngoại xem.

Nam

22. You already know that *ông* means 'grandfather,' right?

     Ông đã biết chữ ông
nghĩa là 'grandfather'
chứ gì ?

23. Now *ông nội* means 'paternal grandfather' and *ông ngoại* 'maternal grandfather.'

     Ông nội là ' paternal
grandfather,' còn ông
ngoại là 'maternal grand-
father.'

24. And be careful about these words too... *cụ ông* means 'great-grandfather' but *ông cụ* means 'old man.'

     Ông nên cẩn-thận những
chữ này nữa...
cụ ông là 'great-grand-
father'
nhưng ông cụ lại là 'old
man.'

Bảng

25. Then *cụ bà* means 'great-grand-mother'..'

     Nếu vậy thì cụ bà là
'great-grandmother'...

Nam

26. But if you have the phrase *một bà cụ* you should translate it 'an old woman.'

     Nhưng câu một bà cụ
lại phải dịch là 'an old
woman.'

Bảng

27. How about the word *cháu ?*

     Còn chữ cháu ?

28. Does it always mean 'nephew' or 'niece ?'

     Bao giờ cũng nghĩa là
'nephew' hay 'niece',
phải không ?

Nam

29. No. It all depends.

Không, cũng tùy từng trường hợp.

30. *Cháu giai* may mean 'nephew' (that is, the person who addresses you as *bác, chú, cô*, etc.) or 'grandson' (that is the relative who addresses you as *ông* or *bà).*

Cháu giai có thể nghĩa là 'nephew' (tức cháu gọi bằng bác, chú, cô, vân vân) hay 'grandson' (tức cháu gọi bằng ông hoặc bà).

Bảng

31. *Cháu gái* also has two meanings : 'niece' and 'granddaughter.'

Cháu gái cũng có hai nghĩa : 'niece' và 'granddaughter.'

32. May I conclude then that the Vietnamese language is extremely difficult ?

Tôi xin kết-luận rằng tiếng Việt-Nam khó hết sức.

Nam

33. Maybe.

Có lẽ !

PART II. VOCABULARY

bác	N	father's older brother CL người, ông / you
bố	N	father CL người, ông
cắt	FV	to cut
cắt nghĩa	FV	to explain
cẩn-thận	SV	to be careful, be cautious
cậu	N	mother's brother CL người, ông
có lẽ	MA	perhaps, maybe
cụ	N	great-grandparent CL người, old man CL ông, old woman CL bà / you [to old people]

ông cụ	N	*old man*
bà cụ	N	*old woman*
cụ bà	N	*great-grandmother*
cụ ông	N	*great-grandfather*
chứ gì ?	PH	*right*
gọt	FV	*to pare, whittle, sharpen [pencil], peel [fruit with knife]*
gia-đình	N	*family*
giảng	FV	*to explain* giảng nghĩa
giảng nghĩa	FV	*to explain*
hết	V	*to finish, exhaust ; to be finished, be exhausted*
hết sức	SV/A	*to be exhausted physically / extremely*
họ	N	*family, clan*
có họ với		*to be related to*
họ hàng	N	*family, clan, kin, relative / to be related*
hoặc	C	*(either...) or*
kết-luận	V/N	*to conclude / conclusion*
lẽ	N	*reason*
có lẽ	MA	*perhaps, maybe*
luôn	A	*all at the same time, all in one operation*
me	N	*mother [used with thày]*
mình	PR	*one(self)*
mợ	N	*mother's brother's wife* CL người, bà. *Cf.* cậu
nội	SV	*[of grandparent] to be paternal; [of grandchild] to be on one's son's side. Cf.* ngoại

bà nội	N	*paternal grandmother*
cháu nội	N	*one's son's child*
ông nội	N	*paternal grandfather*
ngoại	SV	*[of grandparent] to be maternal; [of grandchild] to be on one's daughter's side. Cf.* nội
bà ngoại	N	*maternal grandmother*
cháu ngoại	N	*one's daughter's child*
ông ngoại	N	*maternal grandfather*
phân-biệt	FV	*to distinguish*
rắc rối	SV	*to be complicated, be involved*
rằng	FV	*to answer, speak up / that [introducing indirect quotation]*
rõ ràng	SV	*to be clear, be distinct*
sức	N	*strength, power, force*
hết sức	SV/A	*to be exhausted physically / extremely*
sức khỏe	N	*health*
sức mạnh	N	*strength, power, force*
tuy	C	*though, although*
tuy là	C	*though, although*
tuy rằng	C	*though, although*
tức	EV	*that is to say / to equal, be*
tức là	EV	*that is to say / to equal, be*
từng	N	*layer, story [of building] / one... by one [followed by noun and the numeral* một*]*
thày	N	*father, master, teacher*
thí dụ	N	*example / for example*

thím	N	*father's younger brother's wife* CL người, bà. *Cf.* chú
tra	FV	*to look up* [*a word*], *consult* [*dictionary, etc.*]
trường-hợp	N	*case, circumstances* [*with* trong '*under, in*']
vân vân	PH	*et coetera*
vẫn	AV	*still*
vậy	SV	*to be so, be thus. Cf.* thế

PART III. PATTERN DRILL

A. TỪNG... MỘT

1.	Tôi sẽ giảng cho ông từng chữ một.	*I'll explain the words to you one by one.*
2.	Xin ông cắt nghĩa từng thí-dụ một.	*Please explain the examples one by one.*
3.	Phải hiểu từng chữ một mới dịch được.	*One must understand each individual word before being able to translate.*
4.	Đừng dịch từng chữ một.	*Don't translate word for word.*
5.	Ông ấy chào từng người một.	*He greeted them one by one.*
6.	Xin các ông dịch từng câu một.	*Please translate the sentences one by one.*
7.	Có nên học từng bài một. Như thế dễ nhớ hơn.	*You'd better study the lessons one by one. They are easier to remember that way.*
8.	Cái đó cũng tùy từng trường-hợp.	*It all depends.* ('*That varies with each individual case*').
9.	Tôi gọi dây nói mời từng người rồi mà !	*I already phoned and invited each one of them.*

10.	Tôi không có tiền nên phải mua từng quyển một.	*Since I don't have any money I have to buy them (the books), one by one.*
11.	Chúng tôi tìm mua từng hiệu một, mà không mua được.	*We looked in store after store, yet still were unable to buy it.*
12.	Xin ông gọi từng món một thôi.	*Please order them (dishes, courses) one by one.*
13.	Chị cho nó từng quả một thôi.	*Give them to him only one (fruit) at a time.*
14.	Xin anh đưa cho tôi từng tờ một.	*Please hand me one sheet (of paper) at a time.*
15.	Anh làm ơn giặt hộ tôi từng cái một.	*Please wash them (shirts, etc.) one by one for me.*

B. PARTICLES AND AUXILIARY VERBS

Make new sentences using *không, chẳng, chưa, đã, đang, sắp, sẽ, vừa, mới, vừa mới, có, không có, chưa có, sẽ không.*

1.	Tôi tra tự-vị.	*look up in the dictionary*
2.	Cô ấy đánh dây thép.	*send a telegram*
3.	Anh ấy chào cô Tư.	*greet Miss Tư*
4.	Ông ấy học bài.	*study the lesson*
5.	Bà ấy ăn cơm.	*eat lunch or dinner*
6.	Họ điều-đình.	*negotiate*
7.	Tôi chụp ảnh	*take pictures*
8.	Chúng tôi đi chơi.	*go out*
9.	Họ giả tiền nhà.	*pay the rent*

C. TUY (RẰNG) 'ALTHOUGH'

1. *Tuy rằng* tôi có tra tự-vị nhưng vẫn chưa hiểu rõ nghĩa.

   Though I did look it up in the dictionary I still don't understand its meaning clearly.

2. Tuy rằng tôi có học nhưng tôi quên rồi.

   I did study (it), but have forgotten.

3. Tuy tôi có học nhưng đã quên từ lâu.

   Though I did study (it) I have long since forgotten.

4. Tuy tôi đã học hai lần nhưng vẫn không có thể nhớ được.

   Although I have studied (the lesson) twice I am still unable to remember it.

5. Tuy ông ấy có giảng nhưng tôi vẫn chẳng hiểu gì cả.

   Although he has explained I still don't understand anything (about it).

6. Tuy ông ấy đã cắt nghĩa rõ ràng nhưng họ vẫn không hiểu hai thí-dụ kia.

   Though he has explained clearly they still don't understand those two examples.

7. Chị bố mình cũng gọi là cô tuy có nhiều gia-đình dùng chữ bác.

   The term cô also applies to one's father's older sister although in many families they use the term bác.

8. Tuy tôi có chào nhưng cô ấy chẳng nghe thấy.

   Although I did say 'hello' she didn't hear (me).

9. Anh Thịnh tuy không đi làm nhưng vẫn có tiền.

   Though Thịnh doesn't work he still has money.

10. Tuy giời đẹp nhưng ta không chụp ảnh được vì tôi quên mua phim.

    Although the weather is fine we cannot take pictures because I forgot to buy some film.

D. DISJUNCTIVE AND NON-DISJUNCTIVE 'OR'

Ông muốn dùng nước chè hay cà-phê ?
Ông có muốn dùng nước chè hay cà-phê không ?
Ông có muốn dùng nước chè hoặc cà-phê không ?
Tôi muốn uống nước chè hay cà-phê.
Tôi muốn uống (hoặc) nước chè hoặc cà-phê.

Do you want to drink **tea** or coffee (which ?)

Do you (or don't you) want to drink some tea or coffee ?

id.

I want to drink some tea **or** coffee (it doesn't matter which).

I want to drink either tea or coffee.

1. Ông ấy là người Mỹ hay người Anh ?
   — Người Anh.

   Is he American or British ?
   — British.

2. Ông ấy là người Mỹ hay người Anh, phải không ?
   — Phải.
   — Không phải.

   He's either American or British, isn't he ?
   — Yes.
   — No.

3. (Substitute *hoặc* for *hay*)

   id.

4. Ông muốn học tiếng Việt hay tiếng Nhật ?
   — Tiếng Việt.

   Do you want to study Vietnamese or Japanese ?
   — Vietnamese.

5. Ông có muốn học tiếng Việt hay tiếng Nhật không ?
   — Thưa có.
   — Thưa không

   Do you want to study Vietnamese or Japanese ?

   — Yes, I do,
   — No, I don't.

6. (Substitute *hoặc* for *hay*)

   id

7. Thằng nào khỏe hơn ? Thằng Chính hay thằng Hiền ?
   — Thằng Chính.

   Which boy is stronger ? Chính or Hiền.

   — Chính.

8. Anh có định cho tiền thằng Chính hay thằng Hiền không ?
   — Có. — Không.

   Do you plan to give money to Chính or Hiền ?

   — Yes. — No.

9. (Substitute *hoặc* for *hay*)   *id.*

10. Họ ăn thịt hay ăn cá ?   *Do they eat meat or fish ?*
    — Thịt chứ !   *— Meat, for sure.*

11. Họ có thích ăn thịt hay ăn   *Do they like to eat meat or*
    cá không ?   *fish ?*
    — Có. — Không.   *— Yes. — No.*

12. (Substitute *hoặc* for *hay*)   *id.*

13. Anh muốn chụp ảnh hay   *Do you want to take still pictu-*
    quay phim ?   *res or moving pictures ?*
    — Quay phim.   *— Movies.*

14. Anh đã chụp ảnh hay   *Did you ever take pictures or*
    quay phim ở vườn Bách-   *movies in the Botanical Gar-*
    Thảo bao giờ chưa ?   *dens ?*
    — Dã. — Rồi. — Chưa.   *— Yes. — Yes. — Not yet.*

15. (Substitute *hoặc* for *hay*)   *id.*

16. Em giai hay em gái ?   *A younger brother or sister ?*
    — Em gái.   *— A younger sister.*

17. Ông có em giai hay em   *Do you have any younger bro-*
    gái không ?   *ther or sister ?*
    — Thưa có. — Thưa   *— Yes. — No.*
    không.

18. (Substitute *hoặc* for *hay*)   *id.*

19. Cô nấu canh cá hay canh   *Are you making fish soup or*
    thịt lợn đấy ?   *pork soup ?*
    — Canh thịt lợn nấu với   *— Pork   soup   with   winter*
    bí.   *melon.*

20. Cô đã ăn thử canh cá hay   *Have you tried Vietnamese fish*
    canh thịt lợn kiểu Việt-   *soup or pork soup ?*
    Nam chưa ?
    — Thưa bà, đã ạ. Tôi có   *— Yes, madam. I have tried.*
    ăn thử rồi.
    — Thưa bà, chưa ạ.   *— Not yet, madam.*

21. (Substitute *hoặc* for *hay*)   *id.*

22.	Bây giờ chúng ta tập đọc hay tập dịch ? — Tập đọc.	*Shall we practice reading or translation now ?* *— Reading.*
23.	Viết ám-tả xong, chúng ta tập đọc hay tập dịch nhé ? — Vâng, thế thì hay lắm.	*After dictation we'll practice reading or translation, O.K. ?* *— O.K. That'd be wonderful.*
24.	(Substitute *hoặc* for the first *hay*)	*id.*
25.	Gẫy tay hay là gẫy chân ? — Gẫy tay thôi.	*Did he break his arm or his leg ?* *— Only his arm.*
26.	Đi xe đạp mà đâm vào ô-tô thì chắc sẽ gẫy tay hay là gẫy chân ngay.	*If you ride on a bicycle and run into an automobile you'll surely break either your arm or your leg.*
27.	(Substitute *hoặc* for *hay*)	*id.*

E. LUÔN

1.	Bà Hill ốm luôn.	*Mrs. Hill is frequently ill.*
2.	Bà Hill bị ốm luôn ba ngày.	*Mrs. Hill was sick three days.*
3.	Thằng Quí nói luôn miệng.	*Quí never stops talking. ('talks continuously')*
4.	Ông ấy nói luôn hai tiếng đồng hồ.	*He talked continuously for two hours.*
5.	Con Vinh ăn luôn miệng.	*Vinh never stops eating. ('eats all the time')*
6.	Con Vinh ăn luôn hai bát cơm.	*Vinh ate two bowlfuls of rice (right there and then).*
7.	Tôi viết luôn tay, mà vẫn chưa xong.	*I wrote and wrote, yet still haven't finished (copying it).*

8. Anh làm ơn viết luôn cái thư này hộ tôi.

Please write this letter immediately for me. or Please write this letter for me also (while you are at it).

9. Tôi đi Đà-Lạt luôn.

I often go to Dalat.

10. Nhân tiện có xe hơi nên tôi đi luôn Đà-Lạt.

Since I had the car (at my disposal) I went right to Dalat.

11. Cô ấy chụp ảnh luôn.

She takes pictures quite often (she is a shutterbug). or She has her picture taken very often.

12. Cô ấy thích phong-cảnh Đà-Lạt nên chụp luôn ba cuộn (roll) phim.

She liked the scenery in Dalat, so she took as many as three rolls of film.

13. Một giờ ông ấy có thể dịch luôn hai bài.

In one hour he can translate two texts (in one operation).

14. Tôi đưa ông ấy đến vườn Bách-Thảo luôn.

I take him to the Botanical Gardens quite often.

15. Tôi đưa luôn ông ấy đến vườn Bách-Thảo.

I took him right away to the Botanical Gardens.

16. Tuần này chúng tôi phải thi luôn hai món.

This week we have to take a test in two subjects.

17. Tôi mua luôn một tá vì rẻ quá.

I bought a dozen of them (at the same time) since they were quite inexpensive.

18. Vì không phải giả tiền nên anh ấy uống luôn ba tách cà-phê.

Since he didn't have to pay he drank as many as three cups of coffee.

PART IV. GRAMMAR NOTES

14.1. Từng... (một). One by one. The phrase in which a nonclassified noun or a classifier representing a noun is preceded by *từng* and optionally followed by *một* is rendered in English in this way :

(1)	*từng người (một)*	'one by one (individual)'
	từng hiệu (một)	'store by store'
	từng chữ (một)	'one by one (word), word for word'
(2)	*từng quả (một)*	'one by one (fruit)'
	từng tờ (một)	'one by one (sheet of paper)'
	từng cái (một)	'one by one (thing, object)'
	từng con (một)	'one by one (animal)'
	từng tá (một)	'by the dozen'
	từng trăm (một)	'by the hundred'
	từng nghìn (một)	'by the thousand'
(3)	*từng hai người một*	'two persons at one time'
	từng ba chữ một	'by groups of three words'
	từng ba quả một	'by groups of three fruits'

In (3), the groups singled out are 'two persons, three words,' 'three oranges, three pears,' etc.

14.2. Mấy. –odd. We have seen that the word *mấy* means 'how many ?' (Lesson **3**) or 'a few' (Lesson 4). It can also be used just like 'two, three, four,' etc. after the numeral *mười* 'ten' or a multiple thereof :

mười mấy ?	'ten and how many more ?'
	'ten and how many more years old ?'
mười mấy	'ten and a few more'
	'ten and a few more years old'
hai mươi mấy ?	'twenty and how many more ?'
	'twenty and how many more years old?'
hai mươi mấy	'twenty-odd'
	'twenty and a few more years old'

Note the expressions about ages : *mười mấy ?* and *mười mấy* when you have a child in the teens, and *hai mươi mấy ?* and *hai mươi mấy* when the person is over twenty.

Look up also the expressions, given in 8. 3, used to ask which day of the month it is.

14. 3. « Tense » in Vietnamese. Such a sentence as *Ông Kim đi Đà-Lạt* is ambiguous as to time. It may be 'Mr. Kim went to Dalat' or 'is going to Dalat' or 'will go to Dalat.' While English verbs must indicate the time, or tense, Vietnamese verbs are usually timeless, and the time — past, present or future — is shown either by changing the word order or by using auxiliary verbs, if not already by context.

Sentences in Pattern Drill (d) of Lesson 4 illustrate how change in arrangement can bring about a change in meaning :

Cô ấy đi Mỹ bao giờ ?

'When did she leave for America ?'

Bao giờ cô ấy đi Mỹ ?

'When is she going to America ?'

As for auxiliary verbs, note the order of their occurrences

-3	-2	-1	MV
cũng	đã sẽ	không chẳng	Main Verb
	không chẳng chưa	có	
		sắp sẽ vừa mới vừa mới	

14.4. Auxiliary verb có. (1) In a statement the auxiliary verb *có* either emphatically affirms that the content is true or existent. It may occur in a subordinate clause.

> *Tuần trước tôi có đi Cựu-Kim-Sơn.*
>> 'Last week I happened to go to San Francisco.' *(or)*
>> 'Last week I went to San Francisco.'
> *Tuần trước tôi 'có đi Cựu-Kim-Sơn, nhưng không tìm được nhà ông ấy.*
>> 'I *did* go to San Francisco last week, but could not find his house.'
> *Nó 'có giở tự-vị, mà anh cứ bảo không !*
>> 'He *did* open the dictionary (to peep), yet you're still saying he did not.'
> *Anh có muốn đi đâu, xin anh khóa cửa lại.*
>> 'If you want to go somewhere, please lock the door.'
> *Ông có cần tiền, thì cứ bảo tôi.*
>> 'If you need money, don't hesitate to tell me.'

(2) When the main verb is a stative verb (SV), *có* may or may not occur before in a question :

Có mệt không ?	'Are you tired ?'
Có có mệt không ?	'Are you tired ?'

But when the main verb is not descriptive, but denotes an action, that is, when it is a functive verb *(FV)*, the absence of *có* would change the question into a suggestion or invitation :

Anh uống cà-phê không ?	'Would you like some coffee ?'
Anh có uống cà-phê không ?	'Do you drink coffee ?' *or* 'Would you like some coffee ?'
Ông có đi Chợ-Lớn không ?	'Do you go to Cholon ?' *or* 'How about going to Cholon ?'

Ông đi Chợ-Lớn không ?   'How about going to Cholon ?'

Cô có đi học không ?   'Do you go to school ?' *or*
'How about going to school *(or
to class)* (with me) ?'

Cô đi học không ?   'How about going to school *(or
to class)* (with me) ?'

Answers to the above *không* questions are *Có* 'Yes' or
Không 'No.'

14. 5. Tuy (rằng). Though. When the concessive clause
is introduced by *tuy* (optionally followed by *rằng* or *là*), the
clause which follows is introduced by *nhưng (mà)* and its verb
is preceded by *cũng* or *vẫn* or *cũng vẫn.*

Tuy		*nhưng*		*cũng*	
Tuy rằng	....	*nhưng mà*	....	*vẫn*	....
Tuy là				*cũng vẫn*	

Tuy rằng anh ấy nói mau, nhưng mà *tôi* cũng vẫn *hiểu
được, vì anh ấy nói rõ.*

'Though he talks fast, I am able to understand, be-
cause he talks clearly.'

If the clauses are in the reverse order *(*an Europeanism ?*),
nhưng* is not used, and only *vẫn* is found before the main
clause :

Tôi vẫn *hiểu được,* tuy rằng *anh ấy nói mau.*

'I understood despite the fact that he talked fast.'

14.6. Hay. Hoặc. Disjunctive and non-disjunctive "or."

The English sentence "Do you want tea or coffee ?" is
ambiguous in the written form. Spoken with a rising intonation
on "tea" (with or without pause) and with a falling intonation
on "coffee," the sentence is a disjunctive question, expecting
the answer to give a choice between the two beverages. But if

the same sentence is spoken with a gradually rising intonation with no pause (or in Southern British intonation, with a dip before the final rise), we have a yes-or-no question.

In Vietnamese, just remember to use *only hay* for the disjunctive question. For other types of sentence — whether a question or statement — either *hay* or *hoặc* can be used.

> *Ông muốn dùng nước chè hay cà-phê ?*
>> 'Do you want to drink tea or coffee ?' (which ?)

> *Ông có muốn dùng nước chè hay/hoặc cà-phê không ?*
>> 'Do you want (or don't you) to drink some tea or coffee ?'

> *Tôi muốn uống nước chè hay/hoặc cà-phê.*
>> 'I want to drink some tea or coffee (it doesn't matter which).'

For 'either... or...' the construction *hoặc..., hoặc* is used. *Hay là* and *hoặc là* are also found.

14.7. Rằng. Indirect quotation after verbs of knowing *(biết)*, saying *(nói, bảo)*, etc., is introduced by the verb *rằng* 'to say as follows, to say that.' This verb *rằng* and its equivalent *là* can be translated 'that.' The combinations *biết rằng/là, nói rằng/là, bảo rằng/là*, etc. can be considered as resultative compounds.

> *Anh ấy bảo tôi rằng hôm nay anh ấy mệt, không đi làm.*
>> 'He told me that he is tired today and won't go to work.'

The direct quotation would be : *Anh ấy bảo tôi : « Hôm nay tôi mệt, không đi làm. »*

Vì rằng 'because, since' and *tuy rằng* 'although' are also frequently used.

14.8. Luôn. The adverbial *luôn* follows the verb it modifies and means 'often, very often, frequently.' In the reduplication *luôn luôn* 'always, incessantly' as well as in the idioms *luôn miệng* '(to eat or talk) incessantly' and *luôn tay* '(to work or play) without interruption,' there is always expressed the idea of continuity and ceaselessness.

If *luôn* is followed by a numerated noun, such as *ba ngày* 'three days,' *ba cuộn phim* 'three rolls of film,' it means something like 'to do at one and the same time, to do in one operation.'

Contrast *đi Đà-Lạt luôn* 'to go often to Dalat' and *đi luôn Đà-Lạt* 'to go to Dalat while one has the means, the time, the opportunity, etc.'

Sometimes *luôn* is translated 'right away, immediately, at once.'

14.9. Kinship terms used as pronouns. When an individual talks to a relative of his, the first person pronoun is the very term which designates him vis à vis the relative. The equivalent of 'I, me' is therefore *con* if A talks to A's father or mother, *em* if A talks to A's older brother or sister, *anh* if A, a man, talks to his younger brother or sister, *chị* if A, a woman, talks to her younger brother or sister, *cháu* if A talks to A's grandfather, grandmother, uncle or aunt. The equivalent of 'you' tells you exactly what the relationship is between A and A's kin.

Outside the family, the most commonly used first person pronoun is *tôi* 'servant, slave,' and the second person pronoun varies according to the age, sex and social status of the individual one addresses. Let us recapitulate :

óng   if the person spoken to is a gentleman,

bà   ,,   a lady,

có   ,,   a young lady,

anh   ,,   a young man one knows well,

chị   ,,   a young lady   knows well,

em   ,,   a young child,

cụ   ,,   an old gentleman, or an old lady,

thày   ,,   a white-collar worker,

bác   ,,   an artisan, or a manual worker,

and *cậu*   ,,   a young man under and around 20.

When addressing a man, *thày* is found more frequently used in the southern dialect than *óng*. If the person spoken to is one's teacher, the second person pronoun is also *thày*, but the first second pronoun is *con* 'child.' If the situation calls for *cụ* 'great-grandfather,—respectable old gentleman; great-grandmother,— respectable old lady,' the corresponding first person pronoun is *con* 'child' or *cháu* 'grandchild' if one wants to be very polite.

PART V. PRONUNCIATION

Practice 46. Keeping long and short vowels apart.

(a)   /ɑ and a/

tam	'three'	*đám*	'crowd'
tăm	'toothpick'	*đăm*	'to sink'
tam	'three'	*đám*	'crowd'

tham	'greedy'	*ngán*	'fed up'
thăm	'to visit'	*ngắn*	'short'
tham	'greedy'	*ngán*	'fed up'
cạn	'dried up'	*khan*	'scarce'
cặn	'dregs'	*khăn*	'turban'
cạn	'dried up'	*khan*	'scarce'

(b) /ə and ʌ/

góm	'horrible'	*trơn*	'slippery'
gấm	'brocade'	*chân*	'foot, leg'
góm	'horrible'	*trơn*	'slippery'
mới	'new'	*lời*	'spoken words'
mấy	'a few'	*lầy*	'marshy'
mới	'new'	*lời*	'spoken words'

Practice 47. Keeping unaspirated and aspirated conso-nants apart : /t and th/

(a)

tư	'fourth'	*tím*	'purple'
thư	'book'	*thím*	'uncle's wife'
tư	'fourth'	*tím*	'purple'
tờ	'sheet'	*tằm*	'silkworm'
thờ	'to worship'	*thằm*	'to whisper'
tờ	'sheet'	*tằm*	'silkworm'

(b)

thư từ	'correspondence'
thay tã	'to change diapers'
Thái-tây	'Western, Occidental'
thám tử	'detective'
thi tửu	'poetry and alcohol'
tinh thần	'spirit, morale'
tả-thực	'realism'
tạm thời	'temporary'
tấm thảm	'the carpet'
tân-thời	'modern'

Practice 48. Distinguish a stop from a fricative :
/k and x/

(a)

ký	'to sign'	*kê*	'millet'
khí	'gas'	*khê*	'(of rice) burnt'
ký	'to sign'	*kê*	'millet'
cô	'aunt'	*cử*	'to appoint'
khô	'dry'	*khử*	'to eliminate'
cô	'aunt'	*cử*	'to appoint'
que	'stick'	*quá*	'to exceed'
khoe	'to boast'	*khóa*	'to lock'
que	'stick'	*quá*	'to exceed'
quyển	'volume'	*quyết*	'to be determined'
khuyển	'dog'	*khuyết*	'buttonhole'
quyển	'volume'	*quyết*	'to be determined'

(b)

kinh khủng	'terrible'
cá kho	'stewed fish'
cây khế	'carambola tree'
củ khoai	'potato'
cơm khê	'the rice is burnt'
khả-kính	'respectable'
kháng-cự	'to resist'
khảo-cứu	'research'
khí-cụ	'instrument'
khinh-khí-cầu	'balloon'

PART VI. TRANSLATION

(Listen once, then write down. Hand in translation later)

1. *Tuy tôi có tra tự-vị nhưng vẫn chưa hiểu nghĩa mấy chữ ấy.* 2. *Anh làm ơn gọt hộ tôi hai cái bút chì xanh này.*

3. *Ông Nam giảng bài, chúng tôi ngồi nghe.* 4. *Chúng tôi không hiểu nên phải xin ông ấy cắt nghĩa từng chữ một.* 5. *Tiếng Việt-Nam có nhiều chữ khó dùng, thí-dụ chữ* bác, *chữ* chú, *vân vân.* 6. *Ông có cho thí-dụ họ mới hiểu được.* 7. *Hai cái đồng-hồ này khác nhau chỗ nào?* 8. *Bác tôi có một người con giai tên là Lan. Anh ấy học bên Pháp.* 9. *Chú tôi hay đưa chúng tôi đến vườn Bách-Thảo chụp ảnh.* 10. *Anh em giai của mẹ tôi, tôi phải gọi bằng cậu.* 11. *Tôi quên không biết bác thợ cạo ở đâu.* 12. *Nhân tiện có xe hơi nên chúng tôi đi luôn Chợ-Lớn.* 13. *Chúng tôi đi Chợ-Lớn ăn phở luôn.* 14. *Thưa các ông dùng cơm Việt hay cơm Mỹ ạ?* 15. *Bà ấy ốm nên không ăn thịt hay ăn cá được, chỉ có thể ăn hoa quả thôi.* 16. *Em giai bố mình phải gọi bằng chú.* 17. *Gia-đình ấy tuy ít tiền mà vẫn không buồn.* 18. *Thế còn những quyển tự-vị Anh-Việt này, có tốt không?* 19. *Rắc rối quá nhỉ!* 20. *Chúng ta nên phân-biệt rõ ràng tiếng nói và chữ viết.* 21. *Ông ấy có họ với ông không?* 22. *Họ xa chứ không phải họ gần.* 23. *Con đường này xấu, phải nên cẩn-thận, đừng nên đi nhanh quá. Đâm vào cây thì nguy.* 24. *Ấy, cũng tùy từng trường-hợp.* 25. *Tiếng Việt-Nam rắc rối hơn tiếng Anh nhiều.* 26. *Ông ấy bảo rằng tiếng Việt khó hết sức.* 27. *Ông ấy bảo:* *"Tôi xin kết-luận rằng tiếng Anh hết sức khó."* 28. *David Brown tức Bảng, là một người bạn Mỹ của tôi.* 29. *Vậy thì đi tức là chết trong lòng một chút.* 30. *Tôi có họ hàng gì với ông ấy đâu!*

PART VII « WHAT WOULD YOU SAY » TEST

1. Match up the following answers to the question ‘ ‘What time?»

    a.   Eighteen minutes to 7.

    b.   Ten to 11.

    c.   6 : 14 by my watch.

    d.   5 o'clock sharp.

    (1)   *Gần mười hai giờ rồi.*

    (2)   *Tôi bận từ tám giờ sáng đến sáu giờ chiều.*

    (3)   *Mới chín giờ thôi mà!*

e. Only 9.

f. 7 o'clock.

g. Quarter to 1.

h. Quarter past 6.

i. Six thirty.

j. 12 : 30 already.

k. Almost 12.

l. About 2.

m   About 5 p. m.

n. I'm busy from 8 to 6.

o. He arrived at 10.

p. She didn't come until 3.

q. The train is leaving in ten minutes.

(4) *Bẩy giờ kém mười tám phút.*

(5) *Đồng hồ tôi sáu giờ mười bốn.*

(6) *Mười một giờ kém mười.*

(7) *Độ hai giờ.*

(8) *Mười phút nữa tầu chạy.*

(9) *Năm giờ đúng.*

(10) *Bẩy giờ rồi.*

(11) *Độ năm giờ chiều.*

(12) *Ông ấy đến lúc mười giờ.*

(13) *Sáu giờ rưỡi.*

(14) *Ba giờ có ấy mới đến.*

(15) *Mười hai giờ rưỡi rồi.*

(16) *Sáu giờ mười lăm.*

(17) *Một giờ kém mười lăm.*

2. Here are the terms of relationship you have met so far : *bà, bác, bố, cậu, cô, chú, cụ, mợ, thím, ông nội, bà ngoại, ông ngoại, bà nội, me, anh, chị, em giai, em gái, con, cháu.* Group them:

   a. by generation
       (1) your own
       (2) your parents'
       (3) your grandparents'
       (4) your children's
       (5) your grandchildren's

b. **according to sex**
   (1) male
   (2) female

c. **according to paternal or maternal lineage**

3. Here is a riddle. The question is in e. Answer it in Vietnamese.

   a. Ông Nhung, thầy anh Tám, có năm người con tất cả.

   b. Ba giai, hai gái.

   c. Anh Tám là con thứ ba.

   d. Anh ấy có một người anh và một người em giai.

   e. Anh ấy có mấy người chị ? mấy người em gái ?

4. Here is another riddle.

   a. Tên tôi là Nguyễn Văn Ba.

   b. Tôi có một người anh và một người em giai.

   c. Tôi cũng còn có một người em gái nữa.

   d. Thầy me tôi có tám người con.

   e. Tôi có mấy người chị ?

   f. Gia-đình tôi có bao nhiêu người ?

5. Here is another.

   a. Tôi có nhiều bạn lắm.

   b. Hai người là người Anh.

   c. Ba người là người Pháp.

   d. Ba người là người Mỹ.

   e. Một người là người Nhật.

   f. Năm người là người Việt-Nam.

   g. Tôi có bao nhiêu người bạn ?

   h. Mấy người bạn Việt-Nam ? Mấy người bạn nước ngoài ?

6. Here is another.

   a. Gia-đình ông Nam, có sáu người, ăn hai mươi bát cơm.

b. Ông bà Nam có mấy đứa con ?

c. Ông bà Nam mỗi người ăn được hai bát.

d. Mỗi đứa con ông bà ấy ăn được mấy bát ?

7. How much money did I have before I gave some away ?
    a. Tôi cho nó hai đồng.
    b. Tôi cho anh bốn đồng rưỡi.
    c. Tôi giả ông Kim hăm hai đồng.
    d. Bây giờ tôi còn bảy đồng rưỡi.

8. Fill in the blanks. English equivalents are hinted at.
    a. Ông Milton Eisenhower là _____ ông Dwight Eisenhower. (*younger brother*)
    b. Ông Xuân là _____ ông Hạ và cô Thu. (*older brother*)
    c. Ông Fox làm _____. (*bookstore manager.*)
    d. Bà Hill _____ (*is frequently ill*)
    e. Ông đã _____ cho công-ty ấy chưa ? (*wired*)
    f. Ông bà ấy có năm đứa con, ba _____ , hai _____) (*sons*) (*daughters*)
    g. Thầy tôi có một người em giai. Tôi gọi ông ấy là _____. (*uncle*)
    h. Mẹ tôi có một người em giai. Tôi gọi ông ấy là _____ (*uncle*)· Vợ ông ấy là _____ tôi. (*aunt*)
    i. _____ thầy tôi, tôi gọi bằng cô. (*younger sister*)
    j. Ông John Kennedy là _____ ông Robert Kennedy. (*older brother*)

LESSON FIFTEEN **15**
Imperatives. Compound words

PART I. CONVERSATION

(Phương-pháp học bài)

1. In this book there are al-together thirty lessons in spoken Vietnamese.

    Trong sách này tất cả có ba mươi bài dạy nói tiếng Việt.

2. We have had fifteen lessons, or half the course.

    Chúng ta đã học được mười lăm bài, tức là một nửa.

3. We now have to review and prepare for the test on the first half of the course, that is, the first fifteen lessons.

    Bây giờ ta phải học ôn để sửa soạn kỳ thi về nửa trên, tức mười lăm bài đầu.

4. You need to study each individual lesson over and over again.

    Các ông cần học đi học lại từng bài một.

5. If you have the records or the tapes, play them back and listen to them several times.

    Có đĩa hát hay đây nhựa thu tiếng thì vặn lên mà nghe nhiều lần vào.

6. Whenever your teacher speaks you must listen carefully, then imitate his pronunciation.

    Hễ thày giáo nói là phải nghe cho kỹ, rồi thì bắt chước phát-âm.

7. Repeat after him as closely as possible.

    Nói theo cho thật đúng.

8. If you keep repeating, you will automatically remember and be able to distinguish long vowels and short vowels, and to keep apart the six tones.

Nhắc đi nhắc lại mãi thì tự-nhiên sẽ nhớ và có thể phân-biệt âm dài âm ngắn, dấu giọng bằng, sắc, huyền, hỏi, ngã, nặng cho đúng.

9. Some words are heavily stressed, others receive only light stress.

Có chữ nhấn mạnh, có chữ đọc nhẹ thôi.

10. One very important point : the vocabulary gives meanings in English, but you should keep in mind the use of each item in a complete sentence, and not just its individual meaning.

Điều rất cần là phần tiếng một có ghi nghĩa chữ Anh, nhưng phải nhớ cách dùng trong cả câu, chứ không phải chỉ nhớ nghĩa riêng từng chữ một mà thôi.

11. Then read carefully the explanatory notes on grammar - no need to memorize them - do your exercise, your translation, or answer the questions.

Rồi đọc kỹ những câu giảng về văn-phạm (không cần học thuộc lòng), làm bài tập, bài dịch, hay giả lời các câu hỏi.

12. The model sentences given at the end of each lesson should be studied until known by heart.

Những câu kiểu-mẫu ở cuối mỗi bài phải học cho thuộc.

13. As for the conversation at the beginning of each lesson, its memorization is not required.

Còn bài nói chuyện ở đầu thì không bắt buộc.

14. But if you can memorize it,   *Nhưng học thuộc càng hay.*
     so much the better.

15. Our objective is to be able   *Mục-đích chúng ta*
     to understand Vietnam-   *là nghe hiểu tiếng Việt khi*
     ese when other people   *người khác nói,*
     speak, and to try our best   *và cố hết sức để khi nói với*
     so that when we speak to   *người ta,*
     them they will understand   *người ta hiểu mình.*
     us.

16. Gradually we will learn to   *Dần dần*
     read and translate more   *ta sẽ học đọc học dịch những*
     difficult sentences and   *câu khó hơn,*
     longer texts.   *những bài dài hơn.*

17. Ultimately we will be able   *Và sau cùng*
     to write letters in Vietnam-   *có thể viết thư bằng chữ Việt*
     ese.   *được*

18. Right now we ought first   *Hiện giờ*
     to concentrate on listening   *phải chăm chú tập nghe,*
     and speaking.   *tập nói đã.*

19. When you get tired of lis-   *Nghe chán thì nghỉ,*
     tening, take a break, then   *vài tiếng đồng hồ sau lại nghe.*
     go back (to the records or
     tapes) a couple of hours
     later.

20. The best method is the   *Phương-pháp tốt nhất*
     following : first, the teach-   *là giáo sư nói,*
     er says something, then   *học trò nhắc lại,*
     the student repeats after   *nhại lại.*
     him, mimics him.

21. In sum, although the les-
sons are getting harder
and harder every day, the
most important thing is
not to be discouraged, but
to work with self-confi-
dence, in good spirits and
with enthusiasm.

Nói tóm lại,
tuy các bài học càng ngày
càng khó,
nhưng điều rất quan-
trọng
là đừng nản,
hãy tự-tín,
vui vẻ
và hăng hái mà làm việc.

22. "Practice makes perfect."
[Lit. By dint of rubbing
and whetting a piece of
iron one gets a needle
some day]

« Có công mài sắt,
có ngày nên kim. »

PART II. VOCABULARY

âm	N	*sound*
phát-âm	V/N	*to pronounce / pronunciation*
bằng	SV	*[of tone] to be level*
giọng bằng	N	*level tone*
bắt buộc	FV/SV	*to require, compel, force / to be required, be compulsory, be obligatory*
bắt chước	FV	*to imitate, copy*
cách	N	*way, manner, fashion, method*
càng	AV	*to be so much the....-er*
càng.... càng....	PH	*the more...., the more....*
càng ngày càng....	PH	*more and more.... every day*
cần	SV	*to be urgent, be pressing*

câu hỏi	N	*question*
cố	V	*to make en effort* cố sức
cố hết sức	V	*to do one's best*
cố sức	V	*to make an effort*
công	N	*labor*
chán	SV	*to be bored, be fed up, be dull, be uninteresting*
chăm	SV	*to be hard-working*
chăm chú	SV	*to concentrate*
dạy	FV	*to teach [a person, a subject]*
dần	A	*gradually, little by little, by degrees* dần dần
dần dần	A	*gradually, little by little, by degrees*
để	CV	*in order to, so that*
...đi ...lại	A	*over and over again*
đĩa	N	*record, disc* đĩa hát
đĩa hát	N	*record, disc*
điều	N	*thing, matter*
ghi	FV	*to record, note down*
giả lời	FV	*to answer, reply*
giáo-sư	N	*teacher [high school and uni-versity]*
giọng	N	*tone, voice, intonation*
dấu giọng	N	*tone, tone mark*
hát	FV	*to sing*
bài hát	N	*song*
đĩa hát	N	*record, disc*

nhà hát	N	*theater*
hãy	AV	*let us..., be sure to...*
hăng hái	SV	*to be enthusiastic, be eager*
hễ	C	*as soon as, whenever*
hiện	MA	*at present*
hiện bây giờ	MA	*at present*
hiện giờ	MA	*at present*
hiện nay	MA	*at present*
học ôn	FV	*to review [lesson]*
học trò	N	*student, pupil*
hỏi	FV/SV	*to ask / [of tone] to be low rising*
huyền	SV	*[of tone] to be falling*
kiểu mẫu	N	*model, example*
kim	N	*needle, pin*
kỳ	N	*period, time, session*
kỹ	SV	*to be careful, be thorough*
làm việc	V	*to work*
lời	N	*spoken words, statement*
giả lời	FV	*to answer, reply*
mài	FV	*to rub, file, whet*
mẫu	N	*sample, pattern*
kiểu mẫu	N	*model, example*
mục-đích	N	*aim, objective*
nặng	SV	*to be heavy, [of tone] to be low constricted*
nên	FV	*to become*
nói tóm lại	PH	*in sum, in short*

người ta	PR	*they, people [in general]*
nghỉ	FV	*to rest*
ngày nghỉ	N	*day off*
nhại	FV	*to mimic* nhại lại
nhấn	FV	*to press [button]*
nhấn mạnh	FV	*to stress, emphasize*
nhẹ	SV	*to be light*
nhựa	N	*gum, resin, asphalt*
dây nhựa	N	*magnetic tape*
những	NU	*[pluralizer]*
nửa	NU	*half, half a*
ôn	FV	*to review [lesson]* học ôn
phát-âm	V/N	*to pronounce / pronunciation*
phần	N	*part, section*
phương-pháp	N	*method*
quan-trọng	SV	*to be important*
rất	AV	*very, quite [precedes only SV]*
riêng	SV	*to be personal, be private*
sau cùng	SV	*to be the last of all*
sắc	SV	*[of blade] to be sharp, [of tone] to be high rising*
sắt	N	*iron*
sửa soạn	FV	*to get ready, prepare*
tập	FV	*to practice, drill*
bài tập	N	*practice, drill, exercise*
tất cả	MA	*altogether, all told*
tiếng một	N	*vocabulary*
tóm lại	FV	*to sum up / in sum, in short*

nói tóm lại	FH	in sum, in short
tự-nhiên	SV	to be natural, be automatic
tự-tín	SV	to be self-confident
thày giáo	N	teacher
thu	FV	to record, collect
thu tiếng	FV	to record [voice, sound]
vài	NU	two or three, a few
văn-phạm	N	grammar
về	CV	about, concerning, regarding
việc	N	job, work, affair, thing, business
làm việc	V	to work
vui	SV	to be gay, joyful, fun vui vẻ
vui vẻ	SV	to be gay, joyful, fun

PART III. PATTERN DRILL

A. RẤT 'VERY'

Pattern : | SV lắm | = | rất SV |

1. Tôi bận lắm.   I'm very busy.
   Tôi rất bận.

2. Ông ấy khỏe lắm.   He's very strong.
   Ông ấy rất khỏe.

3. Bà ấy tốt lắm.   She's very good-hearted.
   Bà ấy rất tốt.

4. Bài này dài lắm.   This lesson is quite long.
   Bài này rất dài.

5. Bài thứ nhất ngắn lắm.   *Lesson I is quite short.*
   Bài thứ nhất rất ngắn.

6. Tiếng Việt dễ lắm.   *Vietnamese is very easy.*
   Tiếng Việt rất dễ.

7. Tiếng Anh khó lắm.   *English is very difficult.*
   Tiếng Anh rất khó.

8. Nước Mỹ lớn lắm.   *The U.S. is (a) very large*
   Nước Mỹ rất lớn.   *(country).*

9. Nước Nhật nhỏ lắm.   *Japan is (a) very small (coun-*
   Nước Nhật rất nhỏ.   *try).*

10. Đồng hồ Thụy-Sĩ tốt lắm.   *Swiss watches are very good.*
    Đồng hồ Thụy-Sĩ rất tốt.

11. Cái máy ảnh của anh ấy   *His camera is very expensive.*
    đắt lắm.
    Cái máy ảnh của anh ấy
    rất đắt.

12. Cái xe đạp của tôi rẻ lắm.   *My bike is very inexpensive.*
    Cái xe đạp của tôi rất rẻ.

13. Phim ấy hay lắm.   *That movie is very interesting.*
    Phim ấy rất hay.

14. Quyển sách ấy chán lắm.   *That book is very dull.*
    Quyển sách ấy rất chán.

15. Cô Lan đẹp lắm.   *Miss Lan is very pretty.*
    Cô Lan rất đẹp.

16. Hôm nay giời xấu lắm.   *The weather is very bad today.*
    Hôm nay giời rất xấu.

17. Vườn Bách-Thảo xa lắm.   *The Botanical Gardens is quite*
    Vườn Bách-Thảo rất xa.   *far (from here).*

18. Nhà dây thép gần lắm.   *The post-office is very close.*
    Nhà dây thép rất gần.

19. Bà ấy nói chậm lắm à ?   *She talks quite slowly ?*
    Bà ấy nói rất chậm à ?

20. Tầu bay đi nhanh lắm mà!　　*(I told you,) the plane is very*
    Tầu bay đi rất nhanh mà!　　*fast.*

21. Cơm Việt-Nam ngon lắm.　　*Vietnamese food is very tasty.*
    Cơm Việt-Nam rất ngon.

22. Quả ớt này cay lắm.　　*This pepper is very hot,*
    Quả ớt này rất cay.

23. Chỗ này mát lắm.　　*This place very cool.*
    Chỗ này rất mát.

24. Nhà ông ấy ầm lắm.　　*His house is very noisy.*
    Nhà ông ấy rất ầm.

25. Ngoài thư viện yên-tĩnh　　*It's very quiet in the library.*
    lắm.
    Ngoài thư-viện rất yên-
    tĩnh.

B.　HỀ (MÀ) 'AS SURE AS'

1. Hễ thầy giáo nói là anh　　*Each time the teacher says some-*
   phải nghe cho kỹ.　　*thing you should listen care-*
   　　fully.

2. Hễ mà có ai đến hỏi tôi　　*If anyone comes and asks for*
   thì anh làm ơn gọi tôi nhé.　　*me, please be sure to call me.*

3. Hễ khi nào mà tôi gặp cô　　*Whenever I met her, I saw her*
   ấy là thấy cô ấy làm việc.　　*working.*

4. Hễ các ông ấy đến thì tôi　　*As soon as they arrive, I'll let*
   cho anh biết.　　*you know.*

5. Hễ thấy tôi là nó cười.　　*As soon as he sees me he starts*
   　　smiling.

6. Hễ người ta nói "Cám ơn"　　*Each time people say "Thank*
   thì anh ấy phải nói "Không　　*you," you have to say "You are*
   dám."　　*welcome."*

7. Hễ hơi mệt là ông ấy phải　　*He has to stop as soon as he feels*
   nghỉ.　　**a little tired.**

8. Hễ mà anh ra nhà dây thép thì anh bảo tôi nhé.

Be sure to tell me whenever you go to the post-office.

9. Hễ mà anh bị cảm thì anh phải uống thuốc ngay.

If you catch cold you must take some medicine right away.

10. Hễ tôi mở cửa sổ là bị cảm ngay.

Each time I opened the window I immediately caught a cold.

11. Hễ giời mưa là anh ấy ở nhà không đi làm.

Each time it rains he stays home and doesn't go to work.

12. Hễ khi nào đi Hồng-Công là ông ấy mua phim hộ tôi.

Whenever he goes to Hongkong he buys film for me.

13. Hễ về đến Cựu-Kim-Sơn thì đánh dây thép ngay cho chúng tôi nhé.

Wire us as soon as you get back to San Francisco, OK ?

14. Hễ nắng quá thì hạ mành xuống cho nó mát.

If there is too much sun, pull down the shades to keep the room cool.

15. Hễ anh chị mà cần tiền thì cứ bảo tôi.

If you should need money don't hesitate to tell me. (Lit. go ahead and tell me)

16. Hễ lấy được giấy thông-hành là chúng tôi đi ngay.

We'll leave as soon as we get our passports.

17. Hễ không có quạt là tôi không ngủ được.

I can't sleep without a fan.

18. Cụ ấy bảo hễ uống cà-phê là không ngủ được.

He said each time he drinks coffee he is not able to sleep.

19. Hễ anh có đi Chợ-Lớn thì anh mua hộ tôi vài đôi bít-tất nhé.

If you happen to go to Cho-Lon would you remember to buy me a few pairs of socks ?

20. Hễ chán thì nghỉ độ nửa giờ.

If you get tired, then stop for about half an hour.

21. Tôi tưởng hễ người Mỹ có vợ thì thôi không đi học nữa.

I thought Americans stop going to school as soon as they get married.

22. Hễ chữ gì không hiểu thì tra tự-vị.

If there is a word you don't know, look it up in the dictionary.

C. V ĐI V LẠI 'OVER AND OVER'

1. Ông cần học đi học lại từng bài một.

You need to study each individual lesson over and over again.

2. Tôi muốn nghe đi nghe lại cho kỹ.

I want to listen (to it) over and over again and carefully.

3. Tại sao anh nói đi nói lại mãi thế ?

Why did you say it over and over again ?

4. Nhắc đi nhắc lại mãi thì tự-nhiên sẽ nhớ.

If you keep repeating you will automatically remember.

5. Tuy tôi đã đọc đi đọc lại mãi nhưng anh ấy vẫn chưa hiểu.

Although I have read it over and over, he still doesn't understand.

6. Đếm đi đếm lại, chỉ có ba mươi quyển thôi.

I counted and counted, but there are only thirty of them (books).

7. Cô ấy phải làm đi làm lại mấy lần mới xong.

She had to do it over and over before she could finish it.

8. Tôi đã bảo không mà ông ấy cứ hỏi đi hỏi lại mãi.

I already said "no", yet he keeps asking all the time.

9. Ông ấy bắt buộc chúng tôi thi đi thi lại mãi.

He made us take test after test.

10. Chiếc máy bay ấy bay đi bay lại năm sáu lần.

That plane flew back and forth five or six times.

11. Cái sơ-mi ấy, tôi giặt đi giặt lại mà vẫn bẩn.

I washed that shirt several times, but it's still dirty.

12. Thày giáo giảng đi giảng lại nhưng tôi vẫn không hiểu hai thí-dụ này.

The teacher has explained and explained, but I still don't understand these two examples.

D. CÀNG... CÀNG...

1   Càng nhiều người càng vui. *The more the merrier.*

2. Cái bút máy này càng dùng càng tốt. *This fountain-pen is getting better and better as you use it.*

3. Càng đọc tôi càng hiểu rõ. *The more I read, the more clearly I understand.*

4. Đi càng xa càng thêm buồn. *The farther away you go, the sadder you are.*

5. Càng mua nhiều càng rẻ. *The more you buy, the lower the price is.*

6. Cô ấy càng nhìn càng đẹp. *The more you look at her, the more beautiful she is.*

7. Giời càng mưa thì đường càng bẩn. *The more it rains, the dirtier the road gets.*

8. Thày giáo càng cắt nghĩa nó càng quên. *The more the teacher explains, the more he (the studend) forgets.*

9. Càng nghỉ luôn càng thêm mệt. *The more often you rest, the more tired you feel.*

10. Cô ấy càng cười anh ấy càng khó chịu. *The more she laughs, the more uncomfortable he feels.*

11. Giời càng nắng tôi càng thích. *The sunnier it is, the more I like it.*

12. Học thuộc càng hay. *If you can memorize (it), so much the better.*

13. Bà ấy không đến càng hay. *She is not coming? So much the better.*

14. Chúng tôi càng ăn nhiều, họ càng thích. *The more we ate, the happier they were.*

15. Xe đạp càng mới càng dễ mất. *The newer your bike is, the more easily it is stolen.*

16.	Bà ấy càng ngày càng đẹp.	*She is prettier and prettier every day.*
17.	Những bài này càng ngày càng khó.	*These lessons are getting harder and harder each day.*
18.	Tôi thấy tiếng Việt-Nam càng ngày càng dễ.	*I find Vietnamese easier and easier every day.*
19.	Cái vườn hoa này càng ngày càng bẩn.	*This park is getting dirtier and dirtier every day.*
20.	Thằng Hạnh càng ngày càng ngoan.	*Little Hanh is getting sweeter and sweeter every day.*
21.	Máy bay càng ngày càng nhanh.	*The airplane is getting faster and faster every day.*
22.	Xe hơi càng ngày càng nhiều.	*There are more and more automobiles every day.*
23.	Xe bò càng ngày càng ít.	*There are fewer and fewer ox carts every day.*
24.	Tiền nhà càng ngày càng đắt.	*The rent is getting more and more expensive.*
25.	Anh ấy càng ngày càng thêm tự tín.	*He is becoming more and more self-confident.*

PART IV. GRAMMAR NOTES

15. 1. Rất and khá. Stative verbs vs. Functive verbs. As an auxiliary verb (AV) denoting *degree*, either *khá* 'rather, pretty' (see Lesson IV) or *rất* 'very, quite' precedes only stative verbs (SV) — or descriptive verbs. The adverbs (A) *lắm* 'very quite' (see Lesson I), *quá* 'too' (see Lesson V), *quá lắm* 'excessively' can occur after both stative verbs and functive verbs (FV). In other words, if a verb is found preceded by *rất* or *khá*, you can be sure that it is a verb of description, often likened to an « adjective. »

Also, the above AV's and A's are mutually exclusive, that is to say, if you find *rất* or *khá*, you won't find *lắm* or *quá* or *quá lắm*, and vice versa.

The negative forms can be troublesome, too. If you want to say 'not very busy,' you simply cannot translate word for word and say *không rất bận[1]. Instead you should use the stative verb plus *lắm* and add *không* in front: the resulting phrase *không bận lắm* means 'not very busy' since *lắm* modifies *bận*, and *không* modifies *bận lắm*.

We can summarize the possibilities as follows :

        Affirmative   *Negative*

khá rất	SV

or

SV	lắm quá quá lắm

không chẳng chưa	SV	lắm quá quá lắm

15. 2. "To be and not to be." Two Vietnamese words which are often translated by 'to be' should be kept apart. Observe the following examples where *là* and *ở* can be found :

> *Ông Nam là ai?*
>> 'Who is Mr. Nam?'
> *Ông Nam là thày giáo tôi.*
>> 'Mr. Nam is my teacher.'
> *Omega là đồng hồ Thụy-Sĩ.*
>> 'Omega is a Swiss watch.'
> *Cái bút máy của tôi ở trên bàn giấy.*
>> 'My fountain-pen is on the desk.'

---

1 In *rất không bận*, a possible construction meaning 'very free,' *rất* modifies not just *không*, but *không bận* — a stative verb meaning 'not busy, — free.'

Chú tôi ở bên Pháp.

'My uncle lives in France.'

Là is used when you want to indicate who someone is or what something is, whereas *ở* is used to indicate where somebody or something is. (The verb *ở* 'to live, dwell, stay, be located at' is also used as co-verb of location 'at, in,....')

Note that the negative of *ở* is *không ở, chẳng ở* or *chưa ở*, but that of *là* is *không phải là, chẳng phải là*, or *chưa phải là*:

Chú tôi không ở bên Pháp nữa.

'My uncle doesn't live in France any longer.'

Tôi chưa ở Đà-Lạt.

'I haven't lived in Dalat.'

Ông Kennedy không phải là thày giáo tôi.

'Mr. Kennedy is not my teacher.'

Omega không phải là đồng hồ Mỹ.

'Omega is not an American watch.'

We have also seen that, in a sentence like *Tôi bận*, the main verb, a SV, corresponds to the type of expression which in English requires a certain form of "to be" followed by an "adjective." In Vietnamese, a word like *bận* means 'to be busy,' 'am busy', 'are busy,' 'was busy,' etc. The English 'to be,' 'am,' 'are,' 'was' etc. should not be translated into Vietnamese at all. Don't say **Tôi là bận* for 'I'm busy' or **Cô ấy là đẹp* for 'She's pretty.'

15. 3. ....Đi ....Lại. Back and forth. Again and again. Note the meaning of the verb-phrase where the main verb is said twice, the first time followed by *đi* 'to go' and the second time by *lại* 'to come,' with heavy stress on *đi*. The translation is variously 'to and fro,' 'back and forth,' 'over and over again,' and so on.

15.4. Compound words. In such an expression as *học 'đi học lại* 'to study over and over again,' the four syllables — although written separately — are run together, with the stress on *đi*. There are other cases wherein Vietnamese runs syllables together although the orthography does not show it. As a student you should run them together, too, saying everything in exactly the way your native teacher says it. Compound words belong to many types. The most important are :

(1) Reduplications. Note 12.2 gives a partial discussion about reduplicated words such as *đen đen* 'blackish,' *trăng trắng* 'whitish,' *đo đỏ* 'reddish,' *ầm ầm* 'quite noisy,' *ầm ĩ* 'extremely noisy,' *vội vàng* 'hurried, hasty,' etc. Remember not to pause between the two syllables.

(2) Synonym compounds. Two nouns or two verbs are used in juxtaposition. Examples :

mạnh khỏe	'healthy and strong, — well in health'
mua bán	'to buy and to sell, — to shop'
kiểu mẫu	'model and sample, — model, example'

(3) Noun-modifier compounds. This type is very common. The modifier which follows the head noun may be a noun, a verb, or a noun-modifier compound. Examples :

máy bay	'machine that flies, — airplane'
thày giáo [1]	'master who teaches, — teacher'
tiệm ăn	'store where one eats, — restaurant'
xe hơi	'gas vehicle, — automobile'
xe lửa	'fire vehicle, — train'
tàu thủy [1]	'water ship, — steamship'

---

[1] Note that the word *giáo* in *thày giáo* means also to 'teach' and thus is the equivalent of *dạy*. But it is not used so freely as *dạy*. The equivalent

nhà dây thép 'house from which one sends telegrams
(through steel wires), — post office'

(4) Verb-object compounds. Examples :

nói chuyện	'to say-story, — to converse'
chảy máu	'to run-blood, — to bleed'
cắt nghĩa	'to cut-meaning, — to explain'
cám ơn	'to feel-favor, — to thank'
phát-âm	'to utter-sound, — to pronounce'
lãnh-sự	'to lead-affairs, — consul'

(5) Modifier-noun compounds. Syllables in these compounds are arranged in the Chinese order, which is like English. Examples :

mục-đích	'eye's target, — aim'
giáo-sư	'teaching master, — teacher'
ngoại-giao	'foreign relations, — diplomacy'
học trò	'studying pupil, — student'
chủ nhật	'Lord's day, — Sunday'
đồng hồ	'copper vase (water-clock), — clock'

(6) French loan-words. Borrowings from French, when
deriving from disyllabic or trisyllabic words, can also be con-

---

of « He teaches me Vietnamese' is *Ông ấy dạy tôi tiếng Việt*, not * *Ông ấy giáo tôi tiếng Việt*. Likewise, *thủy* meaning 'water' is used in a few compounds such as *tàu thủy*, but not elsewhere. If you are thirsty, ask for some *nước*, not for * *thủy*.

The elements *giáo* ' to teach and *thủy* ' water are indeed borrowed items from Chinese. They form the Sino - Vietnamese fund in the Vietnamese language, comparable to Greek and Latin loan-words in English. A speaker of English cannot, under normal circumstances, say * « He didacts me. » for 'He teaches me,' although the form *didact-*, from Greek *didaskein*, does mean 'to teach.' Nor can he use the form *aqua*, borrowed from Latin, to ask for a drink of water—unless he wishes to be either slangy or scientific.

sidered compounds, wherein the syllables are run together, and wherein hyphens are used.

In the conventional orthography, place-names or personal names transliterated through French or Chinese are all hyphenated. A hyphen is also used in compounds if the components are *felt* to be derived from Chinese. If one component (*học* or *trò* in *học trò*, *chủ* in *chủ nhật*, *đồng* in *đồng hồ*) is felt to be a native word, then as a rule the hyphen is omitted.

15.5. Càng... Càng... The auxiliary verb *càng* means 'all the more..., all the ...-er, even more..., even ...-er.' Example :

Học thuộc càng hay.	'If you can memorize it, so much the better.'
Ông ấy đến càng vui.	'If he comes, it's all the more fun.'

When repeated in successive clauses, whose verbs may or may not share the same subject, *càng* carries the meaning 'the more..., the more...,' 'the ...-er, the ...-er.' Examples :

Càng nhiều người càng vui.	'The more the merrier.'
Càng đọc càng hiểu.	'The more you read, the more you understand.'
Anh đi càng chậm tôi càng thích.	'The more slowly you go, the better I like it.'

The construction ' *càng ngày càng...* can be rendered 'more and more .... every day' or '...-er and ...-er every day.' The stress is on *càng*, but if the first *càng* is left out, the stress will be on *ngày*. Examples :

Bà ấy 'càng ngày càng đẹp.	'She is prettier and prettier every day.'
Tiền nhà 'càng ngày càng đắt.	'The rent is getting higher and higher every day.'

15 6. Hễ (mà). As soon as. We have seen such cons-
tructions as the following :

Khi (mà)
Trước khi (mà)
Trong khi (mà) $\Big\}$ . . . . , *thì* . . . .
Sau khi (mà)

meaning respectively, 'When (something happens), then...,'
'Before (something happens), then..,' 'While (something hap-
pens), then...,' 'After (something happens), then...' A similar
structure involves the uses of *hễ (mà)* in the subordinate clause
and the introduction of the main clause by means of *là* or *thì*.
The meaning is 'As soon as...,' 'Each time....,' 'Whenever....,'
etc. Example :

Hễ cố ià phải được.	'If you try, you'll certainly succeed.'
Hễ (mà) thấy tôi là nó sợ.	'Each time he sees me he is scared.'
Hễ anh có nghe thì tôi mới nói.	'I'll tell you only if you listen.'

15.7. Hãy. Imperative. In Lesson V, we have seen the
final particle *đi !* used in an imperative sentence. In *Anh ăn đi!*
'Go ahead and eat !' or *Chúng ta ăn đi !* 'Let us eat!' the
stress is on the word immediately preceding the final particle.
The latter itself can be stressed to show impatience in the
exhortation.

The auxiliary verb *hãy* can also be used, when the sen-
tence denotes some kind of special advice, as in *Anh hãy nên
tự-tin* 'Be self-confident.'

Very often the word *đã* is found at the end of such a
sentence, as in *Anh hãy ăn đi đã !* 'Go ahead and eat first !'
where both *hãy* and *đi* may be used.

PART V. PRONUNCIATION

Practice 49. /ɯ ɯʌ and ə/. Practice the following words :

ngần ngừ	'to hesitate'	thư	'letter'
ngăn ngừa	'to prevent'	thưa	'[polite word]'
nghi ngờ	'to suspect'	thơ	'poetry'
cứ	'to continue'	trừ	'to subtract'
cửa	'to cut'	chừa	'to abstain'
cớ	'pretext'	chờ	'to wait'
sư	'monk'	dư	'surplus'
xưa	'former(ly)'	dưa	'melon'
sơ	'roughly'	dơ	'dirty'

Practice 50. *Tone drill.* (The numbers 1 through 6 represent respectively the tones -, ´, `, º, ~ and ̣ .)

111	ba mươi ba	'thirty-three'
112	ba mươi sáu	'thirty-six'
113	tôi lên mười	'I am ten years old'
114	ba mươi bảy	'thirty-seven'
115	ai ai cũng	'everyone....'
116	mua năm bộ	'buy five sets'
121	Tôi sắp đi.	'I'm leaving soon.'
122	Ai đến đấy ?	'Who's coming ?'
123	không có tiền	'got no money'
124	đi kiếm củi	'go fetching wood'
125	Tôi đứng giữa.	'I'll stand in the middle'
126	Không, dấu nặng.	'No, it's low level'
131	dân Hà-Nam	'people of Hanam'
132	dân trường thuốc	'medical students'
133	sông Hồng-Hà	'the Red River'
134	con đường tỉnh	'the provincial road'

135   *dân Hà-Tĩnh*   'native of Hatinh'

136   *hai bàn tiệc*   'two banquets'

PART VI. TRANSLATION

(Listen once, then write down all the sentences that will be read
to you from Part I. Hand in translation later)

PART VII. MID-TERM TEST

1. To the question 'Does he have a girl friend (*bạn gái*) ?'
which of the following answers are possible ?

   a. *Không, ông ấy không có vợ.*

   b. *Có. Bao nhiêu là bạn gái !*

   c. *Nhiều lắm. Ba bốn có.*

   d. *Ông ấy có vợ rồi.*

   e. *Ông ấy đang sào thịt bò và nấu canh.*

   f. *Trước có, chứ bây giờ chẳng có cô nào cả.*

   g. *Tôi xin giới-thiệu ông Sullivan, thầy giáo dạy tôi tiếng
     Anh.*

   h. *Có bạn gái của anh vừa gọi đây nói cho anh, phải
     không ?*

2. The Vietnamese sentences are numbered, and their English
equivalents are given with letters. Pair them off properly.

Do you like to study ?

  (a) I like to.   *(1) Cũng tùy. Tôi thích học*

  (b) I don't like to.   *tiếng Anh và kinh-tế.*

  (c) Sometimes I do, some- *(2) Có, tôi thích.*

      times I don't.   *(3) Không, tôi không thích.*

(d) I don't, but I have to.

(e) It depends. I like to study English and economics.

(f) I like to sleep instead.

(g) I like to study to be a consul.

(4) *Tôi không thích nhưng vẫn phải học.*

(5) *Có khi tôi thích có khi tôi không thích.*

(6) *Tôi thích học làm lãnh-sự.*

(7) *Tôi thích ngủ kia !*

3. Proceed as in 2.

What do you want to do now ?

(a) I want to study my lesson.

(b) I want to teach German.

(c) I want to sell watches.

(d) I want to go to the post-office.

(e) I want to take you to the Botanical Gardens.

(f) I want to go to San Francisco.

(g) I want to read that book on methods of studying Vietnamese.

(h) I have to go to the hospital to see my friend.

(1) *Tôi muốn dạy tiếng Đức.*

(2) *Tôi muốn học bài.*

(3) *Tôi muốn bán đồng hồ.*

(4) *Tôi muốn đọc quyển sách về phương-pháp học tiếng Việt-Nam.*

(5) *Tôi phải vào nhà thương thăm bạn tôi.*

(6) *Tôi muốn đi Cựu-Kim-Sơn.*

(7) *Tôi muốn đi ra nhà dây thép.*

(8) *Tôi muốn đưa ông đến vườn Bách-Thảo.*

4. Proceed as in 3.

How's your health ?

(a) I'm not very well.

(b) I'm fine, thanks.

(c) I have been sick these two weeks.

(1) *Cám ơn ông, tôi mạnh.*

(2) *Tôi không được mạnh lắm.*

(3) *Hôm nay nắng quá tôi mệt.*

(d) Yesterday I had a cold because he left the window open.

(e) Today I have recovered.

(f) Though it's very sunny today I'm not tired.

(g) Because it rains often, I'm ill.

(h) It's too sunny today, I'm tired.

(i) Last month I broke my left leg.

(j) The weather is (nice and) cool, but I don't feel very comfortable.

(4) Tuy hôm nay giời rất nắng nhưng tôi không mệt.

(5) Tôi ốm hai tuần nay.

(6) Hôm nay tôi khỏi rồi.

(7) Tháng trước tôi gẫy chân trái.

(8) Hôm qua tôi bị cảm vì ông ấy mở cửa sổ.

(9) Vì giời mưa luôn nên tôi ốm.

(10) Tuy giời mát, nhưng tôi không thấy dễ chịu lắm.

5. Proceed as in 4.

Where do you live ?

(a) at my sister's.

(b) near the university.

(c) between his house and my office.

(d) in the Đông-Á Hotel.

(e) on Lê Lợi Street, near the Tao-Đàn park.

(f) between the watch shop and the bicycle store.

(g) next to the bookstore.

(h) in that hotel near the post-office.

(i) above the Quảng-Lạc restaurant.

(1) ở khách-sạn Đông-Á.

(2) ở cái ô-ten gần nhà dây thép.

(3) ở phố Lê-Lợi, gần vườn hoa Tao-Đàn.

(4) gần Đại-Học.

(5) bên cạnh nhà cô Thanh.

(6) ở nhà chị tôi.

(7) ở nhà chú tôi.

(8) ở giữa nhà anh ấy và sở tôi.

(9) ở Cửu-Kim-Sơn,

(j) in San Francisco.

(k) at my uncle's.

(l) next to Miss Thanh's house.

(10) ở bên cạnh hiệu sách.

(11) ở giữa hiệu sách và hiệu xe đạp.

(12) ở trên gác tiệm ăn Quảng-Lạc.

6. Change each statement into a question, then answer 'yes' and 'no.'

    Example : *Tôi có bút máy.   Ông có bút máy không ?*

                    Có, tôi có bút máy.

                    Không, tôi không có bút máy.

   a. *Tôi bận.*

   b. *Tôi đói.*

   c. *Tôi mệt.*

   d. *Tôi thích ăn cơm Pháp.*

   e. *Tôi buồn ngủ.*

   f. *Tôi muốn đi chơi Đà-Lạt.*

   g. *Hai người cùng làm một sở.*

   h. *Đồng hồ nhà dây thép đúng.*

   i. *Cô ấy khỏi rồi.*

   j. *Ông Kennedy biết dùng đũa.*

   k. *Tôi có thể dịch bài này ra tiếng Anh.*

   l. *Ông White dọn đến phố Trần-Hưng-Đạo rồi.*

   m. *Tôi có họ với ông Hiếu.*

7. Fill in the blanks in the sentences below, talking into account the information given in the family tree. (Men's names **are** italicized, and the sign = means "married to.")

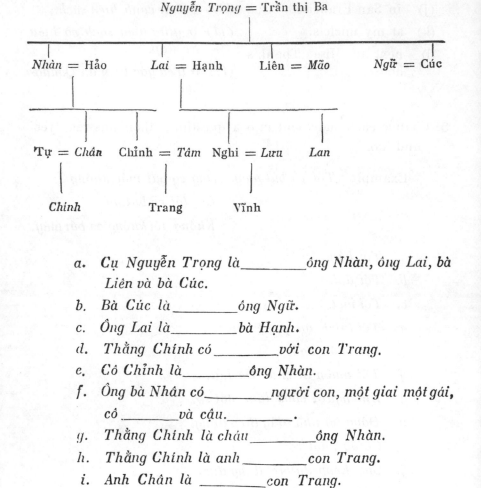

a. Cụ Nguyễn Trọng là_____ông Nhàn, ông Lai, bà Liên và bà Cúc.

b. Bà Cúc là_____ông Ngữ.

c. Ông Lai là_____bà Hạnh.

d. Thằng Chính có _____với con Trang.

e. Có Chỉnh là_____ông Nhàn.

f. Ông bà Nhàn có_____người con, một giai một gái, có _____và cậu._____.

g. Thằng Chính là cháu_____ông Nhàn.

h. Thằng Chính là anh_____con Trang.

i. Anh Chẩn là _____con Trang.

j. Chị Chỉnh là_____thằng Chính.

k. _____ông Nhàn họ Trần.

l. Anh Chẩn gọi ông bà Lai là_____.

m. Anh Chẩn là_____gọi ông Lai bằng chú.

n. Bà Liên, bà Cúc là_____ông Nhàn, ông Lai.

o. Bà Liên và bà Cúc là_____anh Chẩn và chị Chỉnh

    p. *Thằng Vĩnh là cháu_____ông bà Lai.*

    q. *Bà Hạnh là bà_____thằng Vĩnh.*

    r. *Ông Lai là_____bà Liên và bà Cúc, nhưng là_____*
        ông Nhàn.

    s. *Ông Lan chưa có vợ nên chưa có_____.*

8. Each group of words below contains one word which does not belong with the rest. Circle the misfit, then make up a sentence where the remaining words can be used interchangeably.

    a.
bảy	*hăm sáu*	*một trăm*
hai	*năm mươi*	*ba nghìn*
tám	*mười bảy*	*bà*
mười hai	*bốn*	*băm ba*

    b.
cô	*ông*	*chú*
thím	*bà*	*cậu*
bác	*cháu*	*mợ*
em	*cô hầu bàn*	*anh*

    c.
cơm	*thịt bò*	*bánh ngọt*
tự-vị	*cà chua*	*cà-phê*
nước chanh	*sữa*	*đường*
nước chè	*hoa quả*	*chanh*
chuối	*ớt*	*đồ tráng miệng.*

    d.
xe đạp	*xe buýt*	*ôtô*
tầu thủy	*xe lửa*	*bật lửa*
tầu bay	*xe hơi*	*máy bay*

    e.
nhà dây thép	*nhà ga*	*Bộ Kinh-tế*
Bộ Ngoại-giao	*vườn hoa*	*Vườn Bách-thảo*
đại-học	*thư-viện*	*ô ten*
nhà thương	*thợ giặt*	*hiệu thợ may*

f. chủ dây thép   chủ hiệu đồng hồ   thợ ảnh
    thợ may   thợ giặt   ông ngoại
    chủ hiệu giày   thợ cạo   thợ sơn
    cỏ hầu bàn   chủ tiệm ăn   người bán thuốc ho
    giáo-sư   thày giáo

9. Give the Vietnamese equivalents.

1. How are you, Miss Lan ?
2. (To a young woman) Please come in.
3. (To two male students of yours) Please sit down.
4. My name is Dick Powell.
5. (To your Vietnamese teacher) No, thank you. I don't smoke.
6. What country are you gentlemen from ?
7. (To a lady) You're welcome.
8. (To a government official) I beg your pardon. I don't understand the meaning of that word.
9. (To your teacher) Please repeat this sentence.
10. (To a close friend) I'll introduce you to my teacher.
11. (To a lady) Pleased to meet you.
12. Where is the railroad station ?
13. I'll wait here for you, O.K. ?
14. I must go to school now. So long !
15. How much (money) is this bicycle ?
16. What is that book ? A dictionary ?
17. How do you say « airplane » in Vietnamese ?
18. He sells shirts, shoes and umbrellas.
19. How many people are there in your family, Mr. Kim ?
20. That man has two younger brothers.
21. His older sister is married.

22.   My family consists of twelve people.

23.   He wants to go to Dalat by plane.

24.   Miss Green came by plane, not by boat.

25.   They say he eats a lot.

26.   What time is it now ? What time shall we get to
        Dalat ?

27.   This classroom is very big. It contains two tables
        and nine chairs.

28.   A day has twenty-four hours.

29.   An hour has sixty minutes,

30.   I have no money, I can't go.

31.   Where is the restaurant ? On Trưng Vương Street?

32.   Did you study Vietnamese when you were still in
        America, Mr. Kennedy?

33.   My older brother is the manager of a tobacco
        company.

34.   My father wants me to be a teacher.

35.   (In the restaurant) What will you gentlemen have ?

36.   I'll just have chicken and rice, and a cup of coffee.

37.   M. Nam ran upstairs to get the dictionary.

38.   Shall we go by streetcar ?

39.   The teacher stood up. I sat down.

40.   M. Nam took me to the Botanical Gardens, then to
        Cho-Lon.

41.   It's very sunny today. We can shoot some movies.

42.   Has the rain stopped yet ?

43.   Why does he give me ten dollars ?

44.   Go straight ahead. M. Bình, then when you see the
        sign "LIBRARY" go in.

45.   I have to go and get a haircut:

46. My shirts and socks are in the drawer.
47. Americans eat bananas with milk.
48. I feel full already.
49. This morning I had to take my younger brother to school at eight thirty-five.
50. How many teachers are there at this university?

51. The barber shop opens at nine thirty.
52. Would you please close that window, Mr. Mỹ.
53. Mr. Smith takes good pictures.
54. Please tell him that I'm going by airplane.
55. One hundred fifty? That's too expensive.
56. When I received (nhận được) his telegram I immediately telephoned him, then went to Hongkong.
57. Who's the manager of this store?
58. Before we go to school, we ought to go have some coffee first.
59. When it rains, they take the streetcar to go to work.
60. If I'm free, I'll go visit your teacher, too (free=not busy)

61. Please repeat from the beginning, Miss Green.
62. Haven't you studied your lesson?
63. Vietnamese? Not very difficult, but not very easy either.
64. Don't you have to go to work on Saturdays?
65. I haven't seen Miss Green these last few weeks.
66. Really? When is she leaving?
67. M. Kennedy is fine as usual, but his wife is frequently ill.
68. Say "hello" to Mr. Hill for me, will you, Mr. Nam?
69. Please remember to tell them we will arrive next Sunday.

70. I forgot to ask you where the Trưng Sisters Street is.

71. I am a student, not a teacher.

72. Our store carries all makes of shoes.

73. Two hundred piasters ? Too much!

74. Would one hundred do ?

75. I had a cold last week, but have recovered.

76. Not yet, Mr. Tiến is not married.

77. I work for the U. S. Department of State.

78. His older or younger brother ?

79. The weather is so nice today, haven't you noticed ?

80. That lesson is both long and difficult.

81. Why didn't you invite Mr. and Mrs. Thư ?

82. What make is your movie camera ?

83. You stand here. I'm going over there, near that tamarind tree.

84. Only one dollar ? How very cheap !

85. All set ? Let's go.

86. Miss Green left on the second of January.

87. In my opinion you should wait until he has recovered.

88. Don't go on bicycle. It takes too long.

89. You can stop wherever you like, but you may not take photographs.

90. Excuse me, gentlemen. It's ten to ten already. I must go.

91. We'll meet you at the restaurant at seven sharp, OK?

92. Did you have to wait very long?

93. We missed the bus, so came in Mr. Thinh's automobile.

94. I'd like to try some roast duck.

95. Would you like tea or coffee, Mr. Mão ? (which one?)

96. Would you like some tea or coffee, Mr. Mão ? You look tired.

97. Will all those who have a dictionary please raise their hands ?

98. Please go upstairs and find a pencil for me.

99. I was sleepy, so I lost my fountain-pen in Chợ Lớn.

100. Mr. Bình's son told the small girl to feed the two little pigs.

10.   Give the English equivalents.

1. *Ông Bắc ơi, ông nói được tiếng Nhật phải không ?*

2. *Ông ấy nói nhanh thế bà có hiểu không ?*

3. *Họ có nói được tiếng Pháp hay tiếng Anh không ?*

4. *Họ nói được tiếng Pháp hay tiếng Anh ?*

5. *Chưa, chúng tôi chưa cám ơn ông bà Thu đấy.*

6. *Ông Lévy là người Pháp, mà nói tiếng Việt hay lắm.*

7. *Ông Leblanc nói tiếng Pháp, chứ không nói được tiếng Anh.*

8. *Cô ấy là người Thụy-Sĩ chứ không phải là người Đức.*

9. *Cô Lane cũng không phải là người Anh.*

10. *Tôi chưa đi được vì tôi còn phải đợi ông chủ hãng tôi đánh dây thép đã.*

11. *Ông Kennedy, ông dùng đũa được chứ ?*

12. *Ông Brown cũng chẳng nói được tiếng Pháp.*

13. *Tên bà kia là gì ? Tên Việt-Nam kia !*

14. *Tôi không biết tên của thày giáo ông ấy là gì.*

15. *Ông bà học tiếng Anh bao lâu rồi ?*

16. *Tôi học tiếng Việt-Nam đã ba tháng rồi, nhưng vẫn còn kém lắm.*

17. *Bây giờ các cháu nhà anh đi học ở đâu ? Sài-Gòn hay Đà-Lạt.*

18. *Ông có biết ai có thể dịch tiếng Nhật và làm tự-vị Nhật-Bản — Việt Nam không ?*

19. *Nhà dây thép ở đường nào ?*

20. *Hiện nay ông ở khách sạn nào ?*

21. *Nhà ông bà Nam số bao nhiêu ?*

22. *Ông ấy định ở khách sạn Việt-Nam mà !*

23. *Bốn mươi chín với sáu mươi bảy là bao nhiêu ?*

24. *Mười với tám là mười tám, chứ không phải mười chín.*

25. *Ba lần mười là mấy ?*

26. *Số nhà anh ấy 4115, chứ không phải 1415.*

27. *Chín giờ nhà dây thép mới mở cửa.*

28. *Anh cần bao nhiêu tiền ? Anh định mua xe đạp kiểu nào ?*

29. *Năm ngoái (last year) anh ấy bán chiếc xe hơi ấy cho anh tôi rẻ lắm.*

30. *Chủ nhật nào cô ấy cũng ra thư-viện đọc sách.*

31. *Để tôi gọt cái bút chì đỏ này, rồi tôi sẽ vào lớp với các anh.*

32. *Bà ấy có biết tại sao họ học tiếng Anh không ?*

33. *Anh có nhớ ông Mỹ tôi giới-thiệu với anh tuần trước không ?*

34. *Tôi chưa ăn cơm Việt Nam bao giờ (ever) nên muốn ăn thử cho vui.*

35. *Tôi không biết mời họ ăn tráng miệng cái gì.*

36. *Chúng tôi hay ăn cơm ở tiệm Quảng Lạc, ở giữa thư-viện và nhà dây thép.*

37. *Thưa bà, nếu bà muốn gặp ông bà Jackson thì xin bà ngồi chơi đợi đây. Ông bà ấy đi ăn cơm sắp về rồi.*

38. *Ở Nữu-Ước (New York) không có một tiệm ăn Việt-Nam nào cả.*

39. *Tuần trước cô ấy nghỉ học vì cô ấy bị cảm.*

40. *Tôi không hiểu tại sao cô Thanh lại xin thôi việc để về nước.*

41. *Thịt vịt không ngon bằng thịt gà nhưng rẻ hơn nhiều.*

42. *Hai vợ chồng ông Linh được mấy đứa con rồi?*

43. *Chúng tôi bắt đầu học tiếng Việt-Nam từ một nghìn chín trăm năm mươi mốt.*

44. *Tôi no rồi, nhưng cơm ngon cứ ăn mãi.*

45. *Tôi mệt nên tôi không đi chơi tuy là giời đẹp.*

46. *Anh bạn tôi cũng ngồi gần cửa sổ và nói chuyện với tôi.*

47. *Ở đây mùa hạ giời mưa luôn.*

48. *Vâng, giời nắng lắm, nhưng mưa xong thì mát, ngủ như chết.*

49. *Hôm chủ nhật tôi bị nhỡ tàu, nên bảy giờ mười lăm mới đến nơi.*

50. *Tôi định mỗi tuần viết hai ba cái thư cho chú tôi.*

51. *Tôi phải đi cạo đầu đã. Tóc dài quá.*

52. *Mỗi tháng có mấy tuần? Độ bốn tuần.*

53. *Đứng chỗ này, chúng ta có thể trông thấy hai cây me đằng trước nhà ga nhỉ!*

54. *Vườn nhà ông Lai có mười mấy cây chuối.*

55. *Em gái tôi có một thằng con giai, tên là Hùng, ngoan lắm.*

56. *Phố này xa nhà ga xe lửa, nên rất yên-tĩnh.*

57. *Dạo này chúng tôi bận lắm, vì có rất nhiều học trò muốn học tiếng Anh.*

58. *Hôm nay chúng ta học ôn mười lăm bài đầu nhé!*

59. *Bài này có bao nhiêu là chữ mới.*

60. *Cây chuối này có bao nhiêu là quả!*

61. *Quyển sách này có đúng bốn trăm hai mươi chín trang, tôi đếm hai lần rồi mà!*

62. *Ông Fox là ai? Bạn cô ấy à?*

63. *Omega là đồng hồ Thụy-Sĩ chứ!*

64. *Bên Mỹ có đủ bốn mùa: xuân, hạ, thu, đông.*

65. *Không phải Xuân làm ở Bộ Kinh-Tế, Xuân làm ở Bộ Ngoại-Giao kia!*

66. *Tôi tưởng chỉ phải học mỗi ngày một bài thôi.*

67. *Xa lắm. Không đi bộ được đâu!*

68. *Cô ấy sắp về Anh, nhưng tôi không biết rõ hôm nào.*

69. *Chỗ này phong cảnh đẹp, ông chụp hộ tôi mấy cái ảnh màu nhé.*

70. *Theo ý tôi thì anh không nên đi tầu thủy vì tầu thủy tuy rẻ hơn máy bay nhưng lâu lắm.*

71. *Đi xe hơi thì tự do hơn, muốn đỗ đâu thì đỗ, nhanh chậm tùy ý.*

72. *Đi bộ ba tiếng đồng hồ nhưng tôi chỉ hơi mệt một chút thôi.*

73. *Có làm ơn cho tôi một bát canh thịt lợn, một đĩa thịt bò sào, và hai bát cơm.*

74. *Bên Mỹ hoa quả rẻ lắm.*

75. *Xin có cho tôi cốc nước. Món thịt gà này cay quá.*

76. *Nếu giáo-sư nhắc lại một lần nữa thì chắc tôi sẽ hiểu.*

77. *Cám ơn anh, tôi có diêm đây.*

78. *Bài này có phải học thuộc lòng không hay chỉ dịch thôi ?*

79. *Chữ này không đúng. Xóa đi.*

80. *Ngày nào cũng mưa, nên đi đâu cũng phải vác ô.*

81. *Úi chà ! Ô tô anh điện quá nhỉ !*

82. *Bên Mỹ có nhiều tiệm gọi là "department store" bán đủ các thứ hàng-hóa.*

83. *Có rẻ thì cũng phải có tiền chứ !*

84. *Ông Chẩn thì thiếu gì tiền !*

85. *Tôi làm gì có nhiều sơ-mi !*

86. *Mua thế nào được ! Tôi làm gì có tiền !*

87. *Tôi định ghé Nhật-Bản độ hai tuần để mua quà cho nhà tôi và các cháu.*

88. *Tôi phải đợi sau khi điều-đình với những công-ty ấy tôi mới biết.*

89. *Đêm hôm qua anh ngủ có ngon không ?*

90. *Hình như giời lại muốn mưa nữa chăng ?*

91. *Tôi uống ba tách cà-phê rồi còn gì nữa !*

92. *Ông ấy sợ ho nên không hút thuốc lá nữa.*

93. *Cô ấy uống ba bốn tách cà-phê là ít.*

94. *Chúng tôi gọi thêm hai món nữa, không có không đủ.*

95. *Anh nên dọn nhà đi, không có ở đây ầm ĩ quá.*

96. *Bà Ấn mua bao nhiêu là giầy !*

97. *Ông đi thẳng đẫy nghe ! Đến hiệu thợ giặt thì rẽ tay trái. Đi độ năm mươi thước, quá hiệu thợ may Hoàng-Thảo, hiệu giầy Kim-Hoàn thì rẽ tay phải.*

98. *Xem nào ! Bít-tất mỗi đôi một đô-la, một tá tức là mười hai đô-la, phải không ?*

99. *Tuy tôi đọc đi đọc lại mãi nhưng vẫn không hiểu.*

100. *Hễ có công mài sắt thì có ngày được cái kim chứ !*

11. **Fill in the blanks.** English equivalents are hinted at.

a. *Hôm nay các ông có bận lắm_____?* (or not)

b. *Cô đếm xem bao nhiêu ghế_____?* (yet)

c. *Anh ấy chưa đi Hồng-Kông_____?* (I am surprised)

d. *Ông cho tôi hỏi thăm cô Thu_____?* (will you)

e. *Ông biết dùng đũa_____? (I presume)*

f. *Chúng ta đi ăn cơm_____? (let's)*

g. *Chúng ta đi ăn cơm_____?* (come on, let's go, it's time to eat, I am hungry, etc.)

h. *Hôm nay giời đẹp quá_____?* (don't you think, haven't you noticed)

i. *Máy ảnh của ông kiểu gì_____?* (there)

j. *Thưa các ông dùng món gì_____?* (polite particle)

k. *Giời có mưa_____?* (where, wat do you mean, how can you say)

l. *Giời không mưa_____? (I know, believe me)*

m. *Tôi đã bảo_____?* (see, I told you)

n. *Giời lại muốn mưa nữa_____? (I wonder)*

o. *Tôi muốn uống nước chè_____ (instead)*

p. *Ông đi thẳng đấy_____! (hear)*

q. *Tôi muốn mua con gà kia_____!* (over there)

Index to Vocabulary

The number which follows the English equivalent refers to the lesson wherein the item is introduced for the first time.

A

a ! P *ah !*, **5**

à ? P *I'm surprised*, **1**

à ! P *oh !*, **1**

à nhỉ ! *oh yes !*, **7**

ạ ! P [*polite particle at the end of utterances*], **9**

ai ? QW *who ? whom ?*, **4**

ai PR *someone, anyone ; whoever; everyone, anyone*, **7**

ai (ai) cũng *everyone*, **7**

ám-tả N *dictation*, **10**

anh PR/N *you* [*to young man*] ; *elder brother* CL người, **5**

Anh N *Great Britain, England* ; *British, English*, **5**

ảnh N *photograph*, **7**

ao N *shirt, blouse, jacket, coat, tunic* CL cái, **11**

áo sơ-mi N *shirt* [*Western style*] CL cái, **11**

áo mưa N *raincoat* CL cái, **11**

Ă

ăn V *to eat, have*, **6**

ăn cơm V *to eat, lunch, dine*, **6**

Ăng-lê N *Great Britain, England ; British, English*, **12**

Â

âm N *sound*, **15**

ấm N *teapot, coffeepot* CL cái ; *teapotful coffeepotful*, **9**

ầm SV *to be noisy*, **12**

ầm ầm SV *to be noisy*, **12**

ầm ĩ SV *to be noisy*, **12**

ấy SP *that, those*, **1**

ấy ! *well !*, **11**

B

ba NU *three*, **2**

bà PR *you* [*to a married woman*], **4**

bà ấy PR *she* [*of a married woman*], **4**

bà cụ N *old woman*, **14**

bà ngoại N *maternal grandmother*, **14**

bà nội N *paternal grandmother*, **14**

bác N *father's older brother* CL người, ông ; *you*, **14**

bách-thảo *one hundred plants*, **7**

bài N *lesson*, 3

bài hát N *song*, 15

bài thi N *test, exam*, 7

bán V *to sell*, 5

bàn N *table* CL cái, 2

bàn giấy N *desk*, 12

bạn N *friend* CL người, 4

bảng N *sign, placard, blackboard*, 10

bảng đen N *blackboard*, 10

bánh N *cake, cookie* CL cái, chiếc, 9

bánh ngọt N *cake, pastry*, 9

bao N *package, pack, box*, 12

bao diêm N *box of matches*, 12

bao giờ? QW *when? what time?*, 4

bao lâu? A *how long?*, 8, 11

bao nhiêu? NU *how much? how many?*, 2

bao nhiêu là NU *so much, so many*, 13

báo N *newspaper* CL tờ [*with* đọc *or* xem 'to read'], 11

bảo V *to say, to say to, tell*, 4

bát N *eating-bowl* CL cái; *eating-bowlful*, 9

bay V *to fly*, 8

bắc N *north; northern*, 12

băm NU *thirty* [*contraction of* ba mươi], 8

bằng CV *by means of, with, by, in*, 2

bằng CV *to go by* [*some transportation means*], *be made of* [*some material*], 8

bằng V *to equal; as... as*, 13

bằng SV [*of tone*] *to be level*, 15

bắt buộc FV/SV *to require, compel, force; to be required, be compulsory, be obligatory*, 15

bắt chước FV *to imitate, copy*, 15

bắt đầu V *to begin, start*, 9

bẩn SV *to be dirty, be filthy*, 7

bận SV *to be busy*, 1

bật V *to snap, switch* [*lights*] *on* bật lên, 10

bật lửa N *cigarette lighter* CL cái, 12

bây giờ MA *now*, 2

bảy NU *seven*, 2

bé SV *to be small, be young*, 13

bên N *side*, 4

bên Ăng-lê *in England*, 12

bên cạnh *to be by the side of, beside*, 12

bên Mỹ PW *in America*, 4

bên (tay) phải N *right (hand) side*, 13

bên (tay) trái N *left (hand) side*, 13

bí N *winter melon, pumpkin, squash* CL quả, 9

bị AV *to suffer, to be...*, 6

bị thương SV *to be wounded, be injured*, 13

biên V *to write down, note down*, 11

biển N *sign, placard* CL tấm, 8

biết V *to know, to know how to*, 4

bí-tất N *sock* CL chiếc *for one*, đôi *for a pair*, 13

INDEX

bò N *cow, ox, bull* CL con, 9

bỏ V *to drop, cast, abandon, mail* [*letter*], 8

bố N *father* CL người, ông, 14

bộ N *step*, 7

bộ N *section, part ; ministry, department*, 6

bộ Kinh-tế N *Department of National Economy*, 6

bộ Ngoại-giao N *Department of Foreign Affairs, Department of State*, 6

bốn NU *four*, 2

buổi N *half a day, session*, 12

buổi chiều N *afternoon*, 12

buổi sáng N *morning*, 12

buổi tối N *evening*, 12

buồn V *to be sad*, 4

buồn ngủ SV *to be sleepy*, 11

buồng N *room*, 2

bút N *writing instrument, pen, pencil*, 10

bút chì N *pencil*, 10

bút máy N *fountain-pen*, 10

buýt N *bus*, 9

C

cá N *fish* CL con ; *fish*, 9

cà-chua N *tomato* CL quả, 9

cà-phê N *coffee*, 9

cà-phê sữa N *milk and coffee*, 9

cả P *al all*, 9

cả V *all, the whole; there is wholly*, 12

cả V *also, as well as, even*, 13

cả (đến) *even* [*verb preceded by* cũng], 13

cả... nữa *also, as well as, too*, 13

các P *the (various)...*, 5

cách N *way, manner, fashion, method*, 15

cái CL⁄ [*classifier for nonliving things*], 2

cái gì? N *what ?*, 4

cám ơn FV *to thank*, 1

cảm V *to catch cold, have a cold ; to be affected by, struck by*, 6

cảm nắng *to get sunstroke*, 7

càng AV *to be so much the... -er*, 15

càng... càng... PH *the more..., the more...*, 15

càng ngày càng... PH *more and more... every day*, 15

canh N *soup*, 9

cạnh N *side ; to be beside*, 12

cạo V *to shave*, 8

cạo đầu V *to get a haircut*, 8

cạo mặt V *to shave*, 12

cay SV *to be peppery-hot*, 9

cắt FV *to cut*, 14

cắt nghĩa FV *to explain*, 14

cần V *to need, want*, 11

cần SV *to be urgent, be pressing*, 15

cần phải V *to need to, have to*, 11

cần thận SV *to be careful, be cautious*, 14

câu N *phrase, sentence*, 10

câu hỏi N *question*, 15

cậu N *mother's brother* CL người ông, 14

cây N *plant, tree*, 13

có P [*emphatic particle*], 1

có V *to have, own, possess; there is, there are*, 2

có họ với *to be related to*, 14

có sao! *what difference does it make?*, 12

có thể... được *can..., to be able...*, 7

có lẽ MA *perhaps, maybe*, 14

có vợ [*of a man*] *to be married*, 6

con N *child* CL đứa *for young ones* người *for adult ones*, 6

con CL [*classifier for animals*], 9

con SV *to be young, be small*, 13

con CL *classifer for young girls, for "contemptible women"*, 13

con bé (con) N *little girl*, 13

con gái N *daughter*, 6

con giai N *son*, 6

còn C *as for*, 1

còn AV *still*, 1

còn gì (nữa) PH [*used at the end of a sentence to denote that something has long started*], 12

cô PR *you (to young woman)*, 1

cô ấy PR *she, her*, 1

cô hầu bàn N *waitress*, 9

cố V *to make an effort* cố sức, 15

cố hết sức V *to do one's best*, 15

cố sức V *to make an effort*, 11

cổ N *neck; collar* cổ áo, 11

cốc N *glass* [*all shapes*] CL cái; *glassful*, 9

cộc SV [*of garment*] *to be short* [*of shirt*]; *to be short-sleeved* cộc tay, 11

cộc tay SV *to be short-sleevel*, 11

công N *labor*, 15

công-ty N *company, firm, corporation*, 11

cơm N *cooked rice, cooked food*, 6

cũ SV *to be used, be old* [*opp mới*], 11

cụ N *great-grandparent* CL người; *old man* CL ông, *otd woman* CL bà; *you* [*to old people*], 14

cụ bà N *great-grandmother*, 14

cụ ông N *great-grandfather*, 14

của V *to belong to; of*, 4

cùng CV *to act together (with); and*, 4

cũng A *also*, 2

cuối N *end*, 4

cứ AV *to continue to*, 12

cửa N *door, window, opening* CL cái, 3

chú N *father's younger brother* CL người, ông, 12

chủ N *owner, manager, boss,* 4

chủ-nhật N *Sunday,* 6

chúng mình PR *we [inclusive],* 12

chúng ta PR *we [inclusive] ; us,* 27

chúng nó PR *they,* 13

chúng tôi PR *we [exclusive] ; us,* 1

chuối N *banana* CL quả, 9

chụp V *to spring upon and seize,* 7

chụp ảnh V *to take photographs,* 7

chút N *tiny bit, short while,* 9

chuyến N *voyage, trip, time,* 9

chuyện N *story, conversation,* 8

chứ C *and (not), but (not),* 5

chứ ! FP *I am sure ; certainly, shan't we? Won't you? I assume, I hope,* 6

chứ gì ? PH *right ?,* 14

chữ N *(written) word,* 3

chưa P *[negative prefix] not yet,* 3

chưa ? P *yet ?,* 3

D

dạ V *to acknowledge a superior's utterance ; yes, [I heard you] ; yes, [you're right],* 9

dài SV *to be long,* 3

dài tay SV *to be long-sleeved,* 11

dám FV *to dare,* 1

dạo N *period, time [past],* 4

dạo này MA *these days, lately,* 4

dạy FV *to teach [a person, a subject].* 15

dần A *gradually, little by little, by degrees* dần dần, 15

dần dần A *gradually, little by little, by degrees,* 15

dấu N *mark, track, print, trace tone mark ; diacritical mark ; seal, stamp* CL con, 11

dấu giọng N *tone, tone mark,* 15

dấu ngã N *tilde, diacritical mark ussed to indicate the high broken tone, high broken tone in Việt-namese,* 13

dấu kiểm-nhận N *visa, seal of approval,* 11

dây N *wire, string, rope,* 11

dây nói N *telephone [with* gọi 'to call'], 11

dây nhựa N *magnetic tape,* 15

dây thép N *wire. telegram* CL cái, 4

dậy V/RV *to wake up, get up, rise ; up,* 10

dễ SV *to be easy,* 3

dễ chịu SV *to be pleasant, be comfortable, be well,* 7

dịch V *to translate [ra 'into'],* 10

diêm N *match* CL cái, 12

diện SV *to be smart, be stylish, be chic,* 5

dọn V *to arrange, put in order,*

clear ; to prepare ; to move to another house, dọn nhà, *12*

dọn nhà V *to clean up the house ; to move to another house, 12*

dùm V/CV *to help ; for, 10*

dùng V *to use, employ, take [food], have [food], 9*

dứa N *pineapple CL* quả, *9*

dừa N *coconut CL* quả, *9*

dưới V/CV *to be below, under ; down at, 10*

dưới nhà V *downstairs, 10*

Đ

Đà-lạt N *Dalat, 8*

đã AV/A *have already, has already ; firt, 11*

Đài-loan N *Taiwan, 11*

đại-học N *university education : university, 9*

đại-lộ N *avenue, boulevard, highway, 12*

đánh V *to strike, beat, hit, 11*

đánh chết V *to beat to death, 11*

đánh dấu V *to mark, punctuate, put tone marks, 11*

đánh dây thép V *to send a telegram, wire, 11*

đánh mất V *to lose [an object], 11*

đánh vỡ V *to break [glassware, chinaware, etc], 13*

đạp V *to kick [with sole or heel],*

tread, step on, 11

đằng N *way, direction, side, 13*

đắt SV *to be expensive, 5*

đâm FV *to prick, stab ; to collide [vào 'against'], 13*

đâu ? QW *where ?, 4*

đâu ! P *[strongly negates the statement], 11*

đầu N *beginning, 2*

đầu N *head, 8*

đây SP *here, this place, 7*

đây rồi ! PH *oh, here it is ! I found it ! 12*

đấy SP *there, 4*

đem V *to take, bring, 10*

đem theo V *to take along, bring along, 10*

đèn N *lamp, lantern, 10*

đeo V *to wear [glasses, jewels, accessor es], 5*

đẹp SV *to be beautiful, be good-looking, [of weather] to be nice, be fine [subject* giờ, *7]*

để V/CV *to place, put ; to let [someone do something] ; in order to* để mà, *in order that, so that* để cho *13, 15*

để khi khác PH *some other time, 13*

để mà *in order to, 13*

để cho *in order that, so that, 13*

đêm N *night, 12*

đếm V *to count, 2*

đến V/CV *to reach, arrive (at) to, until,* 2

đến FV *to come, arrive,* 3

đến chơi V *to come for a visit,* 4

đến (cả) *even* [*verb preceded by* cũng], 13

đến nơi V *to arrive,* 13

đi V *to go,* 4

đi ! P *go on ! let us* [*imperative*], 5

đi bộ V *to go on foot, walk,* 7

đi chơi V *to go out, go for a walk or visit,* 4

đi học V *to go to school,* 4

... đi... lại A *over and over again,* 15

đi làm V *to go to work,* 4

đi thi V *to take an examination,* 7

đĩa N *plate,* CL cái ; *plateful,* 9

đĩa N *record, disc,* đĩa hát, 15

đĩa hát N *record, disc,* 15

điện N *electricity ; electric (at),* 9

điếu N/CL *smoking pipe* CL cái ; *classifier for cigarettes,* 12

điều N *thing, matter,* 15

điều-đình V *to negotiate, arrange,* 11

định V *to decide, intend, fix, determine,* 11

đó SP *that* [ấy] ; *there, that place* [đấy], 13

đỏ SV *to be red,* 8

đọc FV *to read* [*aloud*], 2

đói SV *to be hungry,* 6

đóng V *to shut, close ; to pay* [*money as one's dues* or *contribution*] ; *to bind* [*book*], 7

đóng dấu V *to stamp,* 11

đóng lại V *to shut* [*door*], 10

đô-la N *dollar* CL đồng, 7

đồ N *thing, object,* 9

đồ ăn N *food,* 9

đồ chơi N *toy,* 9

đồ dùng N *tool,* 9

đồ tráng miệng N *dessert,* 9

đỗ V [*of vehicle*] *to stop, park,* 8, 11

độ N *degree, measure ; around, about,* 8

độc·lập SV/N *to be independent ; independence,* 12

đôi N *pair, couple,* 9

đông N *winter,* 6

đông N *east ; eastern,* 12

Đông-Á N *East Asia ; East Asian,* 12

đông bắc N *north-east,* 12

đông nam N *south-east,* 12

Đông-Nam-Á N *Southeast Asia ; Southeast Asian,* 12

đồng N *piaster, dollar, etc.,* 5

đồng-hồ N *clock, watch* CL cái, chiếc, 5

đợi V *to wait (for),* 8

đủ SV *to be sufficient ; all,* 5

đũa N *chopstick* CL chiếc *for single one,* đôi *for pair,* 9

INDEX

giấy thong-hành N *passport, 11*

giầy N *shoe* CL chiếc *for one,* đôi *for a pair* [*with verb* đi '*to wear*', đi... vào '*to put on*'], *13*

giêng N *1st lunar month, January, 8*

giọng N *tone, voice, intonation, 15*

giọng bằng N *level tone, 15*

giơ V *to raise,* giơ lên, *10*

giờ V *time* [*of the clock*] *; hour, 5*

giở N *to take out ; to turn* [*book*] giở ra *; to turn to* [*page*], *10*

giới-thiệu V *to introduce (friends), 5*

giời N *sky, heaven, it* [*subject of verbs denoting weather conditions or periods of the day as in* giời mưa *it's raining*], *7*

giữa SV *to be in the middle, between, among, 12*

H

hạ N *summer, 6*

hạ V *to lower* [*price, flag, curtain*] hạ xuống, *10*

hai NU *two, 2*

hai giờ kém năm *(it's) five to two, 6*

hai giờ rưỡi *(it's)* 2 : 30, *(it's) half past two, 6*

hàng N *merchandise, goods* hàng hóa *; shop, store* cửa hàng, *11*

hàng hóa N *merchandise, goods, 11*

hãng N *company, firm, 11*

hạng N *class, category, 11*

hát FV *to sing, 15*

hay SV *to be interesting ; well, 15*

hay C *or, 6*

hay AV *to have the habit of* [*doing so-and-so*] *; often, frequently, 12*

hay là C *or* (= hay), *13*

hãy AV *let us, be sure to, 15*

hăm NU *twenty* [*contraction of* hai mươi], *8*

hăng hái SV *to be enthusiastic, be eager, 15*

hân-hạnh SV *to be honored, be pleased, 5*

hấp V *to steam, 9*

hầu V *to wait upon, serve, 9*

hễ V *as soon as, whenever, 15*

hết V *to finish, exhaust ; to be finished, be exhausted, 14*

hết sức SV/A *to be exhausted physically ; extremely, 14*

hiện MA *at present, 15*

hiện bây giờ MA *at present, 15*

hiện giờ MA *at present, 15*

hiện nay MA *at present, 15*

hiểu V *to understand, 10*

hiệu N *store, shop, 4*

hiệu ăn N *restaurant, 8*

hình N *form, shape, appearance, photograph picture* [=ảnh], *12*

hình như V *to seem, it seems ; seemingly, 12*

INDEX

rent ; to differ from, have dif-
ferent..., 13

khách-san N hotel, 12

khăn N towel khăn mặt, 11

khăn mặt N towel, washcloth, 12

khăn tắm N bath towel, 12

khi N/C time [when something hap-
pens] ; when, 11

khó SV to be difficult, 3

khó chịu SV to be unpleasant, un-
comfortable, unwell, 7

khóa V/N to lock ; lock, 13

khoẻ SV to be strong, 1

khoẻ mạnh SV to be well in health, 1

khỏi V to recover [from illness], 6

không P [negative prefix], 1

không? P [sentence suffix to ques-
tions], 1

không bao lâu A soon, 8,11

không có A otherwise, or, before, 11

không có thể... (được) cannot, may
not, to be unable to, 7

không phải là EV not to be (so-and-
so), 5

không sao ! no trouble, it doesn't
matter, 12

không sao! it doesn't matter! no
trouble! don't mention it! ne-
ver mind!, 7

L

lá N leaf, 12

là EV to be, equal, mean [so-and-
so], 4

là ít A at least, 12

lạc SV to be lost, go astray, lose one's
way [đường], 13

lại A again, over, 2

lại V/CV to come ; up, down, 10

lại AV instead [the main verb is con-
trary to expectations], 11

làm V/EV to work ; to be, function
as, serve as, 4

làm gì PH [phrase corresponding to
negative particle không], 11

làm ơn V to do a favor ; please, 9

làm sao ? V how ?, 7

làm việc V to work, 15

lãnh-sự N consul, 11

lăm NU five, in mười lăm '15', hai
mươi lăm / nhăm '25'. Cf. năm,
nhăm, 3

lắm A very, quite, 1

lần N time, turn, round, 10

lần sau N next time, 11

lâu SV to take a long time, 8

lấy V to take ; to charge [a price], 5

lấy vợ V [of a man] to get married, 6

lẽ N reason, 14

lên V/CV to go up, come up ; up, 10

lên gác V to go upstairs, 10

INDEX

mới SV *to be new* [*opposite* cũ]. *11*

mới AV *only then,* **11**

mời V *to invite,* **4**

mua V *to buy,* *5*

mua bán V *to shop,* **5**

mùa N *season,* **6**

mục-đích N *aim, objective,* **15**

mùng N [*one of the first 10 days of the month*],**8**

muốn V/AV *to desire, want (to)*

mưa SV *to rain* [*subject* giời '*sky*'] *be rainy,* **7**

mưa rào V *to rain hard ; downpour,* **12**

mực N *ink,* **12**

mươi NU *ten* [*when numerated as in* hai mươi '*20*']. *Cf.* mười, **3**

mười NU *ten,* **2**

mượn V *to borrow* [*tool, cash*], **10**

Mỹ N *America, USA ; American,* **4**

N

nam N *south ; southern,* **12**

nào? SP *which ?,* **2**

nào SP *any ; every,* **7**

nay SP *this,* **1**

nay SP *this, these,* **2**

này SP *this, these,* **2**

này! P *I say ! say ! hey !,* **7**

năm NU *five,* **2**

năm N *year,* **9**

nam ngoái N *last year,* **12**

nắng SV *to be sunny* [*subject* giời '*sky*'], **7**

nặng SV *to be heavy ;* [*of tone*] *to be low constricted,* **15**

nấu V *to cook,* **9**

nên AV *should, ought to, had better,* **8**

nên C *so, that's why, consequently,* **8**

nên FV *to become,* **15**

nếu C *if, in case, should,* **11**

no SV *to be full* [*after eating*], **9**

nó PR *it* [*child, animal*], *he, she, they* [*familiar*], **13**

nói V *to speak, say,* **5**

nói chuyện V *to talk, converse,* **8**

nói tóm lại PH *in sum, in short,* **15**

nội SV [*of grandparent*] *to be paternal ;* [*of grandchild*] *to be on one's son's side. Cf.* ngoại, **14**

nơi N *place, location, spot,* [chỗ], **13**

nửa NU *half, half a,* **15**

nữa A *more, further,* **9**

nước N *country, nation,* **4**

nước N *water, (fruit) juice, (coconut) milk,* **9**

nước chanh N *lime or lemon juice, limeade, lemonade,* **9**

nước chè N *tea* [*the beverage*], **9**

nước dừa N *coconut milk,* **9**

nước mắm N *fish sauce,* **9**

INDEX

NG(H)

ngã FV *to fall [as by stumbling or tripping]*, 13

ngáp V *to yawn*, 13

ngay A *right, right away, at once, immediately*, 11, 12

ngay bây giờ A *right now*, 11

ngày N *day, daytime*, 11

ngày nghỉ N *day off*, 15

ngăn N *compartment, drawer*, 12

ngăn kéo N *drawer*, 12

ngắn SV *to be short*, 3

nghe V *to listen*, 11

nghe ! FV *[used at the end of imperative sentences] hear me ?*, 13

nghe nói V *to hear [people say]*, 11

nghe thấy V *to hear [as a result of listening]*, 11

nghỉ FV *to rest*, 15

nghĩa N *meaning*, 10

nghĩa là V *to mean*, 10

nghìn NU *thousand*, 5

ngoài CV *out*, 10

ngoại SV *[of grandparent] to be maternal ; [of grandchild] to be on one's daughter's side*, Cf nội, 14

ngoại-giao N *foreign relations, diplomacy*, 6

ngoan SV *[of person] to be nice, be sweet, be well-mannered, be well-behaved*, 7

ngon SV *to be good to eat, be tasty*, 9

ngọt SV *to be sweet-tasting ; [of soup] to be tasty*, 9

ngồi V *to sit, be seated*, 6

ngồi dậy V *to sit up*, 10

ngồi xuống V *to sit down*, 10

ngủ V *to sleep*, 11

ngủ như chết V *to sleep like a log*, 12

người N *person, individual, man, men, people*, 4

người Ăng-lê N *Englishman, Englishmen*, 12

người nào cũng... *everyone*, 7

người ta PR *they, people [in general]*, 15

nguy SV *to be dangerous, be perilous*, 13

nhà N *house, building* CL cái, 4

nhà ga N *railroad station [the building]*, 12

nhà dây thép N *post-office*, 4

nhà hát N *theater*, 15

nhà tôi N *my house ; my wife, my husband*, 11

nhà thương N *hospital*, 13

nhại FV *to mimic* nhại lại, 15

nhanh SV *to be fast, be rapid, be speedy*, 8

nhạt SV *to be flat, not salty enough*, 9

LV

nhắc lại FV *to repeat*, 2

nhăm NU *five, in* hai mươi nhăm/ lăm '25' *Cf* năm, lăm, 3

nhân tiện PH *incidentally*, 13

nhấn FV *to press* [*button*], 15

nhấn mạnh FV *to stress, emphasize*, 15

Nhật N *Japan ; Japanese*, 11

Nhật-Bản N *Japan ; Japanese*, 11

nhé ! P *O.K. ? all right ?* 4

nhẹ SV *to be light*, 15

nhỉ ? P *don't you think ? did you notice ? have you any idea ?*, 7

nhiều SV *to be much or many, be plentiful, much, a great deal, often*, 7

nhiều V *to have much or many ; there is much, there are many*, 7

nhiều nhất A *at most*, 12

nhìn V *to look*, 12

nhìn thấy V *to see, perceive*, 12

nhỏ SV *to be small*, 3

nhớ V *to remember, recall*, 4, 5

nhờ V *to rely upon : please*, 10

nhỡ V *to miss* [*train, meal, etc.*], 9

nhỡ tầu *to miss the boat* [*literally and figuratively*], 9

như EV *to be like*, 12

như thường A *as usual*, 1

nhựa N *gum, resin, asphalt*, 15

nhưng C *but*, 3

những NU [*pluralizer*], 15

Ô

ô N *umbrella*, 11

ô-ten N *hotel*, 12

ô-tô N *automobile, car* [=xe hơi], 13

ốm SV *to be ill, be sick*, 4

òn FV *to review* [*lesson*], 15

ông PR *you* [*to a man*], 1

ông ấy PR *he, him*, 1

ông cụ N *old man*, 14

ông ngoại N *maternal grandfather*, 14

ông nội N *paternal grandfather*, 14

Ơ

ở V/CV *to live (at), be located (at); in, at*, 4

ở (bên) cạnh *to be by the side of, beside*, 12

ơi ! P *hey ! ; yes !*, 8

ớt N *pepper, pimento* CL quả, *hot sauce*, 9

P

phải SV *to be right* [*opposite of left*] *be right* [*opposite of wrong*], 13

phải SV *to be correct, be right*, 3

phải AV *must, sould*, 8

phải không ? PH *n'est-ce pas* [*tag-ending such as "don't you", "is it ?", "aren't they ?"*], 5

Pháp N *France ; French*, 5

phát-âm V/N *to prononnce ; pronunciation*, 15

phân-biệt FV *to distinguish*, 14

INDEX

sau SV *to be behind, be after*, 11

sau cùng SV *to be the last of all*, 15

sau khi C *after...*, 11

sáu NU *six*, 2

sắc SV *[of blade] to be sharp, [of tone] to be high rising*, 15

sắp AV *to be about to, be going to*, 4

sắt N *iron*, 15

sấm V *to thunder [subject giời]; thunder*, 12

sẽ AV *shall, will*, 4

số N *number, figure* CL con; *amount, quantity, size*, 11

sơ-mi N *shirt*, 11

sở N *place of work, office*, 4

sợ V *to be afraid, fear*, 9

sơn V/N *to paint, lacquer ; paint, lacquer*, 8

sửa soạn FV *to get ready, prepare*, 15

sữa N *milk*, 9

sức N *strength, power, force*, 14

sức khỏe N *health*, 14

sức mạnh N *strength, power, force*, 14

T

ta PR *we (inclusive) ; us*, 7

tá N *dozen*, 11

tách N *cup [usually with handle]* CL cái; *cupful*, 9

tại C *because (of)*, 7

tại sao ? *why ? (is it that)*, 7

tại vì C *because (of)*, 7

tám NU *eight*, 2

tạnh V *to stop raining [subject giời], tạnh mưa*, 12

tay N *hand, arm*, 10

tay N *sleeve* tay áo, 11

tay phải N *right arm, right hand, right [hand] side*, 13

tay trái N *left arm, left hand, left [hand] side*, 13

tắm V *to bathe*, 12

tắm rửa V *to wash up*, 11

tắt V *to extinguish ; to switch (lights) off, turn [electrical appliance] off* tắt đi, 10

tấm CL *classifier for boards, signs, bolts of cloth*, 8

tập V *to practice, drill, exercise*, 15

tất cả MA *altogether, all told*, 15

tầu N *ship. boat ; [also train, plane]*, 8

tầu bay N *airplane*, 8

tầu thủy N *steamship, ocean liner*, 8

tây N *west ; western*, 12

tây bắc *north-west*, 12

tây nam *south-west*, 12

tên N *name, given name*, 4

tên là EV *to be called or named (so-and-so)*, 4

tết N *festival ; New Year's festival*, 12

tiếc V *to regret, be sorry*, 6

tiệm N *shop, store*, 9

tiệm ăn N *restaurant*, 9

INDEX

real (ly), 11

thấy V/RV to perceive, 10

thầy N father, master, teacher, 14

thầy giáo N teacher

theo FV to follow, 2

theo ý tôi in my opinion, I think, I feel, 8

thêm V to add ; to do or have in addition, 9

thế N manner, way, fashion, 6

thế SV to be so, be thus, 8

thế à ? I is that so ? really ?, 5

thế kia that way, the other way, 5

thế nào ? how ?, 6

thế này this way, thus, 6

thể N ability, capability, 7

thi V to take an. examination or a test ; to take part in contest, race ; to compete, 7

thí-dụ N example ; for example, 14

thì C then, 6

thì giờ N time, 4

thìa N spoon CL cái ; spoonful, 12

thích V to like, be fond of, 7

thiếu SV to be insufficient ; lack, 9

thím N father's younger brother's wife CL người, bà, Cf, chú, 14

thịt N meat, 9

thịt bò N beef, 9

thịt lợn N pork, 9

thôi V to cease, stop, that's all; well 6

thông hành V to go through, passport, 11

thợ N artisan, workman, worker [with làm 'to be'], 13

thợ giặt N laundryman. 13

thợ may N tailor, 13

thu N autumn, 9

thu FV to record, collect, 15

thu tiếng FV to record [voice, sound], 15

thuốc N drug, medicine ; cigarette thuốc lá, 12

thuốc ho N cough drops, cough medicine, cough syrup, 12

thuốc lá N cigarette CL điếu, 12

thuộc V to know by heart, 10

thuộc lòng V to know by heart, 10

thủy N water R, 8

Thụy-Sĩ N Switzerland : Swiss, 5

thư N letter CL cái 8

thư-viện N library, 11

thứ N kind, sort ; order ; [prefix indicating ordinal numbers], 3

thứ hai SP second, 3

thứ nhất SP first, Cf. một, 3

thứ nhì SP second, Cf. thứ hai. 3

thứ tư SP fourth, Cf. bốn, 3

thử V to try, 9

thưa P [polite particle], 1

thước N/CL yardstick, ruler, CL cái, yard, 13 meter,

Việt-Nam N *Vietnam ; Vietnamese, 2*

vịt N *duck CL* con, *9*

vịt quay N *roast duck, 9*

vội SV *to be in a hurry, be hasty, be urgent, be pressing, 12*

vội vàng SV *to be in a hurry, 12*

vỡ SV [*of glassware, chinaware, etc.*] *to be broken, Cf.* gẫy, *13*

vợ N *wife CL* người, bà, *6*

với CV *to act together (with) ; and, 4*

vui SV *to be gay, joyful, fun* vui vẻ, *15*

vui vẻ SV *to be gay, joyful, 15*

vừa AV *to have just, has just* [*done something*], *4*

vừa.. vừa.. V *to do two actions at the same time ; both... and..., 7*

vườn N *garden, 7*

vườn hoa N *flower garden, park, 7*

Vườn Bách-Thảo N *Botanical Gardens, 7*

X

xa SV *to be far away, 7*

xà-phòng N *soap, 12*

xanh SV *to be blue, be green, 11*

xấu SV *to be bad* [*opp* tốt], *to be ugly, be unattractive* [*opp* đẹp] *;* [*of weather*] *to be foul, bad, nasty,* [*subject* giời] [*opp* tốt *or* đẹp], *7*

xe N *vehicle CL* chiếc, *8*

xe V *to transport, take, 13*

xe buýt N *bus, 9*

xe đạp N *bicycle, 11*

xe hơi N *automobile CL* chiếc, *8*

xe lửa N *train, 8*

xem FV *to see, watch, 2*

xem nào ! *let me see, let's see, 13*

xin FV *to ask, beg ; please, 2*

xin lỗi V *to apologize, 6*

xin lỗi ông ! *Excuse me ! I'm sorry ! Forgive me ! I beg your pardon, 6*

xóa V *to erase, cross* (đi 'out'), *10*

xóa đi V *to erase, 10*

xong V *to finish ; to finish doing something* [*preceding verb denotes action completed*] *; after... ing, 7*

xơi V *to eat* [*polite verb used of other people*], *9*

xuân N *spring, 6*

xuống V/CV *to go down, come down ; down, 10*

Y

ý N *opinion, thought ; idea, 8*

yên tĩnh SV *to be quiet, 12*

Index To Grammar Notes

INDEX

INDEX

INDEX

INDEX

INDEX